Phiếm 16

Phiếm 16
song thao

NHÂN ẢNH
2015

Phiếm 16

Song Thao

NHÂN ẢNH xuất bản

Trình bày bìa: Khánh Trường

Kỹ thuật: Tạ Quốc Quang

www.songthao.com

Copyright © 2015 by Song Thao

ISBN: 978-1-927781-09-8

MỤC LỤC

16

Tự dưng trưng con số 16 lên đầu bài như mật mã, ai hiểu chi. Nhưng nếu phụ đề chút xíu: trăng tròn lẻ, có lẽ con số đã có hồn. Nhưng gác con số 16 lại đó, chúng ta nói chuyện con số 17 trước.

Trong chuyến công du Ấn Độ của *tonton* Obama vào cuối tháng 1/2015 vừa qua, bà Michelle có đi theo chồng. Nhưng trong các cuộc tiếp tân chính thức, người ta không thấy bóng dáng bà Thủ Tướng Ấn Độ. Thực ra không ai thấy Thủ Tướng Ấn Độ Narendra Modi có vợ bên cạnh bao giờ. Nhưng ông có vợ. Đó là bà Jashodaben Chimanlal Modi. Năm nay bà đã 64 tuổi và là một giáo viên tiểu học hồi hưu sống tại một tỉnh lỵ nhỏ tại tiểu bang quê quán của ông Modi là Gujarat. Họ cưới nhau vào năm 1968, khi đó ông Modi mới 18 tuổi và bà mới 17 tuổi. Ba năm sau, bà rời nhà chồng về đi học. Ông thì chú trọng vào các hoạt động tôn giáo, trở thành một *"pracharak"* (tình nguyện viên) cho một chi của đạo Hindu tên Rashtriya Swayamsevak Sangh ở Gujarat. Các tình nguyện viên này không được khuyến khích lấy vợ hoặc quá lệ thuộc vào gia đình. Ông Modi không bao giờ trở về sống với vợ nhưng cũng không ly dị vợ. Ông không bao giờ công khai nói về vợ và báo chí cũng được khuyên không nên hỏi ông về chuyện này. Chỉ có một lần ông chính thức khai có vợ khi bổ túc hồ sơ ứng cử. Khi ông đắc cử trở thành Thủ Tướng Ấn Độ, một đoàn cận vệ đã được cử tới bảo vệ bà suốt ngày đêm. Bà rất phiền chuyện này vì bà nhất định sống một cuộc đời giản dị, không dùng xe hơi biệt phái cho bà mà chỉ dùng các phương tiện chuyên chở cộng cộng như xe đò, xe buýt và xe lửa. Vậy nên mới xảy ra những chuyện tức cười: đoàn cận vệ theo bà ngồi trên xe hơi bóng lộn trong khi bà ngồi trên các loại xe công cộng! Còn một điều bất tiện nữa là khi bà đi thăm thân nhân thì họ phải tốn thêm tiền nấu cơm cho toán cận vệ! Bà luôn luôn chờ ông gọi là về với ông liền một khi. "Tôi muốn về sống với ổng. Nếu ổng kêu tôi, tôi sẽ bắt đầu cuộc đời mới với ổng ngay. Nhưng ổng phải kêu". Tiếng kêu đó, bà vẫn còn đợi. Hiện bà sống đạm bạc với số tiền hưu ít ỏi, ăn chay bốn ngày mỗi tuần. Công việc của bà chỉ là cầu nguyện cho ông. "Tôi thức dậy vào 5 giờ sáng. Tôi cầu nguyện tại nhà. Tôi đi đến chùa. Cuộc đời tôi bây giờ là cầu nguyện".

Tuổi lấy chồng hợp pháp tại Ấn Độ là 17 tuổi. Bà Modi về nhà chồng đúng tuổi được phép. Hồi đó gia đình hai bên đều nghèo. Cha của ông Thủ Tướng Modi là một người bán trà ở ga xe lửa, thuộc giai cấp thấp *Ghanchi*. Đám cưới của họ rất đơn giản. Họ lấy nhau khi còn nhỏ như phong tục trong cộng đồng họ sống. Tại Ấn Độ, chuyện vợ chồng cưới nhau dưới tuổi được phép rất nhiều. Theo một tài liệu của Quỹ Nhi Đồng Liên Hiệp Quốc thì có tới 240 triệu bé gái lấy chồng từ nhỏ, chiếm tỷ lệ 1/3 trên thế giới.

Tuổi hợp pháp để lấy chồng tại phần lớn các quốc gia là 18 tuổi. Tuy nhiên nếu muốn lấy chồng sớm thì ít nhất cũng phải được 16 tuổi và có sự ưng thuận của cha mẹ hoặc chính quyền. Tuổi 18 mới được lên xe hoa, có "già" quá không? Hỏi như vậy vì nhà cầm quyền Canada chúng tôi vừa chuyển sang Hạ Viện một dự luật hạ tuổi thành hôn xuống 16 tuổi. Dự luật do Tổng Trưởng Bộ Công Dân và Di Dân Chris Alexander đệ nạp, nhằm vào các vụ ép buộc hôn nhân các thiếu nữ trẻ và các vụ đa hôn. Ông nói: "Chúng tôi muốn gửi một thông điệp mạnh mẽ tới các cá nhân muốn nhập cư vào Canada là chúng tôi không dung thứ những cái gọi là văn hóa truyền thống tước đoạt nhân quyền của phụ nữ. Với dự luật này, chúng tôi muốn hỗ trợ cho các phụ nữ muốn nhập cư vào Canada để có một cuộc sống tốt đẹp hơn".

Tuổi phụ nữ được phép kết hôn tại Canada thực ra không đồng nhất. Tại các tỉnh bang Alberta, Manitoba, Ontario, New Brunswick, Nova Scotia, Quebec và Saskatchewan là 18 tuổi. Nhưng tại các tỉnh bang British Columbia, New-foundland, Vùng Tự Trị Northwest Territories, Nunavut và Yukon thì các cô phải chờ tới năm 20 tuổi mới được mon men tới chiếc xe hoa.

Nhà tôi ở cạnh một trường trung học, giờ nghỉ trưa, các cô các cậu lũ lượt băng qua khu nhà tôi để tới một *shopping center* ăn trưa hoặc dạo chơi. Tôi nhiều khi ngỡ ngàng với những khuôn mặt non choẹt, trai chưa lún phún râu, gái chưa nhả hết nét thơ ngây, ôm nhau, hôn hít trên đường đi. Đoán tuổi của những cô cậu này chắc chỉ 13 , 14. Trước cửa nhà tôi có vài nhà có con nít. Mới thấy chúng còn phải bò khi leo lên bậc tam cấp trước nhà, vậy mà chúng lớn như thổi, chỉ chục năm hơn đã đưa bồ về nhà, hôn hít từ ngoài đường. Có khi bạn trai bạn gái tới ở qua đêm tuy cha mẹ vẫn thấy thấp thoáng trong nhà. Trẻ con bây giờ lớn nhanh như thổi. Và biết chuyện trai gái nhanh như gió. Vậy thì có hạ tuổi lấy chồng xuống 16 tuổi cũng được đi. Để dễ cho cha mẹ giải quyết hậu họa.

Tưởng rằng bên này con nít ăn uống đầy đủ và bổ dưỡng nên thân hình phát triển nhanh, đời sống tình dục cũng cựa quậy sớm, nên mới có cái vụ hạ tuổi lấy chồng xuống 16 cho tiện. Ai ngờ bên Việt Nam mình cũng có toan tính hạ tuổi kết hôn cho các em gái. Cũng 16 tuổi. Lý do đưa ra cũng vì trẻ con thế hệ sau này phát triển nhanh. Thêm vào là *internet*, phim ảnh, và các sản phẩm dành cho người lớn cũng phổ biến hơn khiến các em sớm dậm dật.

Đề nghị này có người tán thành, có người chống đối. Nằm trong phe chống đối, Luật sư Nguyễn văn Hậu, Phó Chủ Tịch hội Luật Gia ở Sài Gòn bày tỏ quan điểm: *"Theo tôi, tuổi 16 - các em còn đang phải học tập, rèn luyện để hoàn thiện nhân cách, nâng cao tri thức và phát triển kỹ năng lao động. Những gì được trau dồi ở độ tuổi này đóng vai trò quan trọng trong quá trình sống suốt cuộc đời sau này. Vì thế hệ trẻ phát triển sớm cũng chỉ dừng lại ở vấn đề hình thể, còn trong lĩnh vực tâm lý, lĩnh vực trí tuệ, các em vẫn còn đang ở tuổi vị thành niên! Để khắc phục tình trạng làm mẹ quá sớm, phải có sự quan tâm, giáo dục, định hướng, quản lý từ gia đình, nhà trường và xã hội chứ không nên hạ độ tuổi kết hôn cho phù hợp với tình hình thực tế".*

Bác sĩ Lê Thu Hà, Bệnh viện Từ Dũ, cùng phe với Luật sư Nguyễn văn Hậu, khuyến cáo: *"Bé gái 16 tuổi vẫn còn trong giai đoạn dậy thì, cơ thể đang phát triển về nhiều mặt: chiều cao, hình thể, khung chậu, tâm sinh lý... Nếu mang thai, bé sẽ có nguy cơ cao bị suy dinh dưỡng vì cơ thể đang phát triển, cần nhiều các vi chất. Trong số những bà mẹ mang thai ở lứa tuổi dưới 18, có đến 42% chấm dứt thai kỳ ở tuổi thai sớm do chưa nuôi được và có đến 57% bà mẹ trầm cảm sau sinh, mức độ từ trung bình đến nặng. Nhiều nghiên cứu khác còn cho thấy, do khung chậu chưa phát triển hoàn chỉnh nên tỷ lệ mổ lấy thai và sinh hút sẽ cao gấp hai lần so với mẹ ở lứa tuổi 20 - 24. Đặc biệt, bà mẹ 16 tuổi còn đối diện với nguy cơ sinh non cao đến 90%, băng huyết sau sinh và nhiễm trùng hậu sản tăng do sinh khó và sức đề kháng mẹ yếu. Trẻ được sinh ra từ các bà mẹ "ăn chưa no lo chưa tới" dễ bị những bệnh ở trẻ non tháng như: bệnh lý võng mạc, có một số trường hợp trẻ bị mù, đường tiêu hóa khó hấp thu, trẻ dễ bị suy hô hấp, viêm hô hấp, dễ bị vàng da kéo dài. Chưa kể, trẻ nhẹ cân, suy dinh dưỡng dễ bị suy giảm miễn dịch, rối loạn chuyển hóa. Sự kém phát triển về thể chất sẽ dẫn đến kém phát triển về tinh thần".*

Các chuyên viên e ngại chuyện sửa luật để cho kết hôn sớm. Đây có phải là một như cầu xã hội không? Một tờ báo phụ nữ đã tìm gặp các bà các cô để xin ý kiến về chuyện sớm sủa này. Hầu như tất cả các độc giả tham gia đều không mặn mà chuyện kết hôn sớm. Ngay như tuổi kết hôn là 18 tuổi như hiện nay, nhiều người cũng cho là quá sớm! Làm chi mà vội lấy chồng vậy! Bà Dương Thị Hoàn, 40 tuổi, cho biết về trường hợp của bà: " "Tôi lấy chồng từ năm 18 tuổi, ngày đó ở quê thì đó là độ tuổi cần phải lập gia đình. Tất nhiên chúng tôi lấy nhau dựa trên nền tảng tình yêu nhưng sau khi lấy chồng, sinh con, tôi mới nhận ra mình đã làm mẹ ở độ tuổi quá trẻ. Cuộc đời còn chưa kịp có va vấp nên tôi còn rất nhiều lúng túng, vụng về. Nói đơn cử là tôi chẳng biết gì về kinh nghiệm chăm sóc trẻ con, tất cả đều phải nhờ những người đi trước chỉ bảo. Lấy chồng sớm quả là cũng có điều thiệt thòi".

Cô Bích Phương, cựu sinh viên khoa Báo Chí, năm nay 22 tuổi, quá tuổi được kết hôn tới 4 tuổi rồi, vậy mà vẫn cứ chẳng đi đâu mà vội. "Tôi muốn kết hôn từ 26 tuổi đổ lên. Lí do chính là vì tôi muốn là một người mẹ trưởng thành và chín chắn. Rất nhiều người xung quanh cũng cảnh báo tôi về chuyện lấy chồng muộn, sinh con muộn thì có thể có những kết quả không tốt. Tuy nhiên, tôi cho rằng sinh con muộn có vất vả hay không là do kiến thức sinh sản của mình. Đa phần các bạn nữ ngày nay cũng không vội vã chuyện lấy chồng lắm vì xuất phát từ sự phát triển của xã hội, rất nhiều thứ đã khác xưa như nhu cầu khác xưa (họ không còn cần một người chồng chỉ để cảm giác trụ cột trong gia đình nữa), cách sống cũng khác xưa (phụ nữ thậm chí có thể không kết hôn), vai trò của người phụ nữ ngày càng cao hơn và họ cũng cần phấn đấu sự nghiệp như đàn ông".

Cuộc sống nơi thành thị đã khác xưa. Quan niệm có chồng làm chỗ nương tựa cũng đã lỗi thời. Người phụ nữ sống ở thành phố hiện nay coi bộ tự túc tự cường hơn nhiều. *Vậy thì đi đâu mà vội mà vàng!* 18 đã quê độ huống chi 16!

16 hay 18, tính làm chi cho mất công. Nhiều nơi thoải mái hơn nhiều. Tuổi 15 là dư sức cưới hỏi như ở Iran, Iraq, Jordan, Tanzania. Thậm chí 14 cũng OK như ở Paraguay. Ở Lebanon còn du di một cách thần sầu quỷ khốc. Tuổi theo luật pháp là 15, nếu có sự đồng ý của người giám hộ thì 9 tuổi cũng được. Chín tuổi, biết chi mà cũng cho lấy chồng. Nhưng mấy ông cầm quyền ở Iraq đã thông qua một đạo luật vào năm 2014, theo đó, các bé gái dưới 9 tuổi có quyền lấy chồng! Ác ôn hơn nữa là trong luật có ghi rõ ràng vợ phải đáp ứng nhu cầu quan hệ tình dục với chồng. Luật mới *Jaafari* này đưa ra những quy định gần giống hệt với nước láng giềng Hồi giáo Shia là Iran. Các tổ chức tranh đấu cho quyền của con người ở Iraq và trên toàn thế giới đã la làng cho bước đi mới của chính quyền Iraq. Ngay cả cựu Thủ Tướng Iraq Ayad Allawi cũng cảnh báo là luật này sẽ dẫn tới tình trạng lạm dụng phụ nữ: "Nó cho phép các bé gái kết hôn từ lúc 9 tuổi, thậm chí nhỏ hơn. Rất nhiều điều bất công chứa đựng trong đó". Vậy mà những người ủng hộ luật mới cho rằng thực ra luật này chỉ điều chỉnh các tập quán đang tồn tại hàng ngày tại quốc gia này.

Mấy anh rậm râu ở các quốc gia như Ấn Độ, Afghanistan, Yemen đã và còn đang lạm dụng các bé gái. Có nhiều trường hợp rất thương tâm. Trường hợp gây xôn xao dư luận thế giới mới xảy ra vài năm trước đây là của bé gái Nujood

Ali ở Yemen. Bé chỉ 10 tuổi nhưng phải kết hôn với một anh râu ria um tùm đã gần 40 tuổi. Chính cha của bé bắt bé phải lấy ông chồng…già này. Bé đã trốn khỏi nhà và chạy tới tòa án đòi ly hôn với anh chồng vũ phu luôn đánh đập bé. Với hành động quả cảm này, bé đã được coi là biểu tượng của những bé gái bị cưỡng ép lấy chồng sớm. Hình bé xuất hiện trên các tấm bích chương khổ lớn được dán trên khắp các nước. Một cuốn sách viết về trường hợp đau thương của bé Ali mang tên "Tôi là Nujood, 10 tuổi và đã ly dị" được dịch ra 30 thứ tiếng nói về cuộc đời của bé.

Cũng tại Yemen, bé Ayesha, 10 tuổi, bị ép cưới một người đàn ông 50 tuổi, đáng tuổi ông nội bé. Chị của bé tên Fatima tiết lộ: "Ayesha bé nhỏ đã hét lên khi nhìn thấy người chồng". Cha cô bé đã bắt bé đi giày cao gót trong lễ cưới để trông có vẻ cao hơn, lấy mạng che mặt bé cho mọi người không thấy vẻ mặt non choẹt hãi hùng của bé. Ông còn dọa nếu ông bị đi tù thì khi mãn hạn tù ông sẽ giết bé. Cảnh sát đã bỏ đi không can thiệp. Bé vẫn phải về với ông chồng già, than khóc với chị Fatima tối ngày. Có nhiều nguyên nhân khiến cha mẹ ép duyên con gái còn nhỏ: vì tập quán cổ hủ hoặc vì tiền. Nhiều khi các bé là vật gán nợ dùm cho cha mẹ!

Liên Hiệp Quốc coi vấn đề các bé gái ít tuổi bị ép gả là một vấn đề xuyên quốc gia. Ngày 11 tháng 10 hàng năm được chọn là ngày Quốc tế của các bé gái để ngăn chặn khoảng 51 triệu vụ tảo hôn hàng năm trên khắp thế giới, nhất là tại các nước Trung Đông.

Các ông Trung Đông già khằng (cưới vợ trẻ thì già là cái chắc tuy chỉ 40, 50 tuổi!) cưới vợ nhí 9 tuổi thì hợp pháp, các thanh niên Việt Nam cưới vợ 13 tuổi thì vào tù. Cưới vợ 13 tuổi không phải là chuyện hiếm ở trong nước bây giờ. Tôi có đọc báo nói tới vài ba vụ nhưng chỉ chọn một vụ điển hình nhất xảy ra vào năm 2012. Anh Trần văn Manh, sanh năm 1990, yêu cô Phạm Thu Thảo, sanh năm 1997. Cả hai đều ngụ tại ấp Cà Nổ, xã Vĩnh Lợi, huyện Tân Hưng, tỉnh Long An. Năm 2010, Manh nói với cha mẹ sang hỏi cưới Thảo nhưng cha mẹ Thảo thấy con còn nhỏ nên không bằng lòng. Từ đó, cha mẹ em Thảo cấm con gái không được gặp Manh nữa. Nhưng có lẽ do ý trời, hai trẻ tình cờ gặp lại nhau tại một đám cưới của một người cùng ấp. Thảo nói với người yêu: "Hai đứa mình thương nhau mà gia đình không chịu, hai đứa mình dắt nhau đi nhé anh". Vậy là Manh dắt người yêu xuống nhà bác ruột tại Đồng Tháp và ở lại qua đêm. Hai ngày sau, hai trẻ trở về nhà Manh và sống chung như vợ chồng. Tháng 12 năm 2010, Thảo mang thai. Vì lúc đó Thảo mới 13 tuổi nên Manh bị truy tố về tội "hiếp dâm trẻ em". Ngày Manh ra tòa có ôm theo đứa con gái chưa được một tháng tuổi. Cả hai khai trước tòa là họ tưởng yêu nhau là có thể sống với nhau chứ không biết đó là hành vi phạm tội. Cả hai xin tòa khoan hồng, xử theo mức án nhẹ nhất, để bị can sớm trở về nuôi con. Tòa xử 7 năm tù! Manh kháng cáo. Tại phiên tòa phúc thẩm, Thảo khai là em sanh ngày 7 tháng 11 năm 1996 chứ không phải ngày 17 tháng 11 năm 1997 vì bản gốc bị gia đình sửa lại. Vậy nên khi Manh thực hiện hành vi giao cấu với Thảo em đã hơn 13 tuổi. Tòa đổi tội danh thành "giao cấu với trẻ em" chứ không phải "hiếp dâm trẻ em" và xử phạt Mạnh 3 năm tù.

Con số 13 làm thay đổi tội danh và án được giảm đi 4 năm. Đó là một con số vẽ ra lằn mức của tội phạm. Tôi chợt nhớ tới thơ của nhà thơ Nguyên Sa, được nhạc sĩ Ngô Thụy Miên phổ nhạc. Bản nhạc được giới trẻ ưa thích, hát ra rả từ bao năm nay.

Trời hôm ấy mười lăm hay mười tám?
Tuổi của nàng tôi nhớ chỉ mười ba
Tôi phải van lơn ngoan nhé, đừng ngờ...
Tôi phải dỗ như là...tôi đã lớn.

Tôi phải đợi như là tôi đã hẹn
Phải thẹn thò như sắp cưới hay vừa yêu
Phải nói vơ vào rất vội: người yêu
Nếu ai có hỏi thầm: ai thế?

Đích thị ông Nguyên Sa đã bước vào vòng nguy hiểm. Nhưng may là ông chỉ mới yêu người 13 chứ chưa đi xa hơn. Lớ ngớ bước thêm một bước nữa là mất vui ngay.

Tha bổng ông Nguyên Sa, tôi lại vướng vào câu thơ khác. Lần này là ca dao.

Lấy chồng từ thuở mười ba
Đến năm mười tám thiếp đà năm con
Ra đường thiếp vẫn còn son
Về nhà thiếp đã năm con cùng chàng.

Lần này thì thơ thẩn nhất định phải vướng vào vòng lao lý. Từ 13 đến 18, năm nào cũng tội rành rành được khai báo đàng hoàng. Vậy, phải bỏ tù...ca dao!

02/2015

AN

Bản tin chiều ngày 5 tháng 12 vừa qua của đài truyền hình CBC có chiếu cảnh một nhóm khoảng hai chục sinh viên đang hát *caroling* ngoài đường phố Montreal. Nhìn các thanh niên nam nữ đứng giữa trời lạnh căm của mùa đông, mặt mũi phơi phới hát những bài hát truyền thống của mùa lễ Giáng Sinh, tôi như bắt được thông điệp các em truyền cho mọi người: bằng an dưới thế cho người thiện tâm! Tôi bắt được nhanh chóng như vậy bởi vì chính tôi cũng đã từng đi *caroling* như vậy. Cũng lâu lắm rồi, khi tôi còn…trẻ! Giáng Sinh năm 1973, tôi đang theo học tại *University of Phillippines* mà người dân Phi gọi tắt một cách thân mật pha chút hãnh diện là *UP*. Bởi vì trường là niềm tự hào của đất nước Phi. Trường có nhiều chi nhánh mà chuyên khoa Canh Nông ở Los Banos là nơi có nhiều sinh viên Việt Nam theo học nhất. Tôi học ở ngay trường chính tọa lạc tại thành phố Quezon City, nằm sát bên thủ đô Manila. Khuôn viên của trường là một cơ ngơi rất rộng gồm nhiều tòa nhà dùng làm giảng đường, thư viện, phòng thí nghiệm, nhà nguyện (Phi là một nước có tới 90% dân chúng theo Công Giáo) và các tòa nhà dùng cho việc học hành khác. Trong khuôn viên còn có vô số các ký túc xá cho sinh viên trú ngụ. Tôi chẳng biết có tới bao nhiêu *building* dành cho sinh viên nhưng hầu hết các sinh viên đều ở ngay trong trường. Sinh viên ngoại quốc tới du học được dành cho một ký túc xá riêng rất đẹp tên là *International Center* (Trung Tâm Quốc Tế) mà các sinh viên bản xứ phải ganh tị. Giáng Sinh năm đó một sinh viên du học Việt Nam đang học năm chót về kinh tế, anh Quý, có sáng kiến tổ chức một ban du ca gồm các sinh viên đủ mọi quốc tịch đi hát *caroling* nơi các ký túc xá *(dorm)* của các bạn sinh viên Phi. Ban du ca mà chúng tôi gọi là ban "hát rong" gồm khoảng ba chục sinh viên, chịu khó bỏ thời giờ mỗi buổi tối, tập luyện khoảng hai tháng trước lễ Giáng Sinh. Chúng tôi tập vài chục bài quen thuộc, hát bốn bè đàng hoàng, chỉ có một cây tây ban cầm đệm theo. Tôi hát bè *bass* đứng ở hàng chót ì à ì ầm như cóc kêu đệm cho các bè hát giọng cao khác đứng ở phía trên. Chính nhờ vào vị trí khiêm nhượng này mà tôi thấy hết vẻ đẹp của một buổi *caroling*. Ban hát rong chúng tôi, mỗi người một cây đèn cầy trên tay, đứng trong màn đêm, hát vọng lên những tầng lầu đầy những khuôn mặt sinh viên Phi trên từng cửa sổ. Rồi những ánh nến cũng dần dần bừng cháy trong tay bạn bè lấp ló trong khuôn cửa vuông vức. Những ánh nến trong tay chúng tôi như với lên những ánh nến trong khung cửa tạo thành một niềm an bình hạnh phúc được các giai điệu thánh thiện nâng lên trời cao.

Hết *dorm* này tới *dorm* khác, chúng tôi mang niềm an bình tới từng người bạn học. Tôi không biết trong mấy đêm liền, chúng tôi đã đi hát rong được bao nhiêu *dorm*, nhưng niềm vui của chúng tôi thật tràn đầy trong một thế giới thật an bình.

An bình là trạng thái ngây ngất của mọi người trong mùa Giáng Sinh. Tôi nhìn thấy sự thân mật và nụ cười luôn rộng mở trên các khuôn mặt tôi gặp trong các *shopping center* ngày nay. Không biết là do khung cảnh được trang hoàng lộng lẫy hay do giai điệu những bài hát đã trở thành dấu ấn không thể thiếu trong mùa lễ này. Có lẽ do cả hai nhưng tôi nghĩ phần lớn là do cõi lòng mỗi người trong những ngày tháng cuối năm này. Trái tim mọi người như một chiếc hộp rộng mở. Ai cũng muốn truyền sự an bình và vui mừng tới người khác.

Ban phát sự vui mừng rõ rệt nhất là những ông già Noel ngự trong các vương quốc màu mè tại các khu mua sắm. Lúc nào cũng có hàng đoàn trẻ em đứng xếp hàng chờ tới lượt được ông già râu trắng ôm trên người, chụp một tấm hình, phát cho tí quà nho nhỏ là vui như tết. Tôi đã vui lây với các em khi thấy những khuôn mặt ngây thơ nửa mắc cở nửa như ôm một niềm vui bộn bề mà còn rất lâu sau các em mới quên được. Phần lớn các em bé đều có tâm trạng phơi phới vô tư như vậy. Nhưng cũng có ngoại lệ.

Tại khu mua sắm *McAllister Mall* ở thành phố Saint John, tỉnh bang Newfoundland của Canada, một cậu bé trèo lên chiếc bục cao tới gặp ông già Noel. Trong tay em có tấm hình một bé gái. Ông già Noel nhìn thấy, hỏi: "Hình ai vậy con? Bạn con hả?". Cậu bé trả lời ngay: "Đây là hình chị con hiện đang đau rất nặng." Ông già áo đỏ liếc nhìn xuống người bà của cậu bé đang chờ ở dưới và thấy bà đưa khăn lên chậm mắt. Cậu bé nói thêm: "Chị con muốn đi với con tới gặp ông, muốn lắm! Ông ơi! Chị con nhớ ông!". Ông già ôm cậu bé và hỏi cậu muốn ông già Noel cho quà gì? Vừa lúc đó, bà của cậu bé bước lên đỡ cậu bé xuống khỏi đùi ông già, bà muốn nói chi nhưng ngừng lại. Ông già Noel hỏi: "Có chuyện chi vậy, thưa bà?". Bà nghẹn ngào trả lời: "Dạ, tôi biết là thật quá đáng nếu tôi nói với ông, nhưng…". Bà bỏ dở câu nói, một lúc sau, nhạt nhòa nước mắt, bà tiếp: "Cháu gái trong hình là cháu tôi…Cháu bị ung thư máu và không biết có qua được mùa lễ này không. Có cách nào để ông có thể tới thăm Sarah được không ạ? Đó là tất cả ước muốn của cháu trong dịp Giáng Sinh này." Ông già râu trắng ngồi lặng câm rồi khẽ nói với bà để lại địa chỉ bệnh viện nơi Sarah đang nằm cho người thư ký bên dưới để ông tính. Cả ngày hôm đó, ông già Noel ôm những đứa trẻ ngây thơ nhưng hình ảnh một đứa trẻ nằm bệnh không bao giờ rời khỏi tâm trí ông. Ông biết ông phải làm gì. Ông tự nhủ lòng: "Nếu đó là cháu của chính ta đang nằm trong bệnh viện chờ chết! Đó là điều tối thiểu ta phải làm". Chiều tối, khi phiên làm việc của ông chấm dứt, ông vội hỏi người thư ký tên bệnh viện bé Sarah đang nằm. Ông không biết đường đi. Ông kể lại câu chuyện với người thư ký, anh ta liền tình nguyện chở ông tới. Họ tìm được phòng của Sarah. Người thư ký bảo ông già Noel vào một mình. Ông chuồi người qua khung cửa nửa đóng nửa mở và thấy Sarah xanh xao nằm trên giường. Bên giường bệnh, ngoài người bà và đứa bé ông đã gặp, còn lố nhố nhiều người mà về sau ông biết là mẹ và các dì của Sarah. Ông thấy tình yêu thương và bầu không khí ấm cúng tỏa ra khắp phòng. Ông vội cười bằng tiếng cười truyền thống của ông già Noel: "Ho! Ho! Ho!". Cô bé đang lịm trên giường bỗng choàng dậy và cục cựa như muốn nhảy ra khỏi giường để ôm lấy ông. Ông nhào vào giường, ôm chặt cô bé. Cô bé khoảng 9 tuổi, cỡ tuổi con ông, vui mừng nhìn ông chăm chăm. Da cô bé tái xanh với cái đầu trọc lốc vì hậu quả của hóa trị. Nhưng ông già chỉ nhìn thấy cặp mắt xanh biếc tròn trĩnh. Tim ông như muốn vữa ra. Những người thân trong phòng tới nắm vai, nắm tay ông khẽ thốt lời cám ơn. Ông và Sarah nói chuyện vui vẻ. Cô bé kể ra những món quà mà cô muốn, không quên nhấn mạnh là năm nay cô rất ngoan. Ông già muốn mọi người quây quần bên ông để cầu nguyện cho Sarah. Ông khẽ hỏi cô bé tin có thiên thần không. Cô bé đáp ngay: "Thưa ông, cháu tin!". Ông tiếp: "Vậy, ta sẽ cầu nguyện thiên thần luôn ở bên cạnh săn sóc cháu". Ông đặt tay lên đầu Sarah, nhắm mắt và cầu nguyện. Ông xin Chúa ban ơn và chữa lành bệnh cho đứa cháu bé nhỏ của ông. Khi chấm dứt lời nguyện, ông vẫn nhắm mắt và khẽ cất tiếng hát *đêm thánh vô cùng, giây phút tưng bừng, đất với trời, kết chữ đồng...*Mọi người cất tiếng hát theo, tay trong tay, người nọ nối người kia, mỉm cười với Sarah trong khi nước mắt vẫn tuôn tràn. Sarah nhìn trân tất cả. Chấm dứt bài hát, ông già Noel cầm đôi bàn tay xanh xao yếu ớt của Sarah: "Bây giờ, cháu Sarah, ông nhờ cháu một việc: hãy hứa với ông là cháu sẽ chỉ nghĩ tới việc khỏi dứt bệnh. Ta muốn mùa hè này cháu sẽ chạy chơi với các bạn, và sang năm, cũng vào dịp này, cháu sẽ tới *McAllister Mall* để gặp ta!". Ông biết điều đó thật quá đáng đối với một cô bé đang ở thời kỳ cuối của căn bệnh ung thư máu, nhưng ông vẫn phải nói như vậy. Ông phải cho cô bé món quà lớn nhất, không phải búp bê hay đồ chơi, nhưng là sự hy vọng. Mắt Sarah sáng lên: "Dạ thưa, cháu hứa!". Ông cúi xuống hôn lên trán cô bé và ra về. Khi gặp lại người thư ký ở ngoài hành lang, hai người không cầm được nước mắt, ôm nhau khóc ròng. Bà và mẹ của Sarah chạy tới cám ơn. Ông già nói trong nước mắt: "Đứa con độc nhất của tôi cũng bằng tuổi Sarah. Đó là điều tối thiểu tôi có thể làm được cho cháu".

Năm sau, ông lại nhận công việc làm ông già Noel trong sáu tuần lễ cho thương xá cũ. Một bữa, một cô bé tới ngồi trên chân ông, bá vai ông hỏi: "Cháu chào ông, ông có còn nhớ cháu không?". Ông vỗ về cô bé: "Nhớ chứ, chắc chắn là ông nhớ." Thực ra, ông đã tiếp tới cả ngàn cháu bé, làm sao ông nhớ được, nhưng ông vẫn phải làm như trên đời ông chỉ biết có một mình nó thôi để nó vui lòng. Cô bé thấy giọng ông có vẻ như không nhớ nên nhắc ông: "Năm ngoái ông tới thăm cháu ở bệnh viện!". Ông sực nhớ lại ngay, nước mắt tự dưng tuôn ra. Ông ôm đứa bé thật chặt, khẽ nói: "Sarah!". Quả thực ông không nhận ra cô bé vì tóc cô bé đã dài, chảy mượt mà xuống vai, hai má bé đỏ au, không có nét chi nhắc ông tới cô bé xanh xao trọc lốc ông gặp ở bệnh viện năm trước. Ông đã tận mắt chứng kiến, đã ban ơn lành, đã cầu nguyện cùng cả gia đình để phép lạ này xảy ra. Sarah nay đã hoàn toàn bình phục, hết hẳn bệnh ung thư, khỏe mạnh và yêu đời. Ông nhìn lên trời, khẽ thốt ra: "Cám ơn Cha, đây đúng thật là một lễ Giáng Sinh vui vẻ!". Đó là Giáng Sinh vui nhất trong đời làm ông già Noel của ông.

Câu chuyện trên không phải là hư cấu. Đó là câu chuyện thật xảy ra vào năm 1997 và 1998 tại Saint John, Canada!

Nhân vật ông già Noel rất được việc. Ông đã mang lại niềm vui và sự tin tưởng vào cuộc đời cho những đứa trẻ. Những ông già Noel hóa thân ngồi trong các khu thương mại là hình ảnh gần gũi. Nhưng, xa hơn, còn một ông già Noel nhân hậu ngụ tại Bắc Cực để các trẻ em tha hồ viết thư mè nheo xin quà. Quà các em xin thường chỉ là bánh kẹo, đồ chơi, những hạnh phúc sờ thấy được của các em. Nhưng còn nhiều em trong nhiều gia đình không hạnh phúc lại xin những thứ khác. Những thứ chúng cần hơn đồ chơi, bánh kẹo. Một em bé Việt Nam, 10 tuổi, viết thư xin: "Con chỉ xin ông cho ba con bỏ tật nghiện rượu để không đánh đập mẹ con nữa. Ngày nào ba con cũng nhậu xỉn về đánh con đau lắm, nhiều lúc con chỉ muốn chết thôi". Một bé khác xin: "Ông ơi, bố cháu vừa bị tai nạn giao thông nặng lắm mà bà cháu bảo chân của bố cháu không thể đi được nữa. Cháu xin ông hãy hóa phép cho bố cháu khỏi bệnh đi ông". Tội nghiệp cho một cô bé khác, sống trong một gia đình có bố mẹ bất hòa, đã xin như sau: "Xin Chúa cho ba má con không còn cãi nhau, không phải ra tòa ly dị. Mọi người sẽ không bao giờ bỏ con trong căn nhà không có một chút tình thương nào đó, nơi mà mỗi đứa trẻ xứng đáng để nhận niềm vui này!".

Mừng Giáng Sinh đúng chỗ không phải ở các thương xá nhộn nhịp người mua sắm, người móc bóp, kẻ thu tiền, rất trần gian, mà phải ở trong nhà Chúa. Nhưng thương xá thì đông nghẹt người mà nhà thờ thì vắng hoe nên niềm vui tràn ra ngoài phố thị nhiều hơn. Cuộc sống ngày nay hình như đã đổi khác. Nhà thờ không phải là nơi người ta nghĩ tới, không những trong các thánh lễ ngày Chủ Nhật mà còn trong những dịp lễ lớn như lễ Giáng Sinh. Luật đòi hỏi người Công giáo phải dự lễ ngày Chủ Nhật. Nếu làm lơ là có tội. Nếu vì lý do chính đáng không dự lễ được phải đọc kinh hoặc làm những việc công đức khác để đền bù. Nếu vậy sao nhà thờ lại vắng tanh vào ngày Chủ Nhật và các ngày lễ buộc phải dự lễ tại nhà thờ? Hỏi tức là trả lời. Tình trạng đáng buồn này mỗi ngày một trầm trọng hơn. Một linh mục công giáo, cha Mathew Vellankal, cha sở giáo xứ *The Holy Spirit* ở Frement, tiểu bang California, đã suy nghĩ. Ông thấy các cửa tiệm ăn như McDonald's, Starbucks có cách lôi kéo khách hàng không có thời giờ vào tiệm bằng dịch vụ *drive-through*. Khách hàng chỉ cần lái xe vào mua đồ tại một ô cửa sổ mà không phải xuống xe, rất nhanh chóng và tiện lợi, nên ông cha chịu chơi này tự hỏi: "Tôi thấy chỗ nào cũng có dịch vụ *drive-through* mua thức ăn, mua cà phê, vậy thì tại sao không lập ra dịch vụ *drive-through* gặp Chúa? Không cần phải sửa soạn, không cần phải tính toán thời gian, người ta có thể tìm thấy tình yêu của Chúa trong vòng vài ba phút".

Ông thử tiến hành dịch vụ lái xe tìm tới Chúa này. Cuối tháng 11 năm nay, một nhóm giáo dân tình nguyện đã cùng cha Mathew đứng ngoài đường trong sân nhà thờ vào giờ tan sở để đón tiếp khách đến với Chúa mà không phải bước ra khỏi xe. Họ dừng xe, cùng cầu nguyện vắn tắt và nhận ơn bình an. Cha Mathew công nhận cách thế này về phẩm không đầy đủ nhưng cha chú trọng tới lượng. Cứ kéo được nhiều người về với khuôn viên nhà thờ là phúc rồi. Kiểu "chiêu hàng" của cha Mathew được nhiều người hưởng ứng. Trên đường từ sở về nhà, họ tạt qua sân nhà thờ, vẫn ngồi yên trong xe, cùng cha cầu nguyện đôi câu ngắn gọn, nhận phép lành, rồi vọt xe đi liền. Ngay trong buổi *drive-through* gặp Chúa lần đầu tiên, nhiều xe đã xếp hàng chờ tới lượt. Cha Mathew tâm sự: "Dĩ nhiên là cà phê *drive-thru* hay đồ ăn *drive-thru* không phải là thứ tốt, nhưng đó là thứ tiện lợi nhất".

Bà Jacqueline Ramacciotti, một giáo dân cho biết: "Tôi nghĩ thật là tốt. Dĩ nhiên rất tiện lợi!". Một giáo dân khác trong hàng xe vào giáo đường đã phát biểu: "Đây là kiểu thế giới mà chúng ta đang sống!". Cha Mathew thổ lộ: "Không phải ai cũng có thể bỏ ra một tiếng đồng hồ để tham dự thánh lễ, vậy nên bỏ chút thời giờ để cầu nguyện với người khác, theo tôi nghĩ, là một việc khả dĩ họ làm được".

Dọn nhà thờ ra ngoài sân có là ý nghĩ táo bạo không? Cha Mathew bảo là không. Giáo Hoàng Francis hiện nay là một người cấp tiến. Ngài đã hô hào các vị linh mục hãy mạnh dạn ra khỏi khu trú ẩn để với tay tới những người đã bị bỏ quên. Bước đi ngoạn mục của cha Mathew Vellankal có thể được coi là đi theo cùng hướng đó.

Giữa không gian bao la ngoài trời, người ta như cảm thấy gần đấng Tối Cao hơn. Trong tôi vẫn còn đó hình ảnh các em sinh viên hào hứng *caroling* ngoài đường phố Montreal giá lạnh trong mùa Giáng Sinh. Nhìn những đám khói tuôn

ra cùng với những tiếng hát thanh thoát, tôi như thấy được
tinh thần của lễ Giáng Sinh: ấm áp và chân tình. Sự ấm áp
và chân tình mà tôi đã từng cảm thấy khi cầm cây đèn cầy
đứng giữa khuôn viên trường Đại học trong một đêm tối trời
để hát một cách say sưa trong không gian lồng lộng. Tiếng
hát như bay bổng lên trời cao. *Joy to the world, the Lord is
come...* Hát cho người. Hát cho mình. Cho sự an bình của tất
cả chúng sinh trong đêm thánh.

12/2014

ẨU

Chẳng ai dám vỗ ngực tự nhận là mình không có lúc làm ẩu. Ẩu có hai loại: suy nghĩ hay không suy nghĩ. Có suy nghĩ thì ẩu thành liều. Không suy nghĩ thì ẩu thành…ẩu! Nhưng cũng có cái ẩu loại ba, không biết có suy nghĩ hay không. Như vụ rải tiền tại Thượng Hải ngay trong đêm giao thừa vừa qua.

Vào lúc 23 giờ 35 phút, chỉ còn 25 phút phù du nữa là qua năm mới 2015, hàng trăm ngàn người chen chúc nhau đứng ở quảng trường Chenyi tại Bến Thượng Hải để *countdown*. Bỗng từ ban-công một câu lạc bộ, từng tờ tiền đô la Mỹ rơi xuống. Dân chúng xô nhau nhặt. Đám đông xô đẩy nhau cật lực. Nhiều người ngã xuống. Người nọ dẫm lên người kia. Kết quả sơ khởi cho biết có 35 người chết và 42 người bị thương. Trong số người thiệt mạng có 25 cô gái ở vào độ tuổi từ 16 đến 36, hầu hết những người bị thương cũng là nữ nhi ở độ tuổi 20. Điều trớ trêu là những đồng tiền được ai đó rải xuống đám đông là những đồng tiền giả!

Người rải tiền chắc trước sau gì cũng bị bắt sau cuộc

điều tra của cảnh sát. Cuộc điều tra đang tập trung vào một nữ *blogger*. Cô này đã *post* một bài viết chỉ 5 phút trước khi tai nạn xảy ra, cho biết là sẽ ném tiền từ câu lạc bộ đêm *Bund No. 18*. Tuy nhiên cô này đã chối không phải là người ném tiền. Chối là đúng tâm lý. Trước tình huống như vậy, ai chẳng chối phắt ngay cho yên thân.

Hành động của người này có thể chỉ là một loại vui ẩu trong lúc quá chén vào ngày lễ hội. Tưởng chỉ đùa chơi ai ngờ gây hậu quả nặng nề. Nếu biết trước hậu quả tàn khốc như vậy, chắc người này không thể làm ẩu. Họ đùa vui, có thể không ác ý, nhưng kết quả là một thảm khốc. Chuyện ẩu đưa tới chết người bao giờ cũng là chuyện tù tội.

Chắc chưa ai trong chúng ta quên chuyện cô sinh viên yêu vịt mà tôi đã có đề cập tới trong một bài phiếm trước đây. Đó là cô Emma Czornobaj, sinh viên năm chót của trường Đại học Concordia. Ngày 27 tháng 6 năm 2010, Emma dừng xe trên làn đường bên trái, làn đường cho những xe chạy nhanh, của xa lộ 30 tại Candiac. Cô bước ra khỏi xe để cứu một đàn vịt đang băng ngang xa lộ vì sợ xe cộ sẽ cán lên chúng. Cô định sẽ bắt cả đàn vịt vào trong xe và mang về nhà nuôi. Khi xe cộ chạy tới chỗ cô Emma đang làm việc thiện, thường tài xế sẽ nhìn vào cô mà quên đi chuyện chiếc xe của cô đang đậu trên làn đường của xa lộ. Lúc đó, ông André Roy, 49 tuổi, cưỡi một chiếc mô-tô Harley-Davidson, lao tới và tung vào sau chiếc xe Honda Civic của cô Emma. Trên xe mô-tô còn có cô con gái ông André Roy là cô Jessie, 16 tuổi ngồi ở phía sau. Cô bé này bị văng lên kiếng sau chiếc xe Honda Civic và tiếp tục văng lên trời trước khi rơi xuống bờ tường ngăn cách xa lộ. Ông André Roy chết ngay tại chỗ và cô bé Jessie chết khi được đưa vào nhà thương nhi đồng Montreal. Vậy là để cứu vài mạng vịt, hai mạng người đã giã từ cuộc sống! Cuộc điều tra sau đó cho biết có thể ông André chạy xe quá tốc độ và thắng gấp nên mới xảy ra sự tình. Trước tòa án, cô Emma khai là ông André Roy phải nhìn thấy chiếc xe của cô và có đủ thời gian để ngừng xe lại nên đây chỉ là một tai nạn. Cô nói trước tòa: "Lúc đó không có ai trên đường nên không có nguy cơ là có người húc vào sau xe của tôi nếu tôi ngừng lại. Khi đó tôi không nhìn thấy có người nào trên khúc đường này cả. Tôi biết là hoàn toàn an toàn". Chánh án Éliane Perreault không đồng ý với bị can: "Đây không phải là một ca dừng xe trên một đoạn đường có hàng cây hai bên với tốc độ xe chạy 30 cây số một giờ và có ít xe cộ lưu thông. Tuy bị can không có ý định gây ra cái chết của André và Jessie Roy, bị can vẫn phải mang trách nhiệm, vì bất cẩn, gây ra cái chết của hai mạng người. Emma Czornobaj biết có nguy hiểm nhưng vẫn tạo ra sự nguy hiểm một cách bất cẩn. Cô đã tạo ra sự nguy hiểm một cách có ý thức, sự nguy hiểm mà cô phải nhìn thấy trước là sẽ đe dọa mạng sống của những người khác... Cô Emma Czornobaj, bằng hành động của cô, đã chứng tỏ sự vô trách nhiệm và bất chấp những hiểm nguy do quyết định của cô mang lại".

Bản án của tòa: bị can bị phạt 90 ngày tù giam bắt đầu từ ngày 10 tháng 1 năm 2015 nhưng cho phép bị can chỉ vào ngồi tù mỗi cuối tuần. Sau khi mãn hạn tù, bị can phải chịu quản chế 3 năm và làm việc cộng đồng trong 240 tiếng. Cô cũng không được lái xe trong vòng 10 năm và phải nộp ngay bằng lái xe đang có tại tòa. Luật sư của cô, ông Marc Labelle, nói: "Lập trường của chúng tôi cho đây là một tai nạn và cần phải xét lại bản án".

Tôi không được cô Emma thuê cãi trước tòa nhưng tôi nhất định bênh cô Emma. Nói là cô có hành động ẩu khi đậu xe trên xa lộ là đúng nhưng nếu không có chiếc mô-tô húc vào sau xe cô gây nên cái chết của hai mạng người thì hành động của cô chỉ là một loại…ẩu không nên tái diễn. Vấn đề là tai nạn đã xảy ra. Tại sao tại nạn xảy ra? Trước đó đã có vài chiếc xe tránh qua làn đường khác được. Ngay cả bà vợ của nạn nhân, bà Pauline Volikakis, cũng cưỡi một chiếc xe mô-tô chạy trước ông chồng, và bà đã tránh được. Chỉ có ông André Roy không tránh được. Vì sao? Tôi nghĩ là vì ông chạy xe quá nhanh. Tôi còn nhớ khi học lái xe, phần lý thuyết có một điều rõ ràng là khi chạy xe trên đường, tài xế phải làm chủ được chiếc xe trong bất cứ hoàn cảnh nào. Ông André phải làm chủ được chiếc xe của ông, nghĩa là phải ngừng được xe lại nếu phía trước có vật cản. Giả dụ có một chiếc xe bị chết máy, nằm trên đường, hoặc trên đường bỗng xuất hiện một con nai chẳng hạn, hoặc lưu thông đang ngon trớn bỗng phía trước có tai nạn xe phải chạy chậm và ngừng lại, tài xế lái xe quá nhanh không kiểm soát được tốc độ của xe, đụng vào xe trước thì bị lỗi. Vấn đề là ông André không làm chủ được tốc độ chiếc xe nên húc vào vật cản trước mặt.

Tôi trân mình ra bênh vực cô Emma không phải vì lợi lộc chi nhưng vì tương lai của một thiếu nữ mới ra đời. Khi xảy ra tai nạn, cô đang là một sinh viên xuất sắc năm cuối

Đại học, chỉ một năm nữa là ra trường, tương lai rộng mở cho con người hiếu học, vậy mà bỗng dưng quãng đường tưởng là hanh thông trước mặt bị bít kín một cách đột ngột. Tất cả chỉ vì một phút làm ẩu. Cái ẩu có thể giảm khinh được khi hành động vì lòng yêu thú vật. Luật sư Marc Labelle của cô cũng cho đây là một vụ đặc biệt vì cô Emma không có ác ý: "Cô ta chỉ muốn làm điều tốt nhưng sự việc lại tai hại cho ông Roy và con gái ông ta".

Cứ ngẫm lại coi, trong đời sống, chúng ta có những lúc ẩu. Hầu như ai cũng có những lúc bốc đồng như vậy. Để tham khảo vụ cô Emma, nhiều trường hợp ẩu đã được nhắc tới trước tòa để cho mọi người nhìn lại con người mình. Năm 2006, anh chàng Edward Hakim đua xe cùng một người khác. Hai xe chạy cạnh nhau. Trời tối. Xe anh cán lên cô Patricia Jolicoeur đang dắt chó trên một bồn cỏ của nhà hàng xóm gần nhà cha mẹ cô ở Saint-Lazare, phía tây thành phố Montreal. Cô này bị bất tỉnh và sống đời thực vật. Năm 2011, cô qua đời khi mới 31 tuổi. Hakim bị kết tội lái xe một cách nguy hiểm gây ra thương tích cho người khác. Hơn nữa, anh đã dọt xe chạy trốn luôn. Còn người đua xe với anh, vì không cán chết người nên không phải ra tòa! Cũng như trường hợp cô Emma, nhưng Edward đua xe, tuy không uống rượu và tai nạn xảy ra chỉ vì một phút bất cẩn. Edward bị tòa xử 18 tháng tù giam nhưng sau đó tòa Phúc Thẩm đã giảm án. Sau cái chết của Patricia, trên các bồn cỏ của khu vực xảy ra tai nạn, dân chúng đã cắm những tấm bảng màu xanh có hàng chữ: "Hãy lái chậm vì Patricia". Cha của Patricia cho là bản án phải nghiêm khắc hơn. Ông nói: "Khi vị chánh thẩm nhắc nhở là : bị can là một đứa con ngoan, sanh ra trong một gia đình tốt, và còn nhiều điều này kia nữa, bộ con gái tôi cũng không như vậy sao? Tôi sẽ không bao giờ được có những đứa cháu ngoại, con của Patricia, trong suốt cuộc đời còn lại của tôi. Tất cả ước vọng của tôi với con gái tôi đã bị tan hoang. Tôi không nghĩ đó là hợp lý!".

Trong vụ của cô Emma, khi đề cập đến vụ của anh chàng Edward Hakim, luật sư Marc Labelle của gia đình Czornobaj cho biết là hai vụ có những điểm giống nhau và cũng có những điểm khác nhau. Edward Hakim đã từng có "một cuộc sống ngỗ nghịch" và còn sắp bị xử về tội tàng trữ cần sa. Trong khi đó, cô Emma không có tiền án, không chờ bị xử về tội chi khác, và là một sinh viên giỏi của trường *John Molson School of Business*. Nói vòng vo như vậy, ông luật sư khôn khéo này chỉ có ý nhắc chánh án là từ bản án khá nhẹ của anh Edward Hakim, bản án của Emma phải muôn phần nhẹ hơn!

Cũng ẩu tả, cũng chết người là trường hợp mà luật sư của cô Emma trình bày cho bồi thẩm đoàn tham khảo. Ngày 28 tháng 4 năm 2012, ông William Jon Orders, người lái diều bay có người ngồi kỳ cựu ở tỉnh bang British Columbia, đã bất cẩn khi cột giây an toàn cho một khách hàng là bà Lenami Godinez-Avila. Đầu giây an toàn không được cột vào diều. Chỉ 90 giây sau khi diều bay lên không trung, bà bị rơi xuống và chết. Trên diều có một máy *video* tự động gắn liền vào diều. Ông Orders vội lấy cái thẻ ghi trong máy và nuốt luôn vào bụng. Khi cảnh sát điều tra, họ đã thấy ngay việc này và, khi bị tra hỏi, ông Orders thú nhận. Vậy mà tòa chỉ phạt ông Orders tội bất cẩn gây tai nạn với 5 tháng tù giam và 3 năm thử thách. Đưa ra ca này, luật sư Labelle đặt câu hỏi cho bồi thẩm đoàn: "Xã hội này được lợi ích chi khi bỏ tù cô Emma Czornobaj? Cô rất sợ nhà tù. Có thể có một thông điệp cho xã hội nếu cô đua xe, uống hai ly rượu rồi nhậu thêm một ly thứ ba trước khi thử sức và rồi gây ra tai nạn chết người. Trong trường hợp này, có thể có một thông điệp được gửi cho xã hội".

Một vụ khác. Vụ này có nhiều điểm tương đồng với vụ bắt vịt của cô Emma. Ngày 14 tháng 9 năm 2008, ông Alain St. Louis lái một chiếc xe *van* trên Xa Lộ 20, đoạn ở Notre-Dame-du-Bon-Conseil. Bỗng nhiên ông ngừng xe ngay trên làn xe bên phải của xa lộ. Một chiếc xe chạy cùng chiều nhìn thấy chiếc xe của ông Alain quá trễ nên tông vào phía sau xe. Bà Claudine Primeau, 32 tuổi, ngồi trên ghế hành khách phía trên xe tử thương. Ông Alain vội lái xe bỏ đi rồi bỏ chiếc xe cách khoảng một cây số hiện trường. Ngày hôm sau ông ra trình diện cảnh sát và khai là ông đã chạy xe chậm lại vì thấy hình như bánh xe của ông cán phải một vật gì. Sau đó ông thay đổi lý do khai là vì xe ông gặp trục trặc về điện nên ngừng lại. Ông cũng khai thêm sở dĩ ông bỏ hiện trường là vì hốt hoảng và bị thương ở đầu. Ông bị phạt 18 tháng tù có điều kiện là thi hành án tại cộng đồng cộng thêm 240 giờ làm việc công ích.

Luật sư Labelle đưa ra vụ này để nhấn mạnh đến sự khác biệt giữa hai vụ tai nạn. Ông Alain 39 tuổi và có kinh nghiệm lái xe được vài năm trong khi cô Emma chỉ 21 tuổi và chỉ mới có bằng lái được ba năm nhưng không lái xe nhiều, chỉ thỉnh thoảng mới mượn được xe để lái.

Sau khi hài ra nhiều trường hợp dừng xe ẩu của các tài xế trên xa lộ, Luật sư Labelle trình bày trước tòa về dư luận của dân chúng về trường hợp của cô Emma. Trên trang mạng *www.change.org,* một trang rất phổ biến trên *internet,* người ta đã lập một trang xin tha cho cô Emma. Trang mạng này thường được gửi tới hộp thư của tôi xin chữ ký cho nhiều vấn đề, trọng đại cũng có, nhỏ nhít cũng có. Thường tôi vẫn ký ủng hộ. Trường hợp cô Emma cũng vậy, tôi có nhận được trang mang tiêu đề: *"Xin đừng nhốt cô Emma Czornobaj vào tù".* Kèm bên cạnh là hình cô Emma đang ôm một chú chó. Dĩ nhiên là tôi ký. Tôi nghĩ rất giản dị: một sinh viên vừa ra trường, tương lai đang rộng mở trước mặt, nếu dính vào án tù thì ảnh hưởng tới cả cuộc đời còn rất dài trước mặt cô Emma. Hành động của cô Emma là một hành động bốc đồng, không suy nghĩ, xuất phát từ lòng thương loài vật, thấy bày vịt có thể lâm nguy là ngừng xe lại trên đoạn xa lộ vắng vẻ để cứu. Lúc đó chắc chắn cô không ngờ tới chuyện gì sẽ xảy ra. Bắt cô bé ngây thơ này mang một bản án suốt đời có quá đáng không?

Có nhiều người nghĩ như tôi. Bởi vì bản *petition* xin tha cho cô đã nhận được tới 18 ngàn chữ ký! Nhưng bà Annie-Claude Chassé, công tố viên, đã bác việc đưa bản *petition* này vào hồ sơ của tòa.

Theo bà thì tòa xử theo những chứng cớ rõ ràng chứ không xét tới những yêu cầu của đám đông. Tòa độc lập không chịu một áp lực nào cả. Bà dẫn chứng bằng một đoạn trong bài diễn văn của ông Antonio Lamer, nguyên Chánh

Án tòa Tối Cao Canada vào năm 1994, nói về sự độc lập của thẩm phán: "Tôi tin là xã hội đòi hỏi các thẩm phán phải dấn thân một cách cương quyết trong việc tôn trọng sự trong sáng của luật và có tinh thần độc lập cần thiết để hoàn thành nhiệm vụ đó ngay cả khi bị áp lực. Chúng ta không nên quên là vai trò của thẩm phán là quyết định chứ không phải làm vừa lòng công chúng, là đưa ra phán quyết chứ không phải tuyên truyền mị dân, là trung thành với luật pháp chứ không uốn mình theo những áp lực bên ngoài dù tới từ bất cứ nơi nào".

Dù có ký vào thỉnh nguyện thư cùng với 18 ngàn người khác, tôi phải công nhận là mình đã làm một việc tào lao. Luật là luật, chẳng thể nào lấy số đông mà ăn hiếp luật được. Nhưng cũng có điều an ủi: bản án của tòa tỏ ra có tình có lý. Mong rằng tương lai của cô gái trẻ không bị tan tành vì một phút làm ẩu dù việc làm ẩu đó xuất phát từ tấm lòng thương yêu loài vật.

Cứ nghĩ lại coi, chúng ta ai chẳng có lần làm ẩu trong đời. Ai chưa bao giờ làm ẩu là người chưa biết sống. Làm ẩu như vị cay của ớt, nó tô điểm cho cuộc đời có nhiều hứng thú hơn. Mấy ông bạn viết lách của tôi chúa là ẩu. Các ông ấy không đi theo con đường nhựa phẳng phiu mà rẽ ngang rẽ dọc mở con đường mới trên những bụi cây bờ cỏ. Đó là những phút bốc đồng của những người coi trời bằng vung.

Đời mà không có những phút bốc đồng, chán chết!

01/2015

BỰ

Trong cùng một thành phố, các bà mẹ sống ở trong vùng có nhiều cây xanh sẽ sanh con bự hơn các bà mẹ sống trong các vùng...cằn cỗi! Đó là kết luận của một cuộc nghiên cứu vừa được công bố trên tập san *Environmental Health Perspectives* dựa trên 64 ngàn ca sanh. Thành phố được nghiên cứu là Vancouver ở Canada. Khu cây xanh được hiểu là có nhiều cây cỏ nằm trong vòng 100 thước. Giáo sư Michael Brauer của Đại Học British Columbia nói: "Chúng tôi biết đã có những cuộc khảo sát khác cho rằng sức nặng của thai nhi bị ảnh hưởng bởi môi trường, tiếng động nên chúng tôi cũng có tính tới các yếu tố trên". Cuộc nghiên cứu do Giáo Sư Brauer chủ trì cũng đã chú ý tới các yếu tố môi trường, tiếng động, lợi tức, gần công viên, tiện cho việc tập thể dục hoặc đi bộ tới các khu dân cư lân cận. Ngày nay, các thành phố trong các nước tiên tiến thường được quy hoạch cho tiện với các trục xa lộ. Họ chú ý tới tiện ích giao thông hơn là chú ý tới con người. Nếu các nhà hoạch định chú ý tới con người hơn bằng cách làm cho thành phố xanh hơn thì sẽ tiết kiệm được rất nhiều trong việc phòng và chữa bệnh.

Nếu cứ bám sát theo chân các nhà nghiên cứu để lạc vào lãnh vực quy hoạch vùng đô thị thì chúng ta lạc đề! Chuyện chúng ta đang nói là chuyện nặng nhẹ của các em bé khi chào đời. Các nhà nghiên cứu bảo bự hơn là bự bao nhiêu? Câu trả lời là bự thêm được 45 *grams*. Nghe như…nhẹ quá. Có bấy nhiêu mà bày đặt nghiên cứu. Nhưng Giáo sư Perry Hystad của Đại học Oregan nhắc nhở: "Trên bình diện y khoa, đó là sự thay đổi không đáng kể về trọng lượng các em sơ sanh. Nhưng nếu tính trên toàn thể dân số, đó là sự khác biệt có ý nghĩa có thể có ảnh hưởng rõ ràng trên sức khỏe của các em trong một cộng đồng". So sánh ngay trong thành phố Vancouver, nơi được nghiên cứu, thì giữa vùng xanh ở trung tâm thành phố và các vùng ít xanh hơn chung quanh, đã giảm thiểu được 20% các ca sanh non.

Trọng lượng của một bé sơ sinh đủ tháng trong bụng mẹ là khoảng từ 3 kí 200 tới 3 kí 800. Trung bình là 3 kí rưỡi. Nếu trẻ sanh thiếu tháng hoặc sản phụ có hút thuốc hoặc uống rượu thì em bé sẽ nhẹ hơn. Càng nhẹ càng khó nuôi.

Vậy là cứ trên dưới 3 kí là đủ sở hụi. Nhưng có nhiều bà chơi trội cho ra những sản phẩm nặng kí hơn nhiều. Nói chuyện mới xảy ra ngày 20 tháng 9 vừa qua của sản phụ Sandra Vilchez, 29 tuổi, cho có tính thời sự. Bà mẹ đã có ba con, nay có thêm cái bầu tới lúc đến hẹn là ra. Bà là người mau mắn nên trong khi đang cùng chồng và ba con ngồi trên chiếc xe Chevy Tahoe chạy trên xa lộ 91 thuộc tiểu bang

California thì bà sinh sự. Bé sơ sinh nhìn thấy ánh sáng mặt trời ngay trên ghế trước xe, cạnh tay lái của ông chồng, trong khi ba đứa con ngồi ở băng ghế sau. Ông chồng Boliva Vilchez, 35 tuổi, vội dừng xe và biến thành ông mụ! Một mình ông đưa được đứa bé ra ngay trước mắt ba đứa con. Khi xe cứu thương tới thì mọi chuyện đã xong. Họ chỉ cần cắt cuống rốn và ò e đưa sản phụ về bệnh viện *Kaiser Permanente Anaheim Medical Center.* Thật hú vía! Đứa trẻ thuộc loại bự, cân nặng tới 5 kí!

Nặng 5 kí đã là bự nhưng chưa ăn thua chi. Mới chỉ bằng nửa sức nặng của em bé được ghi trong sách Kỷ Lục Guinness. Em bé bự nhất từ trước tới nay có quốc tịch Canada nhưng được sanh tại tiểu bang Ohio ở Mỹ. Bé tên Anna Bates và chào đời vào ngày 19 tháng 1 năm 1879. Cân nặng của bé: 10 kí 800! Bé giã từ cõi đời chỉ 11 tiếng sau khi sanh. Gần đây hơn, vào tháng 9 năm 1995, một bé người Ý, cân nặng 10 kí 200, cũng được ghi vào Guinness. Sách kỷ lục này cũng ghi hai trường hợp khác là bé Anna Swan, chào đời vào năm 1846 ở tỉnh bang Nova Scotia, Canada, nặng 8 kí, và bé Ademilton dos Santos, sanh vào tháng 1 năm 2005 tại Ba Tây, nặng 7 kí 570.

Không biết có ai để ý là trong bốn bé bự trong Guinness đã có tới hai bé người Canada. Điều này không biết có làm hài lòng Giáo sư Michael Brauer không? Hai bé này chứng tỏ là Canada, đất rộng người thưa, cây cỏ tràn đầy, môi trường thanh khiết là cái nôi của những bé bự. Giả thuyết của nhóm nghiên cứu của Đại học British Columbia cho là ở những nơi cây cỏ xanh tốt, khí hậu mát mẻ thì các trẻ sơ sinh bự hơn, coi bộ đúng!

Nghe thấy những con số cân cả chục ký mà các bà mang trong bụng rồi đủ tháng đủ ngày là phóng ra chào đời, nhiều bà lè lưỡi rùng mình. Làm sao được? Bà đẻ rớt trên xe ở California đã phóng ra một cách dễ dàng sản phẩm nặng 5 kí. Nhưng còn chục ký, gấp đôi chứ bộ! Ngày xưa, giữa thế kỷ 19, những em bé kỷ lục này làm sao mà chào đời, sách không ghi rõ. Tôi cũng chẳng biết ngày đó đã có phương pháp mổ đẻ chưa. Nhưng ngày nay, các bà bầu được khoa học hỗ trợ hơn nhiều. Lại nói chuyện…tươi. Ngày 25 tháng 8 vừa qua, tại thành phố Vận Thành, tỉnh Sơn Tây bên Trung Quốc, sản phụ Tian, 34 tuổi, đã…phát hành sản phẩm nặng 6 kí 300 tại bệnh viện phụ sản Chongji. Bà sanh mổ chứ không sanh tự nhiên. Cân nặng 6 kí 300 cũng đã gấp đôi sức nặng trung bình rồi, tự túc tự cường chi nổi. Các bác sĩ cho biết bé bự này là chuyện hiếm hoi trong lịch sử y học của Trung Quốc. Bác sĩ Giám Đốc bệnh viện sửng sốt: "Đây là lần đầu tiên tôi thấy một bé sơ sanh lớn như vậy trong suốt 30 năm hành nghề của tôi. Thông thường trẻ sơ sinh mới chào đời chỉ nặng từ 2 kí 500 tới 4 kí. Trẻ trên 4 kí đã được coi là "khổng lồ" rồi!".

Chuyện xảy ra ở Việt Nam còn tươi hơn. Mới đây thôi, ngày 19 tháng 9 năm 2014, tại bệnh viện Đa Khoa Quảng Nam, sản phụ Trần Thị Bông đã cho nở ra một bé nặng tới 6 kí rưỡi. Chị Bông năm nay 38 tuổi, đã có ba con. Chị quê quán tại xã Bình Giang, quận Thăng Bình, tỉnh Quảng Nam. Khi vào bệnh viện, chị thuộc loại…bự, cân nặng tới 102 kí! Mẹ bự, con bự, dĩ nhiên các bác sĩ không thể để chị sanh thường mà phải mổ phanh bụng chị để lấy bé bự ra! Sức khỏe của cả mẹ lẫn con đều bình thường.

Nặng 6 kí rưỡi chưa phải là ca sanh bé bự nhất Việt Nam. Kỷ lục hiện nay thuộc về chị Hà Thị Nga, ngụ tại xã Ia Ly, huyện Chư Păh, tỉnh Gia Lai. Chị đã hạ sanh em bé nặng tới 7 kí vào tháng 10 năm 2008. Chị Nga chơi toàn thứ dữ. Đứa con đầu lòng của chị sanh năm 2003 cũng nặng tới 4 kí rưỡi. Chị cho biết, trong thời kỳ mang thai, chị không tẩm bổ chi. Chị thích cá chép nên cứ hai ba ngày lại làm một bữa, lúc thì nấu canh, lúc thì kho, lúc chiên, lúc nấu cháo. Mỗi ngày bồi dưỡng thêm một quả trứng ngỗng. Vậy mà chị lên kí vùn vụt. Bốn tháng cuối thai kỳ, chị phải nằm nghiêng, mỗi lần lên cầu thang là ông chồng phải lên theo để đỡ bụng cho chị. Tới tháng cuối, da bụng chị căng hết cỡ, nhìn bằng mắt thường cũng thấy đầu em bé sa xuống, nhô ra một khối tròn nhỏ. Trước khi lên bàn sanh, chị cân nặng 90 kí, tăng 26 kí so với thời kỳ trước khi mang thai. Bác sĩ Lê Thị Thu Nhi, người trực tiếp mổ, cho biết: "Khi nhập viện, qua khám, chúng tôi dự đoán em bé sinh ra xấp xỉ 5 kí. Nhìn bụng chị Nga, chúng tôi cũng thấy hơi bất ngờ, to như một người mang song thai. Hơn 25 năm làm khoa sản, mổ sinh cho rất nhiều sản phụ, chưa bao giờ tôi thấy em bé nào lớn thế".

Sanh con bự có tốt không, các bác sĩ lắc đầu. Cứ trung dung, ai sao ta vậy, là tốt nhất. Bình thường khoảng từ 3 kí 200 tới 3 kí rưỡi là ngon lành. Thai nhi nặng trên 3 kí rưỡi là bất thường. Có hai trường hợp thai bự: bình thường và bệnh lý. Thai bình thường do mẹ mạnh khỏe, cao lớn, gia đình có "truyền thống" sanh con bự, ăn uống đầy đủ. Còn thai bự bệnh lý thông thường do mẹ bị rối loạn chuyển hóa, đặc biệt là mẹ mang bệnh tiểu đường. Mẹ bị tiểu đường sanh con ra sẽ gặp các vấn đề như suy hô hấp, nhiễm trùng, dị tật bẩm sanh, đường huyết hạ…

Không phải cứ bự là tốt. Đúng vậy! Bé trai bự con nhất Việt Nam là cháu Nguyễn Thế Sinh, nặng 6 kí 600, ra đời vào ngày 2 tháng 4 năm 2008. Mẹ cháu Sinh là nữ diễn viên Nguyễn Thị Liên. Chị cho biết vì cháu Sinh sanh năm Tý nên tên ở nhà là Chuột! Khi sanh ra Chuột là loại chuột bự nhưng bệnh tật rề rề khiến Chuột teo dần. Chỉ năm ngày sau khi chào đời, bé Chuột đã sụt 600 *grams*. Bệnh viện cho thử máu thì máu có chỉ số thấp. Bác sĩ Nguyễn văn Lộc cho biết những trường hợp trẻ được sanh ra quá nặng kí thì thường có những triệu chứng hạ đường huyết, tăng cường *insulin*. Phần lớn những trẻ bự này có mẹ bị tăng lượng đường trong thời kỳ thai nghén. Khi lớn lên các em này có nhiều khả năng mắc bệnh tiểu đường. Bé Sinh không bị bệnh về đường máu nhưng lại bị "rò hậu môn". Tại mỗi điểm rò là một cái mụn cỡ bằng hạt đậu xanh hoặc bằng nửa hạt bắp khiến bệnh nhân khó ngồi vững được. Bệnh phải mổ. Thông thường phải đợi đứa bé được một tuổi mới mổ nhưng trường hợp bé Sinh bệnh lan ra quá nhanh nên phải mổ cấp tốc. Nhưng bé Sinh bị ốm liên tục cả tháng, hết nóng, ho lại tới tiêu chảy, nên ca mổ phải hoãn lại nhiều lần.

Bự trong trường hợp cháu Chuột không phải là chuyện hay. Vậy thì nhỏ xíu có tốt không? Câu trả lời là không. Lại kỷ lục Guinness: cháu bé nhẹ cân nhất khi ra đời là bé Amil-lia Taylor. Cháu chỉ nặng có 280 *grams*! Cả một con người gồm lục phủ ngũ tạng mà chỉ có chút xíu, chỉ bằng nửa lon *coca*, sống sao nổi. Vậy mà bé sống. Bé ra đời vào năm 2006 tại Miami. Một bé khác, tên Sapphire Davis, cân nặng có 420 *grams*, chỉ nhẹ bằng một chiếc điện thoại nhỏ khi sanh. Vậy mà khi được 4 tuổi bé đã cân nặng tới 16 kí rưỡi. Tuy sống sót nhưng cả hai bé đã phải qua trị liệu về thể chất và ngôn ngữ.

Bé Gabriella Gil ra đời vào đầu năm 2009 tại Miami cũng có chút xíu, chỉ nặng 450 *grams*. Đáng lẽ phải nằm trong bụng mẹ đủ 9 tháng 10 ngày như bình thường, bé chỉ nằm có bốn tháng, chính xác là 23 tuần. Chẳng phải vì bé Gabriella hấp tấp muốn nhìn thấy ánh mặt trời mà vì mẹ cháu, bà Maruja, bị trục trặc tử cung khiến bé vội chui ra khỏi bụng mẹ. Bà mẹ ngao ngán: "Thật khó mà tin rằng Gabby chỉ nặng chưa bằng một lon nước ngọt. Thật là một cú sốc, nhưng chúng tôi hy vọng là vẫn có sự sống và một tâm hồn trong em bé nhỏ xíu này". Trong hai tháng đầu, cha mẹ của Gabby không thể bế bé. Các bác sĩ cho rằng em chỉ có 15% hy vọng sống. Vậy mà tám tháng sau, bé đã được xuất viện về nhà. Dĩ nhiên bé không được như những bé khác. Các bác sĩ tại bệnh viện Nhi Đồng Holtz ở Miami cho biết Gabby bị bệnh phổi và mắt, trục trặc ở gan, chảy máu trong não. Thân hình có chút xíu mà bé đã phải giải phẫu cả chục lần trong đó có lần phải mở tim và dùng tia *laser* mổ mắt!

Bự cũng mệt, nhỏ cũng mệt, lại cứ sách Trung Dung của cụ Khổng mà đọc. Cứ bình thường là tốt nhất. Nhưng chuyện của con tạo, các bậc cha mẹ đâu có chọn được. Bất lực về chuyện bự nhỏ của đứa con mình sinh ra nhưng các bậc cha mẹ có thể quyết định phần nào bằng cuộc sống của chính mình. Nếu họ sống một đời sống điều độ, những sản phẩm của họ sẽ bình thường. Bệnh tật là thứ có khi từ trời rơi xuống nhưng cũng có khi do mình tự tạo nên.

Bé Ashley Murphy là người xứ Canada chúng tôi, sanh ra tại Toronto cũng là một bé…chim chích. Khi sanh, em chỉ nặng 1 kí 650, được nửa trọng lượng trung bình của một em bé sơ sanh. Mẹ em bị căn bệnh thế kỷ là bệnh AIDS. Vậy nên ngay khi ra đời em đã gánh căn bệnh này. Em là một trong số khoảng 200 em bé Canada nhiễm bệnh ngay khi ra đời. Ngay khi khám sơ khởi sau khi sanh, các bác sĩ đã phải đặt em trong tình trạng thở bằng ống dưỡng khí trong sáu tháng. Xuất viện, em phải ở nhà cha mẹ nuôi vì mẹ em có cuộc sống không thích hợp trong việc nuôi con nhỏ. Các bác sĩ khuyên cha mẹ nuôi của em cố gắng tạo cho em những ngày cuối đời an bình và hạnh phúc. Họ không nghĩ rằng em sẽ sống được lâu. Nhưng em đã bám vào hơi thở của cuộc sống trong 5 năm. Vào lúc được 5 tuổi, em Murphy chỉ cân nặng 10 kí 430, bệnh viện đã phải gắn ống cung cấp thực phẩm thẳng vào dạ dầy cho em để giúp em ăn và uống 6 thứ thuốc hàng ngày. Cái ống nuôi này gắn chặt với em trong 4 năm. Ngoài căn bệnh AIDS em còn bị triệu chứng nghiện rượu bẩm sinh và bệnh liệt óc não dạng nhẹ.

Bệnh tật dầm dề, toàn thứ dữ, vậy mà bé Murphy không hề bi quan. Em đã tự vươn lên khi hãnh diện nói: "Tôi chỉ nặng 3 *pounds 10 ounces* khi chào đời nhưng trong đó có 3 *pounds* là sự cứng cỏi!". Em đã vượt mọi chông gai để sống. Năm em được 7 tuổi, em được mời tham dự *party* qua đêm tại nhà một em bạn. Một bà mẹ có con em tham dự đã phản đối, yêu cầu chủ nhà gạt em ra. Bà chủ nhà không chịu. Các bậc cha mẹ có con em tham dự đêm đó đã dặn các em không được chia sẻ thực phẩm và nước uống với Ashley. Họ còn nói với chủ nhà chỉ cho em dùng đĩa và ly giấy. Họ không hiểu chi về cách lây lan của bệnh AIDS.

Ashley nhất quyết phải làm cho mọi người hiểu rõ về căn bệnh mà bệnh nhân thường phải giấu kín này. Hai thập niên trước, đấu thủ bóng rổ Magic Johnson, người bị nhiễm bệnh AIDS, đã công khai nói về bệnh tật của mình. Điều này là một tấm gương cho Ashley. Hiện nay, bé Ashley là một nữ sinh trung học khỏe mạnh và năng động. Nhờ vào sự tận tình cứu chữa của bệnh viện, vi khuẩn trong em đã giảm tới mức gần như không còn nữa. Bé đã can đảm xuất hiện trong các buổi thuyết trình về bệnh AIDS mà chính bé là một chứng nhân, do phong trào *WE Day* tổ chức. *WE Day* là sự kiện tập họp các thanh thiếu niên để xây dựng một thế giới đáng sống hơn. *WE Day* được tổ chức hàng năm tại các thành phố lớn ở Canada, Mỹ và Anh. Nhiều diễn giả trẻ tuổi nổi tiếng như Martin Sheen, Demi Lovato và thiếu nữ người Pakistan vừa được giải Nobel Hòa Bình năm nay Malala Yousafzai, đã được mời thuyết trình. Em Ashley Murphy là một diễn giả tại các *WE Day Canada* được tổ chức tại Toronto, Vancouver, Winnipeg, Calgary, Saskatoon, Halifax, Montreal và Ottawa trong năm nay và năm tới. Cô nữ sinh 16 tuổi này đã dõng dạc nói công khai trước mọi người: "Tôi bị nhiễm bệnh AIDS!". Mục đích của cô bé là cảnh báo cho mọi người biết về căn bệnh có tới 2 triệu thanh thiếu niên từ 10 tới 19 tuổi trên khắp thế giới vướng phải. Em cũng giải thích cho mọi người biết về nguyên nhân và cách lây lan của căn bệnh ít được công khai nói tới.

Hài nhi chỉ nặng 1 kí 650 Ashley Murphy khi ra đời quả là bé. Nhưng đây là một thứ bé hạt tiêu. Hiểu theo một cách nào đó, em mới chính là bé…bự!

10/2014

CÂY

Sáu năm tôi mới trở lại Vancouver, thành phố trước đây tôi vẫn hằng lui tới. Thành phố thay đổi nhiều, dĩ nhiên, nhất là sau Thế Vận Hội Mùa Đông 2010 được tổ chức tại đây. Chuyện thay đổi mà tôi để ý tới là thành phố đang trở nên rất xanh. Chuyện môi trường hình như là chuyện thay đổi rõ ràng nhất. Con gái tôi, cư dân thành phố từ 15 năm qua, cho biết là Thị Trưởng thành phố là người rất chú ý tới việc tạo một môi trường sạch cho thành phố được biển bao quanh bốn bề này. Tôi nhìn thấy sự thay đổi nơi những chiếc xe *taxi* chạy nườm nượp trên đường phố. Tất cả đều là xe *Prius* của hãng xe Toyota. Đây là loại xe "lai căng" vừa chạy bằng điện vừa chạy bằng xăng. Với loại xe này, phố phường xanh hẳn ra. Xe buýt thì vẫn xanh từ trước tới nay, chỉ chạy bằng điện với cái cần nối với những sợi dây điện căng trên cao. Mỗi lần nhìn những chiếc xe này, tôi lại nhớ tới những chuyến tàu điện ngày nhỏ tại Hà Nội.

Thành phố xanh này còn xanh rì với cây cối. Cây trên đường phố, cây trong các công viên mà công viên lại nhiều như…cỏ. Chỗ nào cũng có tí xanh điểm xuyết. Cứ đi cho hết bóng cây trong công viên Stanley Park cũng đủ khướt người. Con phố nhỏ nơi con tôi ở rợp bóng cây hai bên đường. Trưa hè bóng nắng không soi được mặt đường. Mát rời rợi. Vậy mà một bữa xe lớn xe nhỏ, cái chặn đường, cái có dàn cần cẩu vươn lên trời tới chặt thớt cây cỡ hai người ôm ngay trước cửa nhà. Tiếng những chiếc máy cưa, máy xay cành và lá cây rì rầm mất mấy ngày trời mới thanh toán xong gốc cây chắc cũng cỡ trăm năm tuổi. Những khúc cây bị cắt nằm trên vỉa hè như những bộ xương khô của một loài thú khổng lồ, có những khúc đường kính chắc cũng cỡ nửa thước. Vỉa hè bỗng trở thành bãi tha ma cây. Tôi thấy có những ông mang xe hơi tới khệ nệ vác những khúc nhỏ chất lên phóng đi mất. Có những nhà hè nhau ra khênh gỗ về. Gỗ cây sồi dùng được khối việc. Chẳng thế mà khi họ cưa tới đoạn gốc cây thì tất cả những khúc cây lớn bằng cả mặt bàn được họ mang xe tới chở đi ngay.

Nhìn thân xác cây bị chia lìa trăm mảnh, một người ít khi để ý tới cây cỏ như tôi cũng thấy xót xa. Phải mất bao nhiêu năm mới có được một thân cây lớn như vậy? Nhưng hỏi chuyện mới biết được dù tiếc cũng phải chặt vì cây đã bị bệnh có thể đổ bất cứ lúc nào, rất nguy hiểm cho con người. Thí mạng cây để cứu mạng người, chuyện nghe ra hợp lý. Hợp lý quá đi chứ! Nhưng cây có đời sống của cây, chúng có biết đau không khi bị cưa chặt như vậy? Câu hỏi nghe ra lẩm cẩm. Nhưng nếu người nghệ sĩ còn thấy đời sống trong những phiến đá mà chúng ta tưởng là vô tri như nhạc sĩ Diệu

Hương đã tới tấp hỏi: *Em hỏi tôi phiến đá có tình yêu không? Em hỏi tôi phiến đá có linh hồn không?* Trong tâm cảm của người nghệ sĩ, đá còn biết *thở dài xa xôi, ngậm ngùi chia phôi.* Hay như Trịnh Công Sơn thấm được tình đá: *ngày sau sỏi đá cũng cần có nhau.* Vậy thì cây có đời sống không?

Câu trả lời của chúng ta chắc cũng lơ mơ. Nhưng hầu như chúng ta phe lờ đời sống của cây. Cần đóng một cây đinh trên thân cây để treo một thứ gì đó, chúng ta thẳng tay với nhịp đập của búa. Chẳng ai trong chúng ta thấy được chất máu trong những giọt nhựa cây tươm ra. Cần vặt cây, chặt cây, chúng ta ít nghĩ ngợi. Ai lại dở hơi nghĩ tới nỗi đau của cây. Cây đâu phải là người mà cũng bày đặt đau đớn.

Tôi cũng nghĩ như vậy cho tới khi đọc được những khám phá về cây cỏ của nhà bác học Cleve Backster. Ông này là cha đẻ ra máy dò nói dối từ thập niên 1960. Máy này dựa trên tiền đề là khi con người nói dối, thần kinh sẽ bị căng thẳng, không giữ được bình tĩnh khiến nhịp mạch đập và nhịp thở sẽ trở nên bất thường khiến máy có thể dò ra được. Máy này đã được các cơ quan điều tra Mỹ và khắp thế giới dùng trong việc tra hỏi các nghi can và phạm nhân. Máy đạt được độ chính xác khá cao. Nhà bác học Backster được CIA mời cộng tác với chức vụ Giám Đốc trường Huấn Luyện Dò Nói Dối và Trung Tâm Nghiên Cứu Backster *(Polygraph Instruction School and The Backster Research Foundation).*

Chính ông Backster này đã tình cờ khám phá ra là cây cỏ có tâm linh! Một buổi sáng nhàn nhã, ông ra vườn ngắm những chậu cây cảnh. Ông chú ý tới một cây có lá to và dày trong một chậu cây đã một tuần không được tưới nước. Đất khô, thân cây cũng khô cằn. Ông bỗng nảy ra ý định thử cắm vào lá hai đầu dây của một điện kế *(galvonometer)* rồi tưới nước vào gốc cây. Nước ngấm dần lên thân và lá cây. Kim điện kế vẫn đứng yên không nhúc nhích. Ông nghĩ ra một "trò chơi" khác: đốt chiếc lá này! Ông chỉ mới nghĩ thôi thì kim điện kế bỗng nhảy lên như bị điện giật! Ông thắc mắc: chẳng lẽ cây đọc được tư tưởng của ông sao? Phân vân, ông muốn thử lại. Ông bật hộp quẹt, làm như sắp đốt chiếc lá thật nhưng trong đầu ông tự nhủ là sẽ không đốt. Chiếc kim điện kế đứng yên! Ông kiểm tra lại bằng cách nhất định sẽ đốt chiếc lá thật: kim điện kế bỗng nhảy mạnh!

Ông vui mừng khi nhìn chiếc lá bị đốt một phần. Nhưng, là một nhà khoa học, ông vẫn dè dặt. Ông thử làm lại thí nghiệm này với 25 loại cây cỏ gồm nhiều loại lá, quả và củ khác nhau. Kết quả vẫn như vậy. Ông công bố thí nghiệm và kết luận: cây cỏ có trực giác tâm linh!

Chuyện này tôi đọc được trong bài viết: *"Tâm Linh Cây Cỏ và Con Người"* của tác giả Nguyễn Mộng Khôi. Tác giả viết tiếp: *"Chúng không có mắt, tai, mũi, miệng; không có óc; không có thần kinh hệ... thì cái biết của chúng hẳn phải khác với cái biết của con người. Con người có giác quan nhưng không có trực giác tâm linh như chúng. Dù một bác sĩ tâm lý giỏi cũng không biết được ý định của một kẻ điên khùng sắp đốt nhà mình. Suy nghĩ như vậy làm cho Backster phấn khởi. Ông mở rộng cơ sở nghiên cứu và càng khám phá ra những điều mới lạ. Từng mảnh lá tách rời cũng phản ứng như nêu ở trên và người ta gọi là Phản Ứng Backster. Nhà Sinh thực vật (biologist) Ingo Swann, theo dõi cuộc nghiên cứu của Backster và viết trong quyển The Real Story (Chuyện Có Thật). Quyển sách được phát hành ngày 15-11-1998 trong đó có đoạn: " Sự nghiên cứu (của Backster) khởi đầu chỉ là một khám phá hầu như tình cờ vào năm 1996 là thực vật có khả năng nhận thức và tự động đáp ứng những xúc cảm mạnh thuận theo ý chí con người ... những cây cỏ của bạn, biết là bạn đang nghĩ gì".*

Nhà bác học Backster đoan chắc là cây có cái ông gọi là "trực giác tâm linh". Nhưng nhiều nhà nghiên cứu khác không đồng ý với ông. Họ đã làm thử cuộc thí nghiệm có kiểm soát trong các điều kiện đúng như ông làm mà không có kết quả. Họ còn cho rằng các thí nghiệm của ông Backster không được thực hiện đúng theo phương pháp khoa học. Trong hội nghị thường niên lần thứ 141 của *American Association for the Advancement of Science* (Hiệp Hội Hoa Kỳ về Tiến Bộ của Khoa Học), các nhà sinh vật học không thừa nhận kết quả thí nghiệm của ông Backster. Họ công nhận là cây có các tế bào nhưng không có các cơ quan cảm ứng để có thể gán cho cây có cảm giác. Sự chuyển động của kim điện cực trong thí nghiệm có thể là do điện từ hay độ ẩm gây nên. Bị chê bai, ông Backster cũng tức tối phản ứng lại. Ông cho là các nhà thí nghiệm không theo đúng kỹ thuật ông dùng trong các thí nghiệm nguyên thủy của ông. Cãi vậy nhưng, khi được yêu cầu, ông nhất định không làm lại thí nghiệm!

Tuy bị các nhà khoa học không công nhận nhưng các công trình của ông Backster lại được công luận chú ý. Công chúng khoái lối giải thích về trực giác tâm linh của cây cỏ, coi cây cỏ cũng phần nào có những phản ứng tâm linh với ngoại cảnh. Kết luận của ông Backster hợp với niềm tin của tín đồ Ấn Độ giáo và Phật giáo. Tín ngưỡng dân gian của chúng ta cũng nghiêng về tâm linh của cây cỏ. Các cây đa đầu làng nơi các làng quê miền Bắc là linh hồn của làng. Cây càng nhiều tuổi càng được dân làng tin là có các thần linh trú ngụ. Người ta thường cúng kiến, đặt bình vôi dưới gốc đa. Đi xa về làng, nhìn thấy cây đa là gặp lại nơi chốn thân thương. Đó là vị thần linh đứng gác cho dân làng. Đi xa, thần cây sẽ phù hộ cho được bình an khi xa làng. Trở về, thần linh đón chào đứa con về lại trong vòng tay xóm giềng.

Trăm năm dầu lỗi hẹn hò

Cây đa bến cũ con đò khắc đưa.

Cây đa cũ, bến đò xưa

Bộ hành có nghĩa nắng mưa cũng chờ.

Làng tôi không có cây đa mà có cây hoa gạo. Tới mùa hoa, cây đỏ rực nơi đầu làng. *Thần cây đa, ma cây gạo, cú cáo cây đề.* Thuở nhỏ cái tôi sợ nhất là ma nơi cây gạo làng tôi. Chẳng biết có ai nhìn thấy ma không nhưng chuyện về ma thì dân làng ai cũng nằm lòng vài chuyện. Cây không biết đã sống được mấy trăm năm. Khi tôi còn nhỏ, khi đi học, khi về học, chúng tôi thường lê la chơi trên những rễ cây lòi lên trên mặt đất như những con trăn, con rắn vòng vo đủ kiểu. Nhưng ban đêm thì không đứa nào dám bén mảng tới gần cây gạo vì sợ ma. Có những lần đi về khuya, có người lớn dắt tay, vậy mà tim vẫn đập thình thịch, bụng vẫn đánh lô tô, mắt la mày lét. Đó là nỗi sợ to lớn nhất ngày nhỏ của chúng tôi.

Tác giả Cao Huy Thuần có lẽ cũng chung nỗi sợ thời thơ ấu với tôi. Trong bài "Hồn Của Cây", ông viết: *"Sống với người, cây có linh hồn: tôi biết điều đó từ nhỏ. Cây biết nói chuyện với chim, biết hát với gió, biết mơ mộng với trăng, biết cãi nhau với bão, biết dọa tôi với đêm khuya. Cây biết xõa tóc bên hồ làm người thất tình. Cây biết làm liễu đìu hiu chịu tang với mùa thu. Tôi đã từng thấy người ta buộc khăn tang cho cây trong vườn khi gia chủ chết. Và có cây nhớ chủ, chết theo".*

Những cổ thụ đều có một đời sống, và một truyền thuyết. Cây hồ đào trước nhà cô bé Anne Frank, người nổi tiếng thế giới với tập nhật ký viết trong những ngày trốn tránh quân Đức Quốc Xã trong một tòa nhà tại Amsterdam ở Hòa Lan đã đi vào đời sống của cô bé. Đó là người bạn duy nhất của cô gái đáng thương trong những ngày trốn chui trốn nhủi. Nhật ký ngày 23 tháng 2 năm 1944, cô ghi: *"Chúng tôi cùng ngắm màu xanh tuyệt diệu của bầu trời, ngắm cây hồ đào rụng hết lá, từng giọt nước nhỏ long lanh ánh nắng trên cành, ngắm mấy con hải âu và chim chóc cánh trắng như bạc liệng trong nắng, tất cả làm chúng tôi xúc động, nghẹn ngào, không nói nên lời".* Mùa xuân năm đó, cây tưng bừng trổ lá đón xuân, Anne Frank ghi lại: *"Tháng tư đến thật rạng rỡ, không nóng lắm cũng không lạnh lắm, thỉnh thoảng mưa nhẹ như sương trắng. Cây hồ đào của chúng tôi đã bắt đầu trổ lá xanh, loáng thoáng hoa từng chùm chớm nở...Cây hồ đào của chúng tôi nở hoa rực rỡ, từ gốc đến ngọn lá chen nhau trổ xanh, đẹp hơn cả năm qua".* Đó là lần cuối cùng Frank được thấy sức sống của cây trong mùa xuân. Tháng 8 năm đó, lính Quốc Xã đã xâm nhập tòa nhà bắt đi cô gái tội nghiệp. Ngày nay, du khách tới thăm căn nhà xưa, nay thành

Bảo Tàng Viện Anne Frank, hầu như không ai không viếng cây. Cây nay đã 150 năm tuổi, già yếu, bệnh tật nhưng đã trở thành biểu tượng của hy vọng và tự do. Thành phố Amsterdam yêu cầu đốn nhưng dân chúng không chịu vì tính cách lịch sử của cây. Hầu như năm nào, khi mùa đốn cây tới, mọi người cũng xôn xao bàn tán về cây hồ đào này. Các hội bạn của Anne Frank thì khỏi nói, họ vận động để nhất định cứu cây. Cứu cây như cứu con mắt của một nhân chứng lịch sử!

Những con mắt của chứng nhân thành phố Sài Gòn của chúng ta đang bị đốn hạ. Những ngày cuối tháng 7 vừa qua, dân Sài Gòn đã nhỏ nước mắt cho hàng cây cổ thụ trên đường Lê Lợi giữa trung tâm thành phố. Họ đốn cây một cách không thương tiếc để làm ga xe điện ngầm chạy từ trung tâm thành phố tới Suối Tiên. Mấy chục linh hồn trăm năm tuổi của Sài Gòn đã nằm xuống. Với thế hệ chúng tôi, những cây lim xẹt và cây dầu đã là chứng nhân chia buồn sẻ ngọt với con đường tình của chúng tôi những ngày tuổi trẻ xưa. Dân Sài Gòn ngày nay khóc một thì chúng tôi khóc mười. Một người dân kể lại: "Em thấy nhiều người đi đường đứng lại khóc vì thương tụi cây quá".

Nhà báo Nguyễn Vĩnh Nguyên đã thảm thiết: *"Mất đi hàng cây cổ thụ hai bên đường Lê Lợi, mặt tiền nhà hát thành phố (trụ sở Quốc Hội cũ) lộ ra nhỏ bé, lạc lõng trước dãy cao ốc hiện đại...Cảnh quan tổng thể kiến trúc trung tâm mất đi chiều sâu của lịch sử, văn hóa và dấu ấn sinh thái đô thị"*. Nhà khảo cổ Nguyễn Thị Hậu, trong bài "Vẫn Nhớ Về Cây Xanh Thành Phố", đã tiếc nuối: *"Đối với tôi và nhiều người, những hàng cây cổ thụ ở Hà Nội, Sài Gòn không chỉ* là cây xanh, mà còn là kỷ niệm, ký ức, là nỗi nhớ là hồn vía của đô thị, nơi nhiều người từng sống, đang sống và đến đây kiếm sống! Sống lâu ở đô thị, mỗi hàng cây mỗi góc phố mỗi căn nhà đường phố trở nên thân quen, nó mang lại cảm giác bình yên của một đô thị "đáng sống", dù cuộc sống vẫn còn quá nhiều bề bộn. Chiều nay đi qua đầu đường Lê Lợi trông thấy cảnh những cây cổ thụ bị cưa ngọn cưa thân một cách vội vã, lạnh lùng... Nhìn phố trơ trọi... bỗng ứa nước mắt. Con đường Đồng Khởi có vài khoảnh xanh ở công viên Chi Lăng, ở công viên trước Nhà Hát Lớn... từ gần trăm năm nay thế là không còn nữa. Mấy tòa Vincom mọc lên, Eden biến mất, tòa nhà cổ 5 tầng đối diện Vincom cũng bị san bằng rồi. Chưa biết đẹp ở đâu (và có đẹp không?) nhưng một phần ký ức rất đẹp của Sài Gòn đã vĩnh viễn ra đi. Ông bà mình luôn ví cây với người: "Dụng nhân như dụng mộc", "Vì lợi ích mười năm trồng cây, vì lợi ích trăm năm trồng người". Nhìn cách trồng cây có thể biết cách "trồng người". Nhìn cách đối xử với cây có thể biết con người có được quý trọng hay không. Hình như luôn có sự tương đồng như thế. Tôi đang làm một nghiên cứu về "Khảo cổ học đô thị và việc bảo tồn cảnh quan di sản văn hóa Sài Gòn", nhưng e rằng, khi làm xong thì có lẽ những di sản của Sài Gòn không còn gì nữa. Chẳng lẽ lại cực đoan đến mức mong đừng ai cho vay tiền để "hiện đại hóa" thành phố, vì khi có nhiều tiền nhưng sự hiểu biết và tính nhân văn không tương xứng thì... những gì đã mất đi không bao giờ có thể làm lại và thay thế được, vì đó chính là một phần lịch sử thành phố".

Nhà khảo cổ Nguyễn Thị Hậu đau cái đau của một người

tồn cổ, thế hệ chúng tôi đau cái đau về sự ra đi của một người thân . Thành phố của chúng tôi đang biến dạng để trở thành một đô thị vô tri. Đã ngậm ngùi khi bỏ Sài Gòn ra đi, ngày nay mỗi lần nhớ về thành phố thân thương cũ, nơi giữ cả tuổi trẻ của chúng tôi, chúng tôi lại mất cả hình lẫn bóng. Hình như hồn chúng tôi đã nhập vào hồn cổ thụ Sài Gòn. Vậy cho nên bài báo "Sài Gòn Run Rẩy trong Tiếng Máy Cưa" của nhạc sĩ Tuấn Khanh đã làm tôi ngơ ngẩn: *Vì sao phải thương nhớ một hàng cây, thương nhớ một hình dáng cũ? Trong những bức ảnh thời sự cuối tháng 7/2014, có thể thấy rất nhiều người đứng lại, tần ngần ngắm nghía Sài Gòn, chụp ảnh kỷ niệm với những chiếc lá xanh không quen biết. Chắc họ cũng đã không thể trả lời được rõ ràng cho câu hỏi này, vì ít có ai chuẩn bị đủ tâm lý cho một cuộc chia ly như vậy. Sài Gòn tháng 7 bỗng không nóng bức như thường lệ. Cái lạnh đến sớm một cách khó hiểu, từng chiều, làm hiu hắt thêm một thành phố toác rộng, nhấp nhô với bê-tông. Tại vòng xoay phun nước, hai cụ già đang lóng ngóng thay phiên chụp ảnh nhau làm kỷ niệm. Trước đây, nơi này nhộn nhịp người qua lại bên hàng liễu xanh, giờ hoang vắng lạ. Chụp giùm cả hai cụ một tấm ảnh, nhân tiện hỏi vui "Chỗ này có kỷ niệm riêng của hai bác?". Ông cụ cười, không trả lời mà lại hỏi "Người ta không chọn được một nơi nào khác để làm nhà ga sao cậu?".*

Trong hai cụ già đứng níu hàng cây kia, tôi nghĩ có tôi trong đó!

09/2014

CHẾT

Nói chuyện chết thì chán chết! Vậy nhưng chuyện chết là chuyện chắc chắn ai cũng sẽ gặp. Đó là thứ bình đẳng nhất của con người. Địa vị, chức phận, giầu nghèo, trẻ già, trai gái đều sẽ phải gặp cửa tử. Vậy tuy chán nhưng chuyện chết là chuyện cần phải nói. Cần nói nhưng ai cũng ngại nói. Vì nó chán chết!

Không phải bỗng nhiên tôi giở giói ra để nói điều mà ai cũng ngại không muốn nhắc tới mà vì Quốc Hội tỉnh bang Quebec của chúng tôi vừa thông qua luật…chết. Chết mà cũng có luật nữa sao? Nói cho lớn chuyện vậy thôi chứ luật chỉ nói về một cách chết mà chúng ta thường gọi là trợ tử. Nói về trợ tử thì phải biết nó là cái chi chi trước. Trợ tử được hiểu nôm na là giúp người khác chết. Người được giúp để bai bai cõi đời còn có đủ nhận thức và nhờ giúp. Thí dụ như trường hợp bệnh nhân yêu cầu bác sĩ kê thuốc uống để giúp tử vong. Trợ tử cũng có thể do những thân nhân của bệnh nhân yêu cầu khi bệnh nhân đã sống trong tình trạng mất hết nhận thức. Trợ tử như vậy liên quan tới pháp lý. Người ta có quyền chấm dứt sự sống của một con người không? Vậy là…phức tạp! Chúng ta thử nhìn sát vào một trường hợp trợ tử điển hình tại Mỹ.

Ngày 25 tháng 2 năm 1990, ngay tại nhà riêng ở St. Petersburg, tiểu bang Florida, bà Terri Schiavo, 27 tuổi, bị tim ngưng đập vài phút, máu không di chuyển được lên não. Lập tức, bà bị hôn mê, bất động và bị tê liệt từ cổ trở xuống. Kể từ ngày đó, bà nằm trong trạng thái dở sống dở chết, rất phiền phức cho người săn sóc. Sau hai tháng hôn mê, các bác sĩ đã xác nhận bà thuộc trạng thái sống thực vật dài hạn. Tám năm sau, ông chồng Michael đệ đơn lên tòa quận hạt Pinellas xin tháo bỏ các máy móc duy trì sự sống của vợ. Sau một năm, tòa chấp thuận để các bác sĩ cho ngưng các máy móc trợ sinh của bà Terri. Nhưng ba ngày sau, căn cứ vào đơn khiếu nại của cha mẹ của bà Terri là ông bà Robert và Mary Schindler, tòa Liên Bang đã hủy bỏ bản án của tòa Tiểu Bang. Máy móc lại được nối lại. Cuộc chiến trên sự hôn mê của Terri bắt đầu căng thẳng giữa một bên là chồng, một bên là cha mẹ ruột của bệnh nhân. Mùa hè năm 2000, tòa Tiểu Bang Florida lệnh cho mỗi bên chọn hai bác sĩ để khám nghiệm lại. Hai năm sau, các bác sĩ của ông chồng Michael và của tòa xác nhận là tình trạng của bà Terri không thể phục hồi được. Tòa lại ra lệnh tháo bỏ máy móc. Ngày tháo bỏ máy móc, chấm dứt sự sống của bà Terri là ngày 15 tháng 10 năm 2003. Thống Đốc Florida lúc bấy giờ là ông Jeb Bush, em của Tổng Thống George Bush, hỗ trợ gia đình bà Terri chống án lên tòa Liên Bang. Tòa Liên Bang bác bỏ đơn của gia đình mặc dù ông Thống Đốc Jeb Bush đã đích thân viết ý kiến của mình kèm theo đơn của gia đình. Ngày dự định tháo bỏ máy móc trợ sinh, hàng trăm người thuộc các tổ chức nhân đạo chủ trương bảo vệ quyền sống của con người đã tụ tập biểu tình phản đối ngay trước cửa bệnh viện. Ông Thống Đốc cũng không chịu thua. Ông tìm cách để thắng. Một dự luật được ông đệ trình khẩn cấp lên Quốc Hội tiểu bang mang nội dung cho phép Thống Đốc tiểu bang có quyền ra lệnh ngưng thi hành việc tháo bỏ máy nuôi sống bệnh nhân nếu không tìm được đủ các nhân chứng để chứng minh bệnh nhân muốn được chết. Luật được thông qua chỉ trong vài tiếng đồng hồ. Ngày 22 tháng 10 năm 2003, theo đúng luật được ban hành, Jeb Bush ra lệnh mang Terri trở lại bệnh viện và nối lại các máy móc. Sau cùng, ngày 18 tháng 3 năm 2005, ống nuôi sống cô Terri lại bị rút ra. Ngày 31 tháng 3 năm 2005, cô Terri qua đời chấm dứt một cuộc tranh chấp pháp lý chưa từng có trong lịch sử tư pháp Mỹ.

Dân chúng Mỹ nghĩ sao về trường hợp Terri? Hãng Fox làm một cuộc thăm dò vào cùng tháng 3 năm 2005, trước khi cô Terri qua đời. Có 900 người được hỏi. Kết quả: 59% nói nếu họ là người trông coi Terri, họ sẽ rút máy móc trợ sinh. Được hỏi nếu ở địa vị của bà Terri, họ sẽ quyết định ra sao? Có tới 74% trả lời là sẽ từ chối máy trợ sinh. Cũng giữa tháng 3 năm đó, hãng ABC thăm dò 1 ngàn người. Kết quả có tới 87% cho biết nếu ở địa vị bà Terri họ muốn rút máy móc nuôi sống .

Luật ủng hộ quyền được chết của Quebec đã được quốc

hội tỉnh bang thông qua sau 5 năm tranh cãi mang danh hiệu "Luật 52", được 94 dân biểu chấp thuận và 22 dân biểu chống đối. Luật sẽ có hiệu lực sau 18 tháng khi Ủy Ban Chăm Sóc Cuối Đời *(Commission sur les Soins de Fin de Vie)* được thành lập để qui định thủ tục hành chánh và giám sát thi hành luật. Các nhà làm luật cho biết luật đã đi cùng một đường với dân chúng Quebec. Trong một cuộc thăm dò, đã có tới 80% dân tỉnh bang đồng ý với dự thảo luật. Luật sư Jean-Pierre Ménard chuyên về các vấn đề y khoa cho biết là từ trước tới nay, dân Quebec đã được phép từ chối chữa trị để chết "trong phẩm giá" rồi.

Quả thật, dân Quebec, khi còn sống minh mẫn, vẫn được phép làm những chứng từ ước nguyện để được chết trong phẩm giá. Họ không muốn sống như loài thực vật, chẳng ích lợi chi lại thêm phiền phức cho thân nhân. Một bà bạn tôi đã làm giấy đòi quyền…chết này nhưng nhiều người vẫn ngại không muốn nói tới chuyện giao du với anh tử thần. Giấy đòi chết này được gọi là "Di Chúc Sinh Thời", tiếng Anh là *Living Will*. Ngay từ lúc sinh thời, khi còn tỉnh táo, người ký di chúc cho người thân cũng như các bác sĩ biết nguyện vọng của mình khi lâm bệnh nặng, mất khả năng phán đoán và quyết định, muốn được chăm sóc như thế nào, nhất là quyết định có nên áp dụng, tiếp tục hay ngưng hẳn việc điều trị trợ sinh *(life-support treatment)*. Theo giới chức y tế và pháp luật, đây là một việc nên làm để giúp cho gia đình tránh được tình trạng bối rối và khó xử vì không biết bệnh nhân muốn gì khi bị hôn mê không bày tỏ được ước muốn của mình.

Thiệt hết sức ngại ngùng khi tôi phải kể lại đây trường

hợp của anh bạn Nguyễn Đông Ngạc. Mong gia đình anh không trách cứ khi tôi khơi gợi lại những giờ phút mà ai cũng muốn quên đi của 18 năm trước. Ngạc mất ngày 22 tháng 2 năm 1996 khi anh mới 57 tuổi. Anh bị đứt mạch máu hôn mê nằm tại nhà thương Jean Talon ở Montreal. Các bác sĩ cho biết máu đã ngập tràn trong óc và không còn một hy vọng nào cứu sống được anh. Khi tôi vào thăm anh, máy móc, dây nhợ quấn tùm lum quanh thân người anh. Anh nằm mê man không biết chi. Không ai muốn anh sống nhờ máy móc trong tình trạng hoàn toàn tuyệt vọng nhưng làm sao mà rút hết dây nhợ để anh ra đi. Gia đình bối rối không biết giải quyết ra sao. Mẹ anh nhất định không thể nào tự tay chấm dứt cuộc sống của đứa con bà đã đứt ruột sanh ra. Vợ anh không nỡ chấm dứt mạng sống của người đầu gối tay ấp. Anh em không ai dám nhận làm công việc khó khăn này. Cuối cùng, mọi người trong gia đình đồng ý để một cô em gái của Ngạc, người mà anh thương nhất, làm công việc khó xử này, với hảo ý là anh không trách móc cô em mà anh thương yêu nhất nhà. Cô này ngụ tại Toronto nên phải chờ cô về Montreal. Đang khi đó thì Ngạc tự ngưng thở giải tỏa được nỗi khó khăn của gia đình. Nếu Ngạc để lại "Di Chúc Sinh Thời" thì mọi việc đã được giải quyết nhanh chóng trong sự an ổn tinh thần của mọi người. Nhưng làm sao Ngạc để lại được tờ giấy quý hóa đó. Anh mới 57 tuổi, cái tuổi chưa nghĩ tới cái chết, nhưng anh tử thần mẫn cán đã xộc tới một cách bất thần. Trong những lần trò chuyện, Ngạc thường nói là anh thích đùng một cái là chết, không dây dưa rễ má phiền phức. Anh đã được ra đi theo đúng ý nguyện. Âu cũng là một bàn thắng!

Hiện nay việc ký và để lại "Di Chúc Sinh Thời" đã tiến thêm được một bước bằng mẫu "Năm Nguyện Vọng" (Five Wishes). Đây là một khế ước mà người ta có thể có nhiều chọn lựa chi tiết hơn. Nguyện vọng 1 đề cập tới việc chọn người đại diện để quyết định các vấn đề chăm sóc sức khỏe khi mình không còn có thể tự quyết định. Nguyện vọng 2 chọn lựa muốn hay không muốn áp dụng điều trị trợ sinh trong các trường hợp: hấp hối, hôn mê không hy vọng phục hồi, tổn thương não nặng không hy vọng phục hồi hoặc trong các trường hợp khác mà mình không muốn duy trì sự sống. Nguyện vọng 3 về mức độ thoải mái. Nguyện vọng 4 về cách thức mà mình muốn được đối xử. Nguyện vọng 5 về những gì mình muốn người thân biết. Đại khái là "Năm Nguyện Vọng" cho đương sự chọn lựa giữa nhiều cách thế và nhiều vấn đề hơn là chỉ vỏn vẹn nói về trợ sinh như "Di Chúc Sinh Thời".

Tác giả mẫu "Năm Nguyện Vọng" này là Jim Towey. Ông đã soạn thảo văn bản này với sự cố vấn của nhiều bác sĩ, y tá và luật sư. Đã có 42 tiểu bang và vùng thủ đô Washington D.C. chấp nhận. Tuy nhiên thủ tục ký ở mỗi tiểu bang có khác. Các tiểu bang California, Connecticut, Delaware, Georgia, New York, North Dakota, South Dakota và Vermont cần có hai người làm chứng và đương sự phải ký tên trước hai nhân chứng này. Tiểu bang Missouri bắt buộc phải có công chứng. Các tiểu bang North Carolina, South Carolina, West Virginia đòi hỏi việc thị thực chữ ký của đương sự và hai nhân chứng. Mẫu Five Wishes đã có bản dịch ra 25 ngôn ngữ trong đó có tiếng Việt Nam.

Chuyện pháp lý của trợ tử lằng nhằng như vậy. Chuyện tâm linh, đạo đức trong vấn đề con người có thể tự quyết định chấm dứt cuộc sống không, còn nhiêu khê hơn nữa. Con người thường đặt thần linh lên hai vai. Có chuyện đời này nhưng cũng có chuyện đời sau. Hai tôn giáo lớn là Phật Giáo và Thiên Chúa Giáo đều không cho phép con người có thể tự quyết định chấm dứt sinh mạng của mình.

Luật nhân quả của nhà Phật cho rằng đời sống này chỉ là một kiếp trong vô số kiếp của vòng luân hồi sinh tử. Cư Sĩ Liễu Pháp giải thích: *"Sự ra đi qua kiếp khác nhẹ nhàng không đau đớn hay với bệnh tật đau đớn đều là do nghiệp của mình tạo nên từ kiếp này và những kiếp trước. Chu kỳ sinh, lão, bệnh và tử là một luật thiên nhiên, không ai tránh được. Ngài Dalai Lama 14 dạy rằng chết là thay đổi thân xác, như thay quần áo cũ, mỗi người nên chuẩn bị cho cái chết của mình từ khi sinh ra đời. Người Phật Tử phải hiểu rằng khi đi qua kiếp khác chỉ có mang theo nghiệp của mình mà chẳng mang theo bất cứ thứ gì khác. Nhưng đó chỉ là cách nói theo tục đế, nói một cách qui ước thôi, thực ra không có một người, một thực thể nào, đi đâu và mang theo gì cả. Con người gồm có thân và tâm và chập tâm cuối cùng trước khi chết là Tâm Tử (hay Tử Thức), chỉ là điều kiện cho Thức Tái Sinh sanh khởi, còn Hành Nghiệp mới là nhân của Thức Tái Sinh. Nói một cách khác, những gì quyết định cho sự tái sanh không phải là cái chết nhưng là do nghiệp đã tạo ra. Là kết quả của nghiệp, một danh-sắc (hay thân-tâm) mới được sanh khởi chứ không phải là một cái gì liên tục từ kiếp trước đó. Tuy nhiên danh-sắc sinh khởi mới mẻ này không phải là không liên hệ với nghiệp quá khứ vì đó là quả của nghiệp quá khứ; người Phật tử nên học hỏi kinh Thập Nhị Nhân Duyên tức Pháp Duyên Sinh (Paticca - samuppàda, Dependent Origination), nghiên cứu Vi Diệu Pháp để hiểu thân, tâm là gì và tiến trình của tâm trong đời sống hằng ngày cũng như lúc sắp chết".* Chết là chuyển từ kiếp này qua kiếp khác với tất cả những nghiệp báo theo sau. Trợ tử là một hành động sát sanh, điều mà các Phật tử không được phép làm. Trong tạng Vinaya có thuật lại một hành động trợ tử điển hình. Một vị tỳ kheo quá già yếu, mắc bệnh nan y, đau khổ triền miên. Ông nhờ bạn đồng môn giúp cho được lìa đời. Họ đã giúp ông vì lòng nhân đạo. Sự việc đến tai Đức Phật và Ngài dạy là những kẻ giúp giết người đã thiếu căn tu. Tuy có thể giảm khinh vì tấm lòng nhân ái nhưng tội lỗi vẫn rõ ràng. Đức Phật nhấn mạnh là ý đồ đạo đức muốn giúp tha nhân không đủ, cần phải xét đến kết quả của hành động, thật sự đó là một việc sát sanh!

Thiên Chúa Giáo cũng không OK việc trợ tử. Người ta đếm được tới 60 chỗ trong Kinh Thánh nói đến sự thánh thiêng của sự sống. Câu mở đầu nằm trong sách Xuất Hành: "Ngươi không được giết người". Người tín hữu Công Giáo tin rằng: Thiên Chúa là đấng ban sự sống và là người lấy lại sự sống theo ý Chúa. Và ý Chúa vượt trội hẳn hơn ý loài người. Lập trường của Giáo hội Công Giáo vì vậy rất rõ ràng: chỉ có Thiên Chúa là đấng định đoạt sự sống và sự chết của con người; Giáo hội Công giáo luôn mạnh mẽ chống lại mọi hình thức trợ tử, dù trực tiếp hay gián tiếp, chủ động hay thụ động. Các nghị phụ trong Công Đồng Vaticano 2 đã khẳng định: "Tất cả những gì đi ngược với chính sự sống, như giết người dưới bất cứ hình thức nào, diệt chủng, phá thai, trợ tử hoặc tự tử trực tiếp. Tất cả những điều nói trên và những điều tương tự đều thực sự ô nhục, làm thối nát nền văn minh nhân loại, bôi nhọ những kẻ chủ động, xúc phạm nặng nề đến danh dự Đấng Tạo Hóa". Gần đây, trong Thông Điệp Tin Mừng Sự Sống *(Evangelium Vitae)* được công bố vào ngày 25 tháng 3 năm 1995, Đức Giáo Hoàng Gioan Phaolô II dứt khoát bày tỏ lập trường: "Trợ tử là một sự xúc phạm nặng tới luật Thiên Chúa vì đó là sự giết người cố ý và không thể chấp nhận được về mặt luân lý. Trợ tử là một thứ đạo đức giả hình!"

Coi bộ lằng nhằng dữ! Đâu có phải cứ đúng theo pháp lý là yên ổn lương tâm. Bà bạn tôi, khi đặt bút ký vào tờ "Di Chúc Sinh Thời", tưởng là làm một công việc tránh mọi khó khăn cho bản thân và gia đình, đâu có ngờ đã lâm vào tình trạng rắc rối tơ vò. Khi bị hôn mê, khi mất khả năng định đoạt đời mình, cuộc sống trong thế giới huyễn hoặc với máy móc trợ sinh không thể gọi là cuộc sống. Thà chết cho nhẹ mình và nhẹ gánh cho những người ruột thịt. Nhưng nếu bị ràng buộc vào tôn giáo thì lại khác. Cuộc sống, dù bất cứ dưới hình thức nào, vẫn đích thị là cuộc sống. Nó không thuộc về ta mà thuộc về một thế giới khác, thế giới siêu nhiên. Con người ở vào thế kẹt, làm sao gỡ được những nút thắt của cuộc sống? Sống, phiền dữ. Chết, còn phiền hơn nữa!

07/2014

CUBA

Mỹ và Cuba bình thường hóa quan hệ ngoại giao sau 53 năm ngoảnh mặt làm ngơ nhau kể từ khi ông râu xồm Fidel Castro làm cách mạng xã hội chủ nghĩa. Hai bên nghỉ chơi nhau lâu quá rồi nên ít ai nghĩ tới cuộc làm hòa lịch sử này. Vậy nên khi *tonton* Obama và Chủ Tịch Cuba Raoul Castro cùng tuyên bố tại thủ đô hai nước, thế giới ngỡ ngàng. Người không ngỡ ngàng có lẽ là Giáo Hoàng Francis bởi vì Ngài là đầu mối của việc hòa giải này. Chính phủ Canada cũng không ngỡ ngàng vì đất nước này đã cho mượn chỗ để hai bên đi đêm với nhau suốt một năm rưỡi trước khi đi tới thỏa thuận. Vui mừng thì dân chúng Cuba vui nhất, cứ như một anh mù được mở mắt nhìn lại ánh sáng mặt trời! Không vui là cộng đồng dân Cuba tỵ nạn Cộng sản tại Mỹ mà nơi tụ tập đông nhất là Miami, tiểu bang Florida. Cũng không vui là dân Canada, nhất là những người cư ngụ tại phía đông như dân Quebec chúng tôi. Từ nay chúng tôi mất một mảnh ao nhà!

Nói Cuba là ao nhà của chúng tôi thật không ngoa. Tôi có ông anh họ ở bên Mỹ, cũng một chân đi đây đi đó nhiều nơi, vậy mà ước vọng được đi Cuba của ông ấy chưa thành. Bởi vì dân mang quốc tịch Mỹ hầu như không được bén mảng tới vùng biển này, trừ những người được phép đặc biệt. Ông ấy phôn qua tôi hỏi lối đi vòng vo: ông sẽ sang chơi với tôi và từ Montreal bay qua Cuba. Ông anh tôi vốn không được can đảm nên tôi cho ông ấy biết là đi thì được nhưng khi về lại Mỹ, có được hỏi thăm sức khỏe thì ráng chịu. Ông ấy sức khỏe rất bình thường nhưng chỉ phải cái bệnh yếu gan và yếu tim nên chẳng chơi dại. Bi chừ, sau bước Mỹ bỏ cấm vận Cuba chắc chắn sẽ xảy ra trong một tương lai gần, ông ấy có thể ung dung bay từ Miami sang Cuba, chỉ mất có 40 phút ngồi máy bay! Ông anh tôi đi được thì mấy ông Mỹ khác cũng đi được, miền đất biển xanh sẽ đông đúc, dân Mỹ sẽ tràn ngập các bãi biển. Hậu quả là dân Canada chúng tôi phải chi nhiều đô hơn cho những cuộc bay qua bờ biển nhà tắm táp.

Ông ký giả Josh Freed của báo *The Gazette* ở Montreal cũng cả lo như tôi. Vừa nghe tin bình thường hóa quan hệ giữa hai cựu thù, ông viết ngay một bài bình luận than thở: *"Nơi đây thường đông đảo các con chim trốn tuyết người Quebec, chỉ một chuyến bay ngắn ngủi tới một vùng tịnh không có một vảy tuyết, nơi chúng tôi là vua. Nhưng nay, những ngày vui đó đã chấm dứt, từng đàn từng lũ người Mỹ đã sẵn sàng tới đó. Bởi vậy tình thân của chúng ta không còn như xưa nữa!".*

Từ Montreal bay qua tắm biển ở Cuba chỉ là một cái búng tay với chúng tôi. Rẻ rề. Cả tiền máy bay, tiền khách sạn và ăn uống rượu chè thả cửa trong một tuần lễ cũng chưa tới con số bạc ngàn. Có những lúc chỉ còn bốn năm trăm! Sang tới đó, đồng tiền Canada chúng tôi dắt lưng mang theo là đồng tiền…vàng. Tôi có chút kinh nghiệm về chuyện này. Ngay tại khách sạn, khi đổi ra tiền Cuba để tiêu pha, tiền Canada trội hơn tiền Mỹ. Chơi với anh Cộng sản vốn ngoa ngoắt, phải cẩn thận từng chút một. Trên giấy tờ chỉ dẫn thì một *peso* của Cuba ăn một đô Mỹ. Đây là thứ *peso hoán chuyển (Cuban Convertible Peso)* gọi tắt là CUC. Đồng đô Mỹ lên xuống thế nào thì trị giá của đồng CUC này cũng lên xuống theo cho đúng với trị giá bằng nhau. Thứ tiền "lai Mỹ" này chỉ có sau khi khối Cộng sản Âu châu sụp đổ vào năm 1989-1990. Khi đó đồng *peso* bị mất giá nặng nên chính phủ Cuba mới vội vàng chế ra đồng tiền lai căng này để có thể thu tóm ngoại tệ. Từ khi có CUC thì du khách và dân chúng không được tiêu dùng các ngoại tệ khác trên toàn quốc Cuba. Cái lợi của dân Canada chúng tôi là khi đổi ngoại tệ tại các quầy đổi tiền chính thức có ngay tại khách sạn hoặc các địa điểm du lịch thì tiền Canada cứ đổi thoải mái trong khi đồng đô Mỹ phải trừ đi 10% tiền dịch vụ. Chắc đây là trò đánh lén anh tư bản thù nghịch Mỹ! Còn dân bản xứ Cuba vẫn phải tiêu thứ tiền *peso* mất giá mà phải 25 *pesos* bản xứ mới ăn 1 *peso CUC*.

Nhập nhằng như vậy nên du khách thường nhầm lẫn khi mua bán với dân bản xứ. Nhưng lo lắng như vậy là lo con bò trắng răng: dân bản xứ cũng chẳng dại chi, thường chỉ nói giá bằng thứ tiền *peso CUC* với khách du lịch.

Cuba có biển rất đẹp. Phòng tôi tuốt trên tầng lầu cao của khách sạn, có ban-công nhìn xuống biển. Từ trong bờ cát, biển xanh nhạt, càng ra ngoài biển càng đậm màu, màu xanh chạy từng giải, càng xa bờ, màu càng sậm hơn. Cùng với các đám mây trắng toát ôm ấp từ trên cao, biển như một bức tranh duyên dáng của một họa sĩ tài ba. Anh Trần Nguyên Thắng, chủ nhân một công ty du lịch lớn bên Cali, người đã đặt chân trên hầu khắp diện tích quả địa cầu, đã mê mệt với vẻ đẹp của biển ở Cuba: " *Về thiên nhiên, phải nói đến vùng biển Caribbean là nơi có những bãi biển dài, cát trắng nước xanh trong vắt. Nhưng nếu phải so sánh, tôi vẫn cho rằng bãi biển Varadero của đảo quốc Cuba là một trong những bãi biển cát trắng đẹp nhất nhì thế giới. Chưa đến Varadero là chưa biết gì về biển và thắng cảnh thiên nhiên của Cuba. Nằm trong bán đảo Peninsula de Hicacos, Varadero là một dải đất nhô ra biển dài đến gần 20 km và được biển Atlantic Ocean và Bahia de Cardenas bao bọc hai bên nên vị thế của vùng biển nghỉ ngơi Varadero hết sức tuyệt vời và rất thuận tiện cho du khách cần dưỡng sức nghỉ ngơi. Các hotel từ ba sao đến năm sao nằm dọc theo hai bên bãi biển và người ta vẫn đang tiếp tục xây thêm rất nhiều hotel. Người hướng dẫn còn cho tôi biết có những bãi biển khác như Cayo Coco còn hoang sơ và đẹp hơn cả Varadero! Tuy nhiên với tôi, Varadero cũng quả là một bãi biển tuyệt vời mà du khách tắm nắng, bơi lội, và nghỉ ngơi* ".

Tôi đã hai lần tới Varadero vì mê biển nơi đây. Mấy ông bạn tôi cười khẩy. Mê biển thật hay mê mấy em đầm non trên cát? Mấy ông này, sơn cùng thủy tận đều rành rẽ sáu câu. Chẳng là du khách tới Varadero, ngoài dân Quebec và một số dân Canada từ các tỉnh bang miền Đông khác, còn có các du khách tới từ Âu châu. Chắc cũng vì rẻ! Các du khách này rất thoải mái, đào tiên từ bên Tây mang qua phơi nắng gió Cuba một cách ơ hờ. Các ông bạn tôi đi biển bỗng nhiên lại ngại tắm, chỉ thích đi bộ dọc theo bờ cát. Chẳng là chân cẳng ông nào ông nấy đều tới thời kỳ phải *recycle* hết nên đi bộ trên cát để tập luyện cho cứng cáp. Tôi thích Varadero vì nơi đây rất gần với thủ đô Havana của Cuba, chỉ một giờ xe taxi là tới. Xe cộ ở Havana toàn là đồ cổ. Xe buýt hay xe tắc-xi phải được gọi là các cụ xe. Cụ nào cũng thâm niên từ trên năm chục năm. Có cụ còn quá sáu chục tuổi. Dàn đồng xe cũ mèm, vá víu lung tung, nước sơn dày cộm chắc cũng đã qua vài chục lần chồng lấp lên nhau. Ngồi trong xe mới thấy hết cái tàn tạ. Nệm xe xộc xệch, lò xo đã nghỉ đàn hồi, vải bọc lớp trên lớp dưới luộm thuộm. Chiếc xe cổ lỗ sĩ này thông thường chúng ta đã dục đi từ lâu. Nếu có chạy ngoài đường chắc cũng đã bị cảnh sát bắt phế thải, vậy mà các bác tài xế Cuba o bế chiếc xe như o bế tình nhân. Họ lau chùi cẩn thận, coi chỗ nọ, ngó chỗ kia, cần là gia cố ngay. Chuyện! Cần câu cơm của họ mà!

Muốn biết Cuba, phải tới thủ đô Havana. Nơi đây là một bộ sưu tập đồ cổ khổng lồ. Như một chốn xưa của trái đất. Nhà xưa xập xệ đói vôi vữa. Những chiếc xe chở khách được kéo bằng xe đạp. Những cửa hàng quốc doanh phân phối hàng theo thẻ tối mù mù và trống huếch trống hoác trên các kệ hàng. Lang thang trên phố cổ Havana, tôi đã thích thú khi bắt gặp lại chiếc máy in y chang như những chiếc máy hồi tôi làm báo tại Sài Gòn. Tôi như đứa trẻ tìm được những viên bi ngày cũ. Trong truyện ngắn *"Rong Chơi"* tôi đã diễn tả nỗi thích thú này: *"Tôi ngạc nhiên dán mắt vào những khuôn chữ bằng chì nằm thứ tự trên những chiếc kệ nghiêng nghiêng sát tường. Những con chữ của ngày xưa! Cả một thời quá khứ đổ ập về trong tôi. Những ngày làm báo xưa lao xao tất bật với những anh thợ sắp chữ thoăn thoắt tay bốc từng con chữ ngược gài vào khuôn xếp. Những bàn vỗ, những khuôn chì vừa đổ nhúng vội vào nước, những chiếc máy in già nua lạch xạch nuốt từng tờ giấy khổ báo lớn do anh thợ in đút vào máy bằng chiếc que gỗ mỏng... Tiếng lạch xạch ngày xưa rõ ràng đang vẳng lại trong tai tôi. Trong một góc lờ mờ soi sáng bằng một bóng điện tròn vàng ệch, anh thợ in trần trùng trục đang châm giấy vào máy. Tôi như gặp lại người bạn cũ. Tay chân tôi rối bời lên. Ánh đèn flash của chiếc máy chụp hình trên tay tôi chớp lia lịa như muốn nuốt trọng những hình ảnh tưởng đã mất từ lâu"*.

Cuba bị Mỹ cấm vận co lại trong nghèo đói. Sờ vào chỗ nào cũng thấy cái nghèo. Khu du khách ở là một nơi riêng biệt, dân chúng Cuba không được bén mảng tới. Họ bảo vệ du khách rất kỹ vì đó là những con bò sữa mang ngoại tệ đến cho họ. Kỹ nghệ du lịch là nguồn lợi chính của đất nước. Chỉ những nhân viên làm trong khách sạn mới được vào khu này. Những người dọn phòng hớn hở khi được du khách cho những quần áo cũ. Có những du khách tới Cuba mỗi năm, trong hành lý của họ chỉ toàn quần áo cũ, đủ cỡ đủ kiểu, dùng để cho các người dọn phòng. Họ quý như vàng. Một đồng *peso CUC* du khách cho *tip* đủ để mắt họ sáng lên. Tại các phòng ăn, những người bưng bê cũng chỉ trông mong vào những đồng tiền *tip* mà thường du khách chẳng bao giờ quên. Nếu tôi nói những người dọn bàn tại các phòng ăn là những người trí thức là tôi nói thật. Họ nói nhỏ với tôi họ là những luật sư, kỹ sư bằng cấp hẳn hoi. Thoạt tiên ai cũng nghĩ rằng họ nổ. Nhưng họ đã nói thực. Ký giả Josh Freed tìm hiểu và được biết như sau: *"Trong xã hội Cộng sản Cuba, lương bổng của người trí thức chỉ bằng với những thành phần khác. Anh Ivan, người thông dịch của tôi, nói thông thạo bảy thứ tiếng, có hai bằng Tiến sĩ. Anh làm cho chính phủ, phụ trách thông dịch cho nhiều công ty thương mại ngoại quốc hoạt động tại Cuba. Lương của anh khoảng 15 đô một tuần. Thoạt đầu, Ivan nghĩ rằng mọi người hưởng đồng đều như vậy là một sự hy sinh tập thể cho tổ quốc. Nhưng từ thập niên 1990, anh bỏ việc khi nhận ra là có nhiều người hưởng sự đồng đều nhiều hơn người khác. Khách sạn cho du khách Canada mọc lên như nấm và anh Ivan thấy là những nhân viên trong khách sạn này kiếm được tới 200 đô một tuần chỉ bằng tiền* tip. *Anh đã thấy những đám cưới sang trọng của những người làm bồi bàn hay dọn phòng tại các khách sạn, những người được coi như một lớp nhà giàu mới. Trong khi đó, anh là một thông dịch viên thượng thặng mà phải sống trong nghèo khó, còn phải trợ cấp nuôi bà mẹ, một nữ bác sĩ hưởng lương tối thiểu cho tới khi về hưu!".*

Cái nghèo nảy ra cái...mánh. Cứ ra khỏi phạm vi dành riêng cho du khách là chúng tôi được săn đón ngay. Những người môi giới hỏi chúng tôi đủ thứ. Muốn rượu *whiskey* hoặc xì gà Cuba giá rẻ thì đi theo họ. Muốn thưởng thức những đặc sản biển Cuba chính cống như tôm hùm chẳng hạn, giá chỉ bằng nửa giá trong các nhà hàng, họ sẽ dắt vào ăn tại các nhà dân. Du khách thường rất khoái thực phẩm, trái cây, rau củ của Cuba vì đó là thứ *organic*. Trông không bắt mắt nhưng toàn là thứ không dính tới chất hóa học nên rất lành. Có một lần tôi đi theo tàu biển loại nhỏ ra khơi ăn tôm hùm với một đoàn du khách chỉ hơn chục người. Tàu hạ neo giữa biển. Các tàu đánh bắt tôm hùm vây quanh. Tôm hùm vớt từ dưới biển được bán ngay cho du khách. Con nào con nấy nhảy choi choi. Chủ tàu chế biến ngay theo yêu cầu của du khách. Giá chỉ 10 đô mỗi con. Ăn vào ngon ngọt cách chi.

Tại các khách sạn nơi chúng tôi trú ngụ có tổ chức văn nghệ mỗi tối. Có khoảng vài chục vũ công nam nữ trình diễn những màn múa dân tộc. Cũng quần áo màu mè nhưng cũ rích. Có những nữ vũ công mặc những chiếc áo thủng chỗ này vá chỗ kia. Ban đêm họ trình diễn trên sân khấu, ban ngày họ phải ra bãi biển để phụ trách những trò chơi tập thể cho du khách giải trí. Tiếp xúc với du khách ngoài bãi biển, cái nghèo nàn của họ mới lộ ra. Họ xin du khách lấy rượu và bia cho họ uống. Du khách tha hồ *order* rượu bia tại các quầy ở bãi biển mà không phải trả tiền chi cả. Họ được bao hết, *all inclusive* mà! Bởi vậy họ cũng chẳng nề hà chi chuyện lấy rượu cho các "nghệ sĩ" này uống. Có điều nếu bị bắt gặp, các người Cuba này sẽ bị kỷ luật. Kỷ luật ra sao, tôi không được biết. Vì vậy nên họ phải chui vào các chỗ hóc hiểm kín đáo để uống vội uống vàng.

Chuyện chi ở đời đều là chuyện tương đối. Trong một xã hội nghèo nàn thì đồng tiền của những người dư dả càng lớn. Bởi vậy nên ông ký giả Josh Freed mới cho là dân Quebec chúng tôi là vua trên các bãi biển Cuba. Một thứ vua bất đắc dĩ chẳng lấy chi làm vinh hạnh! Nhưng nay ông Obama đã phá tan vương quốc của chúng tôi.

Ông ký giả Josh Freed đưa ra một viễn ảnh trong tương lai gần. Rồi đây, các khách sạn năm sao của Mỹ sẽ được ào ạt xây cất. Các ông Hilton, Sheraton, Marriot đâu có làm ngơ được những mối lợi mới. Rồi McDonald's, Burger King, KFC, Taco Bell sẽ lại có thêm đất tung hoành. Rồi Starbuck, Second Cup tràn lan cho mọi người nhâm nhi. Rồi từng đoàn du khách Mỹ vốn khao khát được đi tắm biển Cuba, như ông anh tôi ở Mỹ, sẽ rầm rập kéo qua như một cuộc hành quân. Cuba không còn là Cuba nữa, một Cuba từ năm 1972 đã mở cửa cho du khách vào hưởng thụ nơi những bãi biển mà thiên nhiên đã ưu đãi họ. Tất cả sẽ chỉ còn là dĩ vãng. Ông ký giả đã tới Cuba khoảng vài chục lần than thở: "Dân Cuba có thể sung sướng hơn nhưng rất nhiều người dân Quebec sẽ không vui vẻ chi cả!".

Ngẫm ra tôi cũng có phần mất mát. Từ nay muốn qua thăm anh em ông Fidel và Raoul Castro, túi tiền của chúng tôi sẽ khuyết đi một góc lớn hơn nhiều so với trước đây. Lại chẳng được hưởng thứ gần như độc quyền để cho mấy ông bạn bên Mỹ thèm nhỏ giải.

Tiếc thì có tiếc nhưng ngẫm ra mình cũng quá ích kỷ: hưởng thụ trên sự đau khổ của người khác. Thôi thì cứ coi như đây là món quà Giáng Sinh của ông Obama gửi cho dân

Cuba. Thấy người ta tặng quà chẳng lẽ mặt mình một đống! Chơi vậy thì chơi với ai!

01/2015

ĐỔI

Tôi sững sờ khi đọc được một bài báo của ký giả Sarah Halzack của tờ *The Washington Post*. Cô ký giả này cho biết là các hãng sản xuất thực phẩm đang phải thay đổi để nhắm vào các ông nội trợ. Chuyện chợ búa bếp núc từ trước tới nay đều ở trong tay các bà và không ai nghĩ là chuyện này sẽ rời khỏi tầm tay của các bậc nữ lưu. Cổ nhân đã phong tặng bốn chữ "công, dung, ngôn, hạnh" để vinh danh giới hồng quần. Vậy thì góc bếp và cái giỏ đi chợ là độc quyền của các bà, mấy anh đực rựa không được rớ tới. Đàn ông con trai xâm phạm vào hai lãnh vực này coi như nhụt chí nam nhi. Ngay các bà mẹ cũng quyết tâm bảo vệ cái chí hào hùng này khi thấy chồng con vào bếp là đuổi như đuổi tà.

Chuyện tưởng như yên bề bỗng đổi thay. Theo tài liệu của bà ký giả này thì ngày nay cứ 10 gia đình thì có tới 4 ông nội trợ! Xách giỏ đi chợ, các ông khác các bà. Họ không chú ý nhiều tới giá cả ghi trên bảng giá và cũng không kè kè bên mình cả đống *coupon* giảm giá. Họ xẹt vào chợ, mua vội mua vàng rồi biến. Các nhà sản xuất thực phẩm phát hiện ra là các ông khoái các loại thực phẩm nhiều gia vị và *protein* hơn. Năm nay, hãng *Kraft Foods* đã chế thêm hương vị *Hot Habanero* vào pho-mát hay hãng đậu phộng nổi tiếng *Planters* đã thêm *Chipotle* vào sản phẩm. Hãng đồ hộp *Campbell* đã thêm hương vị "bia và pho-mát" vào món súp vì họ nghĩ là các ông thích. Hãng *Ball Park* tung ra thị trường món *hotdog* có gia vị nóng như mù tạt hoặc có mùi khói. Ngoài việc quyến rũ các ông nội trợ bằng mùi vị, họ còn nhắm vào các bữa ăn làm sẵn bổ béo cho nam giới để các ông, vốn thích tiện lợi, có bữa ăn nhanh. Thí dụ như hãng *Kraft Foods* và món tổng hợp *Oscar Mayer P3 Portable Protein* gồm một khay ăn làm sẵn với ba món: thịt, phó-mát và hạt dẻ. Trên các quảng cáo của hãng *Kraft Foods*, họ đã thêm bóng hình các ông vào các sản phẩm *Jell-O, Velveeta và Miracle Whip* vốn từ trước tới nay chỉ chú trọng tới việc thu hút các bà.

Vì sao các ông lại đổi như vậy? Các hãng này cho biết là vì ngày nay các bà tham gia tới 47% lực lượng lao động. Khi các bà bung ra thì các ông phải phụ một tay vào việc chống đỡ...hậu phương. Đó là các gia đình truyền thống gồm vợ và chồng. Ngày nay loại gia đình một người hoặc bạn bè *share* phòng với nhau đang gia tăng. Có mình ên thì phải tự lo. Chợ búa bếp núc như điên.

Tôi cứ nghĩ chuyện các ông vô bếp hay đi chợ chỉ có ở các xứ Tây Âu, vậy mà cũng là vấn đề ở Việt Nam. Thế giới ngày nay thay đổi dữ! Tôi đọc được một bài viết của bà Khánh Hoan bàn về chuyện này. Dĩ nhiên bà thúc giục và ca tụng các ông vào bếp. Bà này có trước có sau nhịp nhàng. Trước hết bà rao nam rao bắc: *"Không như việc phụ nữ ngày nay có thể lái xe hơi, làm "sếp bự" ở những công ty lớn với những vị trí quan trọng, có thể là "tác giả" của những công trình, dự án đình đám (những việc tưởng chừng chỉ dành cho các ông trước kia) thì chẳng mấy ai cho những điều đó là khác thường trong khi nhiều ông chỉ cần vào bếp nấu ăn, chăm sóc con cái hoặc làm việc nhà là lập tức bị mọi người cho là "mặc váy", là "nữ hoá" với cái nhìn mỉa mai, nhạo báng. Bạn bè thì cho rằng "tên ấy... râu quặp", mẹ chồng thì bảo con trai mình bị vợ "xỏ mũi", làm "đầy tớ" cho vợ, các cô gái trẻ thì bảo anh ấy không "manly" (tạm dịch: nam tính)... Thôi thì đủ thứ lý do, dù có khi chỉ là những câu đùa không ác ý nhưng lại làm tổn thương đến cái tự ái đàn ông khiến ông nào muốn giúp vợ cũng nhụt chí. Thà cứ để vợ làm một mình mà bảo toàn được hình ảnh "nam nhi đại trượng phu".*

Các "đại trượng phu" chớ vội mừng. Sau màn thoa tới màn kết không dịu dàng chi. Bà Khánh Hoan kết lại: *"Xin "bật mí" cùng các anh một "bí mật" của phụ nữ chúng tôi: mẫu đàn ông đang "hot" và dễ "ghi điểm" với phụ nữ hiện nay không chỉ giỏi ngoài xã hội mà còn phải "đảm đang" khi ở nhà (dĩ nhiên tiêu chuẩn "đảm đang" không thể giống hệt phụ nữ), nghĩa là các anh cũng có thể nấu ăn nhưng không cần quá ngon, có thể lau nhà với đôi chút tì vết, có thể tắm cho con dù đôi khi vẫn để xà phòng làm cay mắt bé, đút con ăn, ru con ngủ v.v... Đàn-ông-đảm-việc-nhà thu hút phụ nữ ở thái độ chia sẻ, cảm thông với vợ mình, đó là tiêu chí đánh giá người đàn ông trong thời bình đẳng giới, là biểu hiện của một người chồng có trách nhiệm, một người cha giàu lòng yêu thương chứ không phải là nét đẹp hào nhoáng, bóng bẩy của những anh chàng đỏm dáng. Thái độ hợp tác của những ông-bố-làm-nội-trợ dạy con mình tính chia sẻ và biết trân trọng những giá trị gia đình. Đời sống tinh thần của cuộc hôn nhân vì thế cũng dễ chịu hơn khi vợ chồng cùng chia sẻ mọi việc từ lớn đến nhỏ. Cuộc sống với đầy ắp những lo toan, bận rộn, nếu cả hai đều có khả năng kiếm tiền ở ngoài thì khi về nhà, một người chồng "đảm đang" mới thực sự là chỗ dựa vững chắc khiến người vợ tin cậy hơn. Trong lúc phụ nữ "hai giỏi" xuất hiện ngày một nhiều thì hà cớ gì những người được cho là phái "mạnh" như các anh lại chịu thua các chị "liễu yếu đào tơ" khi cứ khăng khăng giữ vững lập trường "chỉ một giỏi" mà thôi?".*

Chuyện bếp núc của chàng ngày nay không phải là chuyện tùy tiện mà có…định chế hẳn hoi. Theo một kết quả nghiên cứu của *Pew Research Center* ở Mỹ thì chia sẻ việc nhà là một trong ba điều kiện hàng đầu của một cuộc hôn nhân hạnh phúc. Có 62% người được hỏi đã xác quyết như vậy. Chỉ có 7% cho đó là chuyện tào lao. Trong một cuộc khảo sát tương tự vào năm 1990, chỉ có 47% nhìn nhận việc chia sẻ việc nhà là quan trọng trong đời sống gia đình. Tiến bộ thấy rõ. Đài truyền hình MSNBC cũng hỏi các bậc trượng phu là nên chia sẻ việc nhà hay nên để cho các bà toàn quyền trong bếp, 74% các ông đồng ý nên chia sẻ, chỉ có 26% khoán trắng cho các bà.

Nghĩ sâu thì thấy ngày nay nam nữ bình quyền nhưng

thực ra cái cồng của các bà cứ càng ngày càng phình lên nên cánh mày râu không còn cái quyền có ý kiến. Vậy nên tôi phải thỉnh ý các vị nữ lưu. Nhà báo Yến Tuyết, trong một bài viết, đã vui mừng nhận xét: sinh sống ở Mỹ, vị trí của cái bếp không còn là nơi chỉ dành cho quý bà nữa và ngày nay chúng ta ghi nhận có khá nhiều những ông nội trợ. Tình trạng này khác xa ngày nhà báo còn nhỏ. Chị hồi tưởng lại: *"Trước đây, không biết ai là người đặt ra cái lệ như sau ở Việt Nam: "bếp núc là nơi chốn mà quý vị đàn ông không nên bước vào vì như thế họ sẽ mất dũng khí của đấng mày râu". Và điều này được thấy rõ như trong gia đình tôi chẳng hạn. Hồi nhỏ, mỗi lần ông anh tôi xớ rớ ở bếp đều bị mẹ hay mấy bà chị tôi đuổi đi: "Con trai mà vào bếp làm gì, đi ra". Tôi đã từng cảm thấy bất công khi tôi phải phụ mẹ lặt rau, nhóm lửa, thổi cơm, dọn bàn, rửa chén... sau khi đi học về. Trong khi đó ông anh tôi được ra ngoài sân chơi tạt lon, đá kiện... với bạn bè. Đôi lúc tức quá tôi phàn nàn thì ông ấy phán: "Ai biểu T. sinh ra làm con gái thì ráng chịu!".*

Tôi bật mí chuyện mà nhiều người đã biết: Yến Tuyết là phu nhân của nhà báo nổi tiếng Vũ Ánh vừa qua đời đột ngột tại quận Cam vào tháng 3 năm nay. Vũ Ánh là người có thâm niên học tập cải tạo nên chuyện bếp núc không xa lạ gì. Trong trại, chuyện cóng cồng, khi thì nấu chui, khi thì nấu nhờ, nay được nấu bếp ga bếp điện đàng hoàng, việc bếp núc như vậy là một hạnh phúc. Nói cho vui vậy thôi chứ tôi chỉ mới gặp anh một lần trong một bữa ăn, nhưng trong lúc trò chuyện tôi đã thấy anh là người rành rẽ bếp núc. Anh không phải người duy nhất, chị Yến Tuyết kể một hơi các nhân tài khác: *"Trong những buổi họp mặt gia đình hay bạn bè, tôi nghe thấy nhiều ý kiến phê bình tài nấu nướng của các ông chồng như: "ông L. làm món vịt chưng chao khỏi chê", "ông H. nấu món lẩu hải sản số một", anh S. có món cà-ri ngon tuyệt cú mèo. Ông A. kho cá thiệt là nghề v.v... Tại bàn ăn chung ở sở làm, tôi được cô đồng nghiệp khoe: "Chị ăn thử món mì xào kiểu Thái ông xã em mới học nè, không thua gì nhà hàng A." Nghĩa là ngày nay, đã có những nam đầu bếp tại gia, tài nghệ không thua gì Hưng Huỳnh, người thắng giải đầu bếp nấu ăn giỏi nhất – Top Chef – của nước Mỹ trong năm 2008...Riêng tôi, khi người bạn đời tình nguyện làm bếp một cách thường trực hơn sau khi "chàng" về hưu, tôi cảm động bất cứ khi nào thấy có bữa cơm đã được sửa soạn sẵn chờ mình về sau một ngày làm việc mệt nhọc. Tôi cũng chẳng bao giờ mong chờ có những bữa cơm tối xuất hiện mỗi ngày, mà phải hiểu rằng tùy cảm hứng muốn nấu nướng của chàng một ngày đẹp trời nào đó mà thôi."*

Nhà báo Tim Nguyễn đã bật mí tài nấu bếp của một số người dính dáng đến chữ nghĩa: *"Nói về tài làm bếp, trong đám bạn bè quen biết liên quan tới chữ nghĩa, có Đinh Cường biết chiên cá cho vợ – chiên trong garage, vừa vẽ tranh trừu tượng vừa chiên cá, những lúc trời Virginia xuống tuyết (đây là theo lời ông Nguyên Khai kể, bà Nhung đừng rầy kẻ này, tội nghiệp). Nhật Hoàng có món mì Quảng tuyệt cú mèo, Nguyên Nhi có barbecue (không biết chàng hay Phạm Chi Lan làm). Dạo lên Boston dự văn nghệ ở nhà Phan Xuân Sinh thấy chàng làm con cá to thiệt là to, không biết là trộn gỏi hay đem nướng, hoặc giả nấu cháo? Ở Virginia cùng với*

Đinh Cường cách đây dăm bảy năm có anh Nguyễn English (Nguyễn Anh Văn – chồng của một ca sĩ) nấu món Pháp tuyệt vời. Nghe nói Phạm Nhuận cũng rành làm món ăn Pháp. Cả hai ông vừa kể đều vào hàng Chef Cook. Còn anh chàng Phan thì khỏi nói: bò tái chanh ở Tuyệt Tình Cốc ngon vô số kể, còn món sườn heo nướng ăn với với bắp Mỹ nấu bơ thì phải nói là hết ý".

Trong số các tên tuổi trên, tôi hân hạnh được quen với các ông Đinh Cường, Phan Xuân Sinh và Phạm Nhuận. Hài ra như vậy, tôi ngượng phát chết! Ba ông bạn này, nhất là ông Phạm Nhuận, huơ tay một cái là ra món…nhậu. Làm lơ các ông ấy đi cho tiện việc sổ sách. Nhưng tài nấu ăn của ông nhạc sĩ Từ Công Phụng thì không thể nào lơ được. Vì tôi đã được ông ấy đãi đằng. Món tủ của ông là món thịt dê hầm. Thường thì ông nhạc sĩ này không…dê. Ông chỉ nấu đãi đằng cho những người ông thích. Không hiểu sao, khi tôi tới Portland ở chơi với ông ấy vài ngày, ông ấy lại dở chứng thích tôi. Vậy là ông ấy cho tôi…dê. Đó là một quá trình không giản dị. Ông rủ tôi đi chợ. Thịt dê và tất cả các thứ phụ tùng, ông họ Từ phải tự tay đi chọn lấy. Không một ai đủ tin tưởng để ông ấy giao nhiệm vụ được, dù là bà Ái, hiền thê của ông. Mua về ông phải tự tay rửa ráy, chặt cắt, nêm nếm. Ông giữ bản quyền cái tài nấu nướng này (chắc ông tưởng đây cũng là những tác phẩm nhạc của ông) nên không ai được lảng vảng vào bếp trong khi ông hành hiệp. Cũng phải mấy tiếng đồng hồ hầm hạp! Khi ông ấy cho ăn thì thật tuyệt cú mèo. Chẳng có thứ dê nào bằng dù đó là thứ dê của các đầu bếp chuyên nghiệp trong các nhà hàng. Đó là chuyện trước khi ông bị anh chàng ung thư hỏi thăm và bị ông cho cú *knock-out*. Bây giờ, tuy đã sạch bóng dáng quân thù, gan của ông sạch sẽ như trước, ông vẫn tử thủ nhất định không mon men tới món thịt đỏ mà ông cho là thực phẩm bổ béo của anh chàng ung thích quấy rối. Dù vậy, đối với tôi ông vẫn là cao thủ trong nhà bếp. Lại phải lơ các nhân tài này cho tiện việc sổ sách!

Tôi chỉ muốn nhắc tới các ông tài cỡ ngang tôi như ông Luân Hoán chẳng hạn. Ông này rất ít khi giao du với ông Táo. Họa hoằn ông xớ rớ xuống bếp khi bà xã còn đi làm chưa về là có chuyện. Việc bếp núc của ông là hâm đồ ăn bà xã đã nấu sẵn. Vậy mà người cũng ít khi thông suốt. Không hiếm lần tôi nhận được phôn của ông: "Mẹ nó! Tôi hâm đồ ăn mà quên mất, cháy khét hết, mùi nồng nặc mới biết. Cũng may chưa cháy nhà!". Kể ra ông cũng có tài: tài biết nhà sắp cháy! Ông Hoàng Xuân Sơn là bạn hiền của tôi, người tận tâm chỉ cho tôi những địa chỉ nấu cơm tháng mỗi khi bà xã tôi đi trông cháu tuốt tận bên Vancouver. Hiện ông đang tạm một mình khi bà xã sang Mỹ giúp con trai. Ông mới phôn hỏi lại tôi địa chỉ cập nhật của các cứu tinh cho cái dạ dầy trong những ngày vắng bóng bà. Hai đứa chúng tôi thành tri kỷ vì vậy!

Nhưng người tôi ái ngại nhất là ông Du Tử Lê. Ông này chẳng may có cô con gái biết viết văn. Chắc ai cũng biết đó là Orchid Lâm Quỳnh. Cô này là một em-xi ăn khách. Nếu Orchid yên bề em-xi thì ông bạn tôi đã bình an, đằng này cô lại mon men viết lách. Xui cho ông bạn tôi là cô viết rất có duyên nên có nhiều người đọc. Chuyện cô viết toàn là chuyện nhà mà nhân vật chính là bạn tôi. Độc giả chỉ biết thơ của ông Du Tử Lê, đâu có biết đời sống thường nhật của ông Lê Cự Phách ra sao. Vậy mà cô con gái rượu của bạn tôi mách hết với bàn dân thiên hạ. Chẳng hạn như: *"Bố tôi ở nhà và, ông Du Tử Lê ngoài đường, là hai người khác hẳn nhau, khác đến nỗi, khó tin những bài thơ của ông Du Tử Lê là do Bố tôi làm! Sao chữ nghĩa hay ho, những câu thơ cao siêu và huyền bí đến thế, có thể đi ra từ một người hồn nhiên, ngây ngô, dại khờ và trẻ thơ đến như vậy"*. Không, trăm lần không, tôi không thể về hùa với cô cháu để mang bạn ra giễu dù cô cháu rất tươi tắn và dễ thương. Ai lại nỡ hại bạn như vậy. Chúng ta đang nói chuyện bếp núc, tôi chỉ hùa chút xíu với cô cháu Orchid, kể về chuyện bếp núc của bạn tôi. Vậy là ông bạn thi sĩ chẳng có thể trách cứ chi tôi: tôi đâu có lạc đề! Orchid Lâm Quỳnh kể như thế này: *"Gần như mẹ tôi đi làm suốt ngày, có hôm cắc cớ hỏi bố: "Ở nhà anh làm gì?".* *"Anh làm thơ"*. *Làm thơ cũng là "làm" trời ạ! Nghe vậy mẹ tôi giao cho một công việc đời thường hơn, công việc dưới trần thế. Số là mẹ làm về rất trễ, thường khoảng 9 giờ tối mẹ có mặt ở nhà, cũng có hôm 11 giờ đêm mới về. Sáng trước khi đi làm, mẹ đã lo sẵn thức ăn, tối về chỉ hâm lại. Phần việc giao cho bố là nấu dùm nồi cơm. Tôi kèm theo đây tấm hình bố nấu cơm để biết kỹ thuật nấu cơm của một ông thi sĩ (làm sao mà hiểu ở chốn nhân gian này có kiểu nấu cơm như thế!)"*.

Nhìn vào tấm hình bằng chứng mà cô cháu Orchid trưng ra, tôi thấy sợi dây điện được cắm vào ổ điện đàng hoàng nhưng thay vì sởn sơ ở bên ngoài, ông Du Tử Lê lại cho vào nằm trong khung nồi trước khi ông nhét nồi cơm vào. Sợi dây nằm chắn như vậy thì đáy nồi đâu có sát xuống nên bấm đèn không đỏ. Chúng ta nghe cháu Orchid tố ông bố tiếp: *"Bố không hề nhìn thấy nồi cơm bị kẹt sợi dây điện to tổ chảng nên làm sao bấm được nút cook, mà cũng khôn lắm nghe, biết lấy napkin xếp lại để chèn vào.* "Nồi cơm nhà mình bị hư, anh bấm nút hoài không được nên phải chèn bằng napkin". *Bố hỉ hả vì sáng kiến của mình. Cơm vẫn sống và cả nhà đói meo. Nấu cơm là công việc duy nhất trong ngày có liên quan đến cộng đồng gia đình, mà, gần đây bố đã được miễn, vì cả nhà cứ bị ăn cơm sống hoài".*

Các bậc nữ lưu bỏ bếp núc cho các chàng quân tử, họ đi đâu? Họ đi làm Tổng Thống, Thủ Tướng, Ngoại Trưởng, những công việc mà trước đây toàn do các đấng mày râu nắm giữ. Họ đi lái xe buýt, lái máy cầy, lái xe cần cẩu, lái máy bay, toàn những con quái vật mà trước đây chỉ có các ông mới trị nổi. Mới đây tôi còn chết khiếp khi hãng chế tạo xe hơi GM đang gặp cơn nguy khó mà có Tổng Giám Đốc Điều Hành là một phụ nữ. Đó là bà Mary T. Barra. Bà này là thứ dữ, tốt nghiệp *Masters* về Quản Trị Thương Mại tại Đại Học nổi tiếng Stanford từ năm 1990. Năm 2014, tạp chí Forbes đã hài tên bà trong danh sách 100 người đàn bà quyền lực nhất thế giới và tạp chí Fortune xếp bà đứng đầu trong bản danh sách 50 người đàn bà quyền lực nhất trong lãnh vực thương mại.

Lãnh vực xe hơi tưởng là chỗ dành riêng cho các ông , vậy mà các bà kéo bè kéo cánh vào làm mưa làm gió. Ngoài bà Barra, hãng GM còn có hai bà Phó Chủ Tịch là Grace Lieblen và Alicia Boler-Davis. Hãng Toyota có bà Julie Hamp làm xếp giao tế ở Bắc Mỹ. Hãng Ford cũng có hai bà Phó Chủ Tịch là bà Barb Samardzich và bà Elena Ford. Hãng BMW cũng có bà Phó Chủ Tịch Trudy Hardy. Hãng Chrysler có bà Chris Barman và hãng Linamar có bà Linda Hasenfratz làm CEO như bà Barra của GM.

Hang ổ của các ông bị các bà đại tấn công một cách vũ bão. Thế giới của các đấng mày râu thu nhỏ vào một xó. Thế giới đã thay đổi mạnh! Tôi có một nỗi lo: từ xa xưa trên mặt trái đất đã có chế độ mẫu hệ, chẳng lẽ thời đại của chúng ta lại đang manh nha chế độ mẫu hệ lần thứ hai sao!

10/2014

ĐÔNG

Cuối năm, nhà thơ Bắc Phong từ Toronto lên Montreal chơi. Anh em hú nhau nhậu nhẹt tống tiễn năm cũ. Tôi đến trễ khoảng chục phút. Thấy còn cái ghế bên cạnh ông Hoàng Xuân Sơn, bèn kê bàn tọa vào. Ăn nhậu xong, trời tối, chia tay nhau ra về. Tối đó, tôi bị cúm. Ông Luân Hoán cười cười trong phone: anh không biết Hoàng Xuân Sơn bị cúm sao? Hỏi lại: sao anh biết? Thì ông ấy nói trước mà nên đâu có ai ngồi cạnh ông ấy! Tôi đến trễ nên lãnh đủ. Kể ra cũng chẳng phải lỗi của ông nhà thơ. Ông ấy đã bạch hóa trước rồi mà tôi, vì cái tội đi trễ, nên không biết. Cúm đang là bệnh dịch trong thành phố, thiếu gì người ho hen, sổ mũi, nhức mỏi. Họ có ngồi cạnh ông Hoàng Xuân Sơn đâu! Vậy thì làm sao mà trách cứ được bạn. Vả lại có trách cứ thì cũng chẳng đến tai ông ấy: ông ấy đã tếch đi Denver ngay ngày hôm sau rồi! Thôi thì huề đi cho nó vui vẻ cả nhà. Tới nay ôm cái cúm họ Hoàng tới chục ngày rồi mà vẫn chưa hết!

Năm nay dịch cúm ở Montreal chúng tôi vừa nặng vừa đến sớm. Mùa đông vừa bắt đầu là anh chàng cúm đã chễm chệ có mặt. Sở Y Tế tỉnh bang Québec đã phải báo động. Tính tới ngày cuối năm 2014, đã có 1800 trường hợp cúm trong khi tính tới ngày cuối năm ngoái, 2013, chỉ có 180 ca bệnh. Tăng gấp mười lần! Tính tới tuần lễ kết thúc vào ngày 3 tháng 1, đã có tổng cộng 2183 ca cúm H3N2 trong toàn tỉnh bang, nguyên thành phố Montreal có 494 ca.

Nguyên do là vì thuốc chích ngừa cúm năm nay không trị được cúm H3N2 vì con vi khuẩn cúm đã biến dạng làm thuốc chích quê độ! Tôi vẫn khoái ông Bác sĩ Hồ Ngọc Minh ở Nam Cali vì cách giảng giải bệnh tật rất giản dị và rõ ràng của ông. Có lần tôi nghe ông nói là người ta chế thuốc chích ngừa cúm như đánh số lô-tô. Họ đoán trước các loại vi khuẩn cúm sẽ hoành hành rồi chế thuốc ngừa. Có năm đoán đúng, có năm đoán trật lất. Số lô-tô mà, khi thắng khi thua là chuyện…cờ bịch! Năm nay thua đậm. Tôi cũng đã có chích ngừa đàng hoàng rồi, vậy mà cúm vẫn thăm hỏi. Giới chức y tế Quebec tuy vậy vẫn cứ thúc dục dân chúng đi chích ngừa vì có chích cũng đỡ hơn. Kiểu như chẳng bổ ngang cũng bổ dọc!

Bác sĩ Hugues Charest, Trưởng Phòng Thí Nghiệm Y tế Công Cộng Quebec, công nhận năm nay anh chàng cúm mò tới quá sớm, ngay từ giữa tháng 11 thay vì thường thường là giữa tháng giêng. Mò tới sớm nhưng không hy vọng gì chàng cúm này rời đi sớm. Đỉnh điểm mùa cúm năm nay sẽ là giữa tháng 2 hoặc đầu tháng 3 và kéo dài cho tới tháng 5. Vậy là dân ta sửa soạn cúm dài dài, cúm triền miên.

Mùa đông sinh ra lắm chuyện mà cúm chỉ là một. Anh chàng này còn nhiều trò lắm, nhất là năm nay chàng quậy không giống những năm trước. Ngay vào những ngày đầu năm mới, dân chúng chưa phai hương vị Tết thì anh chàng khó thương này đã ra tay hoành hành. Đứng trong nhà nhìn ra, tôi thấy hỡi ôi. Tuyết ngút ngàn. Nếu chỉ có nàng tuyết không thì cũng ráng thương được đi, nhưng dắt díu với tuyết là *freezing rain,* thứ mưa không ra nước mà ra toàn chất nhầy trơn trượt. Để thêm vào bản hợp ca ác ôn của thời tiết là gió. Gió ào ào như đi vào chỗ không người. Thứ thời tiết mà báo chí gọi là *cocktail* này, chịu thua đi cho lành. Tôi cấm cung trong nhà không bước chân ra khỏi cửa. Chẳng phải đầu cũng phải tai. Nhìn chiếc xe của mình để trong *parking* lộ thiên bên cạnh nhà như một con voi trắng nằm sụp xuống đất, có móc được nó ra cũng trần thân.

Chuyện ra ngoài hay ở lì trong nhà, với tôi, là chuyện của tôi. Chẳng còn đi làm, chẳng công việc chi, ly trà nóng trong tay, tôi đứng nhìn qua cửa sổ mà ngại ngùng cho những người vẫn phải ngược xuôi trong giá băng cho miếng cơm manh áo. Mấy ông bạn già của tôi, ới nhau qua điện thoại, dặn nhau đừng xông pha vào nơi gió tuyết như anh chàng chinh phu trong Chinh Phụ Ngâm cho vất vả tấm thân.

Nhưng có một ông vẫn phải xông pha. Đó là ông Luân Hoán. Ông này vẫn phải ngày ngày lội ra đường bốn lần đưa đón cháu đi học. Năm nay ông ấy vừa lên 74 tuổi.

tôi lững thững cũng vừa lên bảy bốn
so ông cha quả thật còn thua xa
đời chưa hưởng được rõ mùi nhàn nhã

mới năm mươi đã thong thả ngồi nhà

Ngày xưa, đời ông và cha của nhà thơ, năm mươi đã lên "cụ", râu dài tới rốn, chỉ ngồi hút thuốc lào vặt, bàn chuyện văn chương thế sự. Vậy mà nay đã bảy bốn, ông vẫn ngày ngày làm tắc-xi cho con cháu. Nhìn ra ngoài trời, tôi thấy ngại cho bạn ta. Quả nhiên, ông nhà thơ lâm nạn. Ông kể lại trên *facebook: "Ngày hôm nay, tôi chạm phải một hú hồn. Trời tuyết bụi lai rai, chỉ âm13 độ C. Chạy 40km/h (giảm 10km mức cho phép) được một đoạn, đến khúc mặt đường toàn đất sền sệt, che lấp mặt băng đá phía dưới, dù giảm thêm tốc độ, xe tôi vẫn rơi vào tình huống trôi tự do. Nhấp và thắng, xe vẫn ngang nhiên lạng quạng chao đảo. Chừng ba chục thước phía trước là trạm xe buýt, với vài chục người đang đợi xe. Tôi cố gắng cho xe đâm vào một ụ tuyết cao, được dồn bên lề đường. Đầu xe ngỏng lên chừng nửa thước và nằm lại. Cũng nhờ tuyết giữ xe không lật. Máy vẫn nổ, sợ để lâu bị dính, tôi cẩn thận bỏ số de. Khi xe lùi khỏi đống tuyết. Phía sau một chiếc taxi trờ tới. Tính theo chiều ngang, chiếc taxi cách xe tôi chừng năm thước, và tại chính điểm này, chiếc taxi cũng bất ngờ bị trôi, đầu xe suýt bị va vào đuôi xe tôi. Một va chạm "trông thấy" đã không xảy ra. Như vậy tôi có đến hai lần may mắn gần liên tiếp. Những người đứng ở trạm chờ xe, rõ ràng sửng sốt lẫn ngạc nhiên. Khi xe đã thăng bằng, thuận hướng, tôi chạy tiếp, vẫn thấy chao đảo trong mươi thước đầu. Tôi có nhận xét năm nay thành phố cho dọn tuyết chưa thật sự tốt như mọi năm. Tuyết dọn không sạch để đóng băng. Lớp tuyết mới hóa đất mỏng đắp bên trên, thật khó lường tình trạng mặt đường. Đặc biệt trạng*

*thái tuyết năm nay khá lạ, chuyển thành đất nhão nhanh và
nặng, có lẽ do mưa nhẹ pha trộn. Độ lạnh cũng rất lạ, số đo
không thấp nhiều, mà buốt da rất cao. Mặt mũi người chín
đỏ. Từ đây đến đầu tháng tư, một chiều dài không ngắn. Thật
sự rất khó làm thơ khi chạy xe như thói quen của tôi".*

Thực ra xe trải đá và muối của thành phố vẫn chạy
thường xuyên để làm tan băng tuyết cho đường bớt trơn
trượt. Nhưng năm nay coi bộ anh chàng đông làm tới quá
nên mặt đường mới trở thành nguy hiểm khó lường. Sau ba
ngày tử thủ trong nhà, cũng tới lúc tôi phải ra đường. Vất vả
cào tuyết lôi được chiếc xe ra, tôi phom phom lái xe đi công
chuyện. Xe nào xe nấy hôm nay hiền khô, chạy chậm chậm
như muốn nhường nhịn nhau. Nói cho vui thì như vậy nhưng
thực ra xe nào cũng dò dẫm chỉ vì tự lo cho tính mạng mình.
Tôi ôm tay lái cho chắc. Thỉnh thoảng chiếc xe xàng xê một
chút vì gặp đoạn đường trơn trượt. Không sao, ba chục năm
lái xe mùa đông nơi thành phố này đã cho tôi có một số kinh
nghiệm. Vả lại, từ vài năm nay, thành phố đã bắt buộc các xe
phải thay bánh xe mùa đông nên nạn xe trườn sang bên cạnh
đụng nhau ít xảy ra. Trước đây, khi xe còn được tùy hỉ muốn
thay bánh mùa đông hay chạy bánh xe bốn mùa, không bắt
buộc, nạn xe đang chạy trên đường bỗng lạng sang bên cạnh
đụng xe chạy song song, hoặc, trầm trọng hơn, khi gặp đèn
đỏ, thắng, xe quay vài vòng như làm xiếc là chuyện thường
xảy ra.

Tôi đã cẩn thận như vậy mà, trên một khúc đường tôi
muốn quẹo, đường trơn lù, đạp thắng, xe chao đảo, thắng
ABS lục cục như muốn long bốn chiếc bánh xe. Chiếc xe

quỷ quái vẫn không ngừng. Biết nếu nhất định quẹo thì xe sẽ leo lên lề đường, tôi giữ thẳng tay lái cho xe chạy thẳng. Hú hồn!

Để giữ cho mặt đường khỏi trơn trượt, người ta trải muối và đá dăm trên mặt đường và trên lề đường. Mùa đông năm ngoái thành phố Montreal đã đổ 194 ngàn tấn muối trên đường phố! Để có một ý niệm so sánh, số lượng muối này nặng bằng 109 ngàn chiếc xe hơi loại trung bình như Ford Taurus chẳng hạn. Lại cho có một hình ảnh, nếu xếp 109 ngàn chiếc xe này nối đuôi nhau thì sẽ kín đoạn đường từ Montreal tới Toronto!

Muối được trải xuống mặt đường thường bị văng ra khi xe chạy nên ít tác dụng. Để khắc phục việc này, 30% số muối thành phố dùng đã được nhúng trước vào dung dịch *magnesium chloride*. Thứ muối đặc biệt này sẽ dính vào mặt băng đá trơn hữu hiệu hơn và làm băng đá trên mặt đường tan ra nhanh hơn. Phát ngôn viên của thành phố Montreal, ông Philippe Sabourin, cho biết: "Loại muối này là loại tốt nhất và ít gây tai hại cho môi trường cùng cấu trúc đường so với các loại muối *sodium chloride* và *calcium chloride*". Nhưng dù gì đi nữa, đó vẫn là muối, mà muối thì tai hại cho dàn đồng xe và các nhà môi trường cũng chê vì nó làm nhiễm độc dòng nước và gây tai hại cho súc vật.

Trên thế giới ngày nay người ta vẫn đang nghiên cứu và thử nghiệm nhiều cách khác. Một trong những tìm tòi mới là dùng củ cải đường. Củ cải đường, sau khi đã chiết xuất chất đường ra, thường được thải đi. Nhiều nơi đã thí nghiệm trộn chất thải của củ cải đường với hỗn hợp làm tan đá để tăng thêm kết quả. *Carbohydrates* trong chất thải làm giảm độ đông đá xuống dưới âm 20 độ C. Trộn chất này với muối, nó làm muối dính xuống mặt băng đá trên đường khiến muối không bị văng xa khi xe cộ chạy lên trên. Một vài quận trong thành phố Montreal đã thử dùng hợp chất muối và củ cải đường này nhưng phải ngưng vì hai bất tiện. Thứ nhất là mùi của nó khó ngửi và thứ hai, nó dính chặt vào giầy bốt. Ngoài ra chất đường còn quyến rũ những vi khuẩn làm hại cho nguồn nước dưới đất.

Cái khó nhiều khi làm nảy ra những sáng kiến đáng tiền! Năm 2011, một thành phố ở tiểu bang New Jersey thiếu hụt ngân sách nên tiền mua muối trải đường bị cắt bớt. Giới chức thành phố dùng nước muối rau củ phun lên mặt đường và vỉa hè. Theo đài CBS thì thứ dung dịch nước mặn màu xanh lá này làm băng đá tan chẳng kém gì muối. Lại chẳng tốn tiền mua. Hơn đứt muối, nó ít làm hại môi trường hơn vì thải ít *chloride* vào nguồn nước hơn!

Tại tiểu bang Wisconsin, nơi chuyên sản xuất pho-mát cho nước Mỹ, đã có vài thành phố trộn nước ngâm pho-mát với muối để trải ra đường. Hợp chất này làm muối bám vào đường hơn và làm tan băng đá trên đường nhanh hơn. Chất nước ngâm pho-mát có độ đông lạnh xuống tới âm 29 độ C trong khi muối chỉ có âm 21 độ C. Một nghiên cứu của *Polk County Highway Department* còn tìm ra là dùng hợp chất này làm giảm được tới từ 30% tới 40% số muối cần dùng.

Nước muối rau củ, nước ngâm pho-mát, củ cải đường đã rút chất đường, những thứ chỉ để vứt đi đã được tận dụng trong việc giúp cho muối có hiệu quả hơn trong việc làm tan đá băng trên mặt đường. Cái khó làm nảy ra cái khôn là vậy. Còn cái chi chỉ đáng vứt đi mà tốt cho việc làm tan rã băng đá nữa không? Còn! Đó là chất thải từ các nhà máy làm rượu *vodka*, rượu *rhum* và nước khoai tây. Đó là sáng chế của tiểu bang Tennessee. Trộn chúng với muối vừa làm muối lâu tan hơn vừa ít hại cho xe cộ. Họ đặt cho thứ hợp chất này một cái tên rất hách: *Magic Salt,* muối thần kỳ! Thần kỳ thiệt vì hợp chất này được dùng để rải trên những đoạn đường núi của tiểu bang.

Thấy người ta…sáng kiến, tôi cũng thử ngồi vuốt râu nghĩ ra sáng kiến. Cái thứ quốc hồn quốc túy của ta là nước mắm hẳn là có chất thải mặn mà hơn mấy thứ các ông Mỹ dùng ở trên. Vậy thì nếu dùng chất thải của nước mắm chắc hữu hiệu gấp trăm lần mấy thứ mang quốc tịch Mẽo đó. Nghĩ đi thì như vậy, nghĩ lại thì thấy có vấn đề: chắc cái mùi quốc hồn quốc túy của ta làm dân Mỹ và dân Canada chạy có cờ hết!

Chạy vào mùa đông chỉ có…té. Băng giá đã nhiều phen làm khổ thân già. Trượt một cái là lăn quay ra đường trông rất mất thẩm mỹ. Trong ba chục năm sống ở cái xứ sở lạnh lẽo này, tôi đã nếm không biết bao nhiêu lần đo đất. Đang đi tự nhiên thấy như mình bay bổng rồi nằm thẳng cẳng giữa đường. Té vì trượt thì già hay trẻ đều có thể làm được cả. Nhưng già thì xương xóc đã giòn, việc gẫy xương dễ xảy ra hơn. Té đo đường tôi đã nhiều phen, bảo đếm chắc chẳng đếm được. Mà đếm làm chi cái thứ làm mình mất mặt bầu cua đó!

Tôi còn nguyên hai chân, ông Luân Hoán chỉ có một

chân rưỡi, vậy mà ông ấy ngon hơn tôi. Ông viết vào ngày 10/1, ngày sinh nhật 74 tuổi của ổng vừa qua: *"Lâu nay tôi vẫn tự hào mình chỉ một chân rưỡi, nhưng đi đứng vững vàng trên băng tuyết mùa đông. Suốt 30 năm qua, chỉ đo đất một lần, cách đây đúng 25 năm. Số lượng này chắc đã đủ vô địch rồi. Ít ra là hơn nhiều những ông bạn thân tôi. Bí quyết tôi tự nghiệm ra, cụ thể: khi bước chân chạm đất, bàn chân phải, chủ lực, nên đặt hơi ngang ngang một chút thay vì ngay thẳng, và không cần nhẹ nhàng, cứ bước thản nhiên theo trọng lượng bình thường. Vậy mà, 4giờ 56 phút (tôi có xem giờ) chiều hôm qua, từ siêu thị thực phẩm Kim Phát trên đường Jarry ra, tôi đã bất ngờ ngã ngồi đến hai lần liên tiếp ngay trước cửa xe của mình. Không phải đang bước đi, cũng không phải chụp ếch. Chỉ vì còn hơi xa, đã với tay kéo cửa xe. Cái nhoài mình đã làm bàn chân không trụ vững cho lần đầu. Bạn Lý thòng tay kéo chồng, lại không đủ lực, giúp tôi có cái ngồi bịch xuống đất tuyết lần thứ hai. Ê ẩm một chút. Ngã rớt mũ, nhưng túi xách thực phẩm trên tay vẫn ở yên vị trí. Té nhưng không bực, vì phụ được một tay cho bà xã mang đồ mua ra xe. Cho thấy tôi vẫn còn là anh chồng ngon lành, dù chỉ ngồi chờ ngoài xe thấy quá lâu mới vào tiếp sức".*

Vậy là cái té của ông bạn nhà thơ có điểm. Té như vậy là té…tình nghĩa! Chắc ông này phải cám ơn anh chàng đông đã tạo điều kiện cho ông lấy điểm.

Tôi không ưa cái mặt anh chàng đông. Không ưa nhưng năm nào cũng phải chung sống hòa bình với hắn. Vậy nên tôi rất bất bình với mấy ông làm thơ làm nhạc ca tụng mùa đông. Cứ cho mấy ổng dính tí cúm, té vài cái, đụng xe vài trận coi có còn *ôi mùa đông của tôi* không!

01/2015

DUYÊN

Những ngày này, bạn bè tôi, cũng như phần lớn nhân loại khác, đều dán mắt vào màn hình ti-vi để dõi theo trái banh *World Cup*. Ngày ba trận, ai nấy bận tíu tít. Phôn ông nào cũng chỉ được dăm ba câu là cúp. Chuyện ăn uống coi như qua loa, *người quân tử ăn chẳng cầu…ngon.* Bát mì gói dằn bụng cũng được coi là đủ. Nếu ông nào có được bà xã đảm đang thì một nồi phở ăn dần trong mùa bận rộn quả là hạnh phúc. Các ông bạn da trắng mũi cao lại hạnh phúc cách khác. Cứ miếng *pizza* làm chuẩn, miệng nhai, mắt nhìn, cũng dư sức qua cầu.

Ẩm thực quốc tế ngày nay có ba món phổ thông được mọi người yêu chuộng. *Pizza, sushi* và phở. Bất kể màu da, quốc tịch, trai gái, già trẻ, ai ai cũng hầu như biết ba món này. Các *fan* bóng đá bên Nhật có vừa *sushi* vừa nghía trái banh không thì tôi không biết nhưng hai món *pizza* và phở thì đã dính với trái banh. Riêng món phở, phải nói ngay là

có duyên với *World Cup*. Phở không có chân nên không đá
điếc chi nhưng mỗi lần các danh thủ quốc tế hè nhau vờn trái
banh thì phở được ăn theo.

Năm 2010, *World Cup* được tổ chức ở Nam Phi, ký giả
Nguyễn văn Khanh của đài RFI tìm thấy món phở ở một nơi
không ai ngờ có phở. Không phải chỉ có một mà có tới hai
tiệm lận. Một ở thành phố Cape Town và một ở Johannes-
burg. Chủ nhân tiệm ở Johannesburg là cô Phương Thanh.
Cô này theo chồng về Nam Phi và mở tiệm. Nhưng tiệm ở
Cape Town lại do một người ngoại quốc làm chủ.

World Cup năm ni được tổ chức tại Ba Tây, ký giả của
báo Tuổi Trẻ lại…khai quật được phở. Tiệm phở có tên
Mekong được trang trí một cách hết sức Việt Nam. Bàn tiếp
tân ốp bằng thân tre, bìa thực đơn là bản đồ Đông Dương
với dòng sông Mekong được in nổi bật, lan can tiệm xanh rì
cây sống đời. Địa chỉ của tiệm: 188 đường General Urquiza,
khu Leblon, phía nam thành phố Rio de Janeiro, được coi là
khu tập trung các nhà hàng ăn uống của thành phố. Thực đơn
được viết bằng tiếng Bồ Đào Nha, tiếng Anh và tiếng Việt
không dấu. Món phở được ghi là "pho bo tai".

Vừa vào tiệm, ký giả của báo Tuổi Trẻ được một người
đàn ông da trắng tiếp đón bằng tiếng Anh: "Xin chào, tôi là
Rubem Junior, làm việc tại nhà hàng Mekong, mời bạn vào
ăn phở". Nghe đã không có mùi phở! Nhưng khi tô phở tái
được bưng ra thì tình hình lại khác: *"khói nghi ngút, ăn kèm
với giá, rau thơm, húng quế, đậu tương và tương ớt, sợi phở
mềm, nước phở thơm mùi thịt bò Brazil và hương vị ngọt
rất Á Đông"*. Phở ở nơi tưởng không có phở được như vậy

là khá. Chẳng nên đòi hỏi hơn. Vả lại chủ nhân của tiệm là Mary Byker chẳng phải là người Việt. Ông là một người Anh, lấy vợ người Ba Tây, theo về quê vợ từ 7 năm trước. Cả hai vợ chồng chưa hề qua Việt Nam nhưng rất khoái thức ăn Việt. Vậy là…phở! Phở có chân đứng từ năm 2010. Tới nay thực khách khá đông. Báo chí ở Rio de Janeiro cũng lậm mùi phở nên giới thiệu tưng bừng.

Như vậy có thể nói đâu có trái banh lăn là ở đó phở cũng ăn theo chăng? Cũng có thể. Một nhà báo Việt Nam đi Djakarta, thủ đô Nam Dương, để tường thuật các cuộc tranh tài của Đông Nam Á Vận Hội thứ 19 cũng vớ được phở. Mà phở Hòa hẳn hoi. Lang thang trên đường phố, chiếc biển tên "Phở Hòa" đập vào mắt anh. Vào tiệm, xổ ngay một tràng tiếng Việt cho đã cái miệng. Ông chủ tiệm ngẩn tò te như ngỗng đực. Ông là người Nam Dương. Kể lể sự tình, ông cho biết là ông có học nấu phở tại tiệm phở Hòa bên Cali, về nước ông mở lại tiệm phở và lấy y chang tên tiệm bên Cali. Chữ nghĩa Việt ông đâu biết hòa hiếc chi đâu! Ông bán phở cho ai? Thì bán cho dân bản xứ chứ có mống khách Việt nào đâu!

Vậy là anh chàng phở lang bang đã đi hẳn ra ngoài quỹ đạo của Việt Nam. Người nấu, người ăn, toàn là thứ…ngoại lai. Vậy nên nó mới mang quốc tịch…lang bang. Vì là thứ quốc tế nên phở mới được đài truyền hình CNN phong cho là một trong 40 món ăn được ưa chuộng nhất tại Mỹ. Không biết thứ phở của CNN do ai nấu. Nhưng ai nấu thì cứ mang danh phở là được rồi. *Sushi* cũng mang danh quốc tế, ngày nay có mấy tiệm ở ngoài nước Nhật do người Nhật làm chủ. Tôi thấy ở Bắc Mỹ những tiệm *sushi* phần lớn là do người

Hoa hay người Việt chủ trì. Thứ *sushi* lang bang này có khác *sushi* chính cống ở Nhật Bản không? Tôi có lần gặp một ông Nhật chính cống Tokyo trong một tiệm *sushi* do người Việt làm chủ. Hỏi ông *sushi* này có khác *sushi* của ông ở Tokyo không? Ông gật đầu cái một: khác chứ! Tôi không dám hỏi thêm có ngon không vì sợ bắt ông lúng túng tìm câu trả lời.

Nhà phê bình Nguyễn Hưng Quốc kể lại chuyện một người Việt mở tiệm ăn Nhật tại Nice, nơi nghỉ mát và tắm biển nổi tiếng ở miền nam nước Pháp. Tiệm ở trên đường Paganini do một người Việt Nam du học bên Pháp từ trước năm 1975 làm chủ. *"Anh kể có lần một người Pháp vào ăn trong tiệm. Ông ta xổ một tràng tiếng Nhật. Chủ quán không hiểu gì cả. Ông ta bèn chuyển sang nói tiếng Pháp: "Ông không phải là người Nhật, tại sao dám mở tiệm Nhật?" Chủ quán quạt lại ngay: "Đi sang Nhật, bước vào tiệm McDonald's hay KFC, có bao giờ ông hỏi chủ nhân có phải là người Mỹ hay không? Bước vào tiệm pizza, có bao giờ ông hỏi chủ nhân có phải là người Ý hay không? Vậy tại sao ông lại đòi hỏi phải là người Nhật mới được mở tiệm ăn Nhật? Đáng lẽ ông phải xem thức ăn ở đây có đúng phong vị Nhật hay không đã chứ? Có ngon hay không đã chứ?" Vị khách người Pháp xin lỗi. Rồi lịch sự gọi món ăn. Ăn xong, còn khen ngon. Lần sau tới ăn nữa".*

Ngược lại, trong cuốn truyện "Em Có Gì Bí Mật", nhà văn Nguyễn Viện kể: *"Chúng tôi vào quán phở do một người Nhật làm chủ trên đường Đồng Khởi. Tôi vẫn cho rằng phở ở đây ngon nhất Việt Nam. Phở xuất xứ từ miền Bắc, nhưng chỉ ở Sài Gòn, phở mới được công nghệ hóa. Nước lèo của phở Nhật đậm đặc như keo".*

Thứ chi đã...liên hiệp quốc thì tung tăng dữ. Gặp ai cũng đánh bạn chẳng màng tới việc người đó màu da đen trắng vàng nâu ra sao, con dân nước nào hay già trẻ trai gái. Những thứ như *sushi, pizza* và phở là thứ đại đồng. Nhân loại cứ xài thong thả. Không ai có quyền bắt bẻ. Phở tha hồ thay hình đổi dạng. Tôi muốn nói tới cuộc thay hình đổi dạng tới phá cách của hai tiệm phở của người Mỹ tại thủ đô Hoa Thịnh Đốn. Theo một bài viết của Tim Carmen trên tờ *Washington Post* ra vào ngày 19 tháng 1 năm 2011, tiệm *PS7* tọa lạc tại khu Penn Quarter đã có món phở hầu như ly khai hoàn toàn với thứ phở chân truyền của chúng ta. Ông đầu bếp Peter Smith nấu phở...vịt! Ông dùng xương vịt nấu nước lèo. Có ai thắc mắc thì ông trả lời: "Nước lèo nấu bằng xương vịt đậm đà hơn. Nấu phở theo kiểu truyền thống thì không có thứ nước lèo đậm đà như thế này. Nước lèo này đậm, ngon hơn nhiều, chẳng nên chê bai!". Thứ nước lèo vịt này sẽ cho ra những thứ phở chi? Nhà hàng...phở vịt này có ba loại phở. Loại thứ nhất, thịt ức vịt được tẩm ướp thật lâu với hồi, sả, rồi hun muối. Loại thứ nhì, thịt ức vịt ướp với ngò, hồi, sả, rồi đem quay cho dòn. Loại thứ ba, dùng thịt bò muối.

Tiệm phở cải cách theo Mỹ thứ hai là tiệm *Proof* cũng nằm trong khu Penn Quarter. Ông đầu bếp Haidar Karoum rất mê phở thuần túy Việt Nam. Ông cho biết "đó là món ăn tâm đắc nhất của tôi bất cứ lúc nào, nó là món cuối cùng tôi phải ăn trước khi đi chầu Diêm Vương". Mê như vậy, muốn bán phở nhưng ông không biết cách nấu ra sao. Ông bèn sáng chế ra một thứ bên lề phở. Đó là món súp có hương vị phở mà ông gọi là "phở thố". Món này được ông nấu bằng thịt bò non ướp khô, bằm ra, trộn với hành ngò, ớt xay nhuyễn, hồi, đinh hương, quế và tiêu đen. Ông nấu thứ tả pí lù này với nước thành một thứ súp. Khi dọn cho khách, ông bỏ vào trong một cái thố, xịt tương đen tương đỏ lên, và kèm theo một miếng bánh mì thịt kiểu Việt Nam! Chúa mẹ ơi, Không hiểu cái thứ gọi là phở này nó ra răng. Chắc tôi phải nhờ mấy ông bạn tôi ở vùng này như ông Đinh Cường, ông Dzương Ngọc Hoán đi ăn thử. Nhưng theo nhà phát minh ra thứ phở thố này thì thực khách rất khoái món "phở thố". Ông khẳng khái phát ngôn: "Món này được khách hàng chiếu cố khá tận tình, tận tình hơn cả món *paté de campagne* nổi tiếng của Pháp"!

Thủ đô Hoa Thịnh Đốn là đất của Phở 75 của cố ký giả Lê Thiệp và phở trong khu Eden của ông cựu luật sư Toàn mà dân văn nghệ gọi là "Toàn Bò" tuy rằng tôi có ăn phở của ông và thấy ông ngồi hẳn hoi. Nhưng tại đất của hai ông văn nghệ này cũng có thứ phở thuần túy nhưng do đầu bếp Mỹ nấu. Đó là hai đầu bếp Justin Bittner và Ben Lackey của tiệm *Bar Pilar* tọa lạc tại khu Logan Circle. Cách nấu nước lèo của tiệm này, ngoài xương bò như phở truyền thống còn có thêm gà nguyên con có đầu đàng hoàng. Ngoài ra cũng có rau giá tương ớt như các tiệm phở Việt Nam khác.

Chuyện Mỹ nấu phở ở vùng Hoa Thịnh Đốn chưa hết. Còn tiệm phở mang tên "Bà Bảy" ở gần Quốc Hội Mỹ. Tên rặt ròng miền Nam nước Việt như vậy thì chủ nhân phải là người Việt. Đúng vậy. Họ là hai người Việt trẻ: Khoa Nguyễn, 31 tuổi, và cô em họ Denis Nguyễn, 24 tuổi. Giải

thích về cái tên bình dân này, cô Denis nói: "Bạn bè và họ
hàng vẫn gọi ông bà ngoại tôi là ông bà Bảy, chúng tôi muốn
bày tỏ lòng thương mến, tri ân bà ngoại vì chúng tôi lớn
lên trong căn bếp với những món bà ngoại vẫn nấu nướng
cho chúng tôi ăn". Người trẻ nên cách nấu nướng cũng…trẻ.
Đó là cách mà cô Denis gọi là "lề lối nấu món ăn Việt tân
thời", dùng kỹ thuật nấu nướng hiện đại của Tây phương để
nấu các món ăn Việt bằng những vật liệu mà người Việt vẫn
thường dùng để nấu ăn. Nói nôm na là công thức: đồ ta bếp
tây! Công thức này có thêm một vế nữa là đầu bếp Mỹ! Tại
sao vậy? Cô Denis Nguyễn lại giải thích: "Không cứ phải là
người Việt mới nấu được món phở cho ngon. Cũng giống
như bất cứ món nào khác, mặc dù phở thì phức tạp hơn, quí
vị phải học không những là những gì bỏ vào trong món ấy,
mà còn câu chuyện đằng sau, và điểm gì quan trọng về món
ăn đó. Vì thế chúng tôi đã quyết định mướn đầu bếp người
Mỹ, đem ông ta về, huấn luyện cho ông ta thật nhiều bí quyết
để nấu phở. Gia đình tôi, cũng như các gia đình khác nấu
phở, có một công thức nấu nướng riêng và họ giấu thật kỹ,
mặc dù các công thức này có khác nhau đôi chút. Ông ta đã
được dạy cách nấu phở, và cho đến khi chúng tôi mở cửa
hàng, ông vẫn còn khổ công tập nấu món này. Mỗi ngày có
thay đổi tí chút. Nhưng chắc chắn không phải chỉ là món phở
thuần túy, mà ông còn tìm mua thịt và xương ở một nông trại
địa phương bên Maryland. Khi gia đình tôi thử món phở ông
nấu, không những mọi người khá đắc ý mà còn ngạc nhiên
nữa".

Người ngoại quốc nấu phở như vậy, còn người ngoại

quốc ăn phở nghĩ sao về phở. Tôi trích ra đây ý kiến của một ký giả viết trên báo *The Wall Street Journal*. "*Tôi muốn kể cho các bạn nghe về kinh nghiệm đầu tiên của tôi với phở. Nó bắt đầu từ một nhà hàng ở thành phố Cambridge thuộc tiểu bang Massachusetts. Trong những năm 1990, khi đó phở vẫn còn chưa được nhiều người Mỹ biết tới, một đầu bếp Mỹ tên Didi Emmons đã mở quán phở đầu tiên nơi đây. Có lần ghé qua ăn thử, tôi rất khoái món này. Cậu sinh viên trẻ là tôi khi đó đã ngay lập tức xin được làm thêm tại nhà hàng. Tôi đã từng làm việc ở nhiều nhà hàng ăn suốt thời đi học nhưng chưa có món nào làm tôi khoái như phở. Tôi khâm phục cách người ta sáng tạo ra nước dùng của phở, cách người ta xắt và chẻ những cọng hành, cách đập gừng làm sao để miếng gừng vừa đủ độ dập và tiết ra hương thơm không quá nhạt cũng không quá nồng. Rồi hằng hà sa số những thứ thảo mộc tinh tế mà người ta dùng để chế vào nồi nước phở. Có những đêm tôi được người chủ nhà hàng ở Cambridge giao trông nồi nước dùng, tôi đã say sưa ngắm những bong bóng phập phồng trong nồi nước. Hít ngửi hương thơm tỏa ra, tôi tin rằng đây là thứ nước dùng tinh tế nhất trong thế giới của các loại nước dùng*".

Cái duyên của phở với *World Cup* là chuyện tôi muốn nói tới khi đang căng người dán mắt vào những cặp chân bạc triệu của thế giới bóng tròn. Cái duyên này còn thực tế hơn nếu trước chiếc ti-vi là tô phở bốc khói. Chữ "phở" tự nó đã hấp dẫn chẳng khác chi trái bóng lăn trên sân cỏ giữa những cặp chân tranh dành ráo riết. Tại thủ đô Luân Đôn của Anh, người ta cũng tranh dành chữ "phở" một cách rốt ráo như tranh dành trái banh trên sân cỏ. Theo một bài báo trên tờ *The Guardian* thì hai phe tranh dành là công ty "Phở Holdings" và tiệm "Mơ Phở". Công ty Phở Holdings có tới 8 tiệm phở và sắp mở thêm tiệm thứ 9 tại Leeds. Còn Mơ Phở chỉ là một tiệm phở nhỏ mới khai trương. Chủ nhân của công ty Phở Holdings là hai ông Stephen và Jules Wall cho rằng chữ "phở" là thương hiệu độc quyền của họ. Hai ông này thuộc loại tham và hoàn toàn không hiểu chữ "phở" là để chỉ thị một món ăn phổ thông của Việt Nam. Hai ông vơ chữ phở làm thứ độc quyền của mình. Họ kiện Mơ Phở vì bảng hiệu có chữ "phở". Chuyện nực cười này gây ra một cuộc tranh luận sôi nổi trên *Facebook*. Nhiều người mỉa mai rằng có lẽ bánh *sandwich* hay *pizza* cũng có thể trở thành một thương hiệu độc quyền và chỉ một cửa hàng được sử dụng tên của những món ăn này! Không biết có tìm hiểu về ngữ học hay không mà hai anh người Anh này quê độ rút lui vụ kiện. Họ viết trên *Twitter*: "*Chúng tôi hoàn toàn hiểu quan điểm này và sẽ không tiếp tục việc chống lại "Mơ Phở" nữa. Xin lỗi các bạn!*".

Những *fan* cỡ gộc của phở ngày xưa như Thạch Lam, Nguyễn Tuân, Vũ Bằng chắc chẳng thể nào ngờ được có ngày không phải tô phở mà, ở tận trời tây, chỉ nguyên chữ "phở" cũng đã có người tranh dành.

Phở bên trời tây còn đang được khuyến khích để len lỏi vào tận từng nhà. Muốn thời phở tại gia? Có liền ngay trong bếp nhà! Trên đài truyền hình IAVC (*International Audio Visual Communication*) ở Los Angeles, đã có một chương trình dạy nấu phở ở nhà. Khán giả coi xong mới thấy nấu phở dễ ẹc! Cứ mua gói gia vị phở về nấu là ra mùi phở liền. Món gia vị được dùng để nấu trên truyền hình bữa đó là gia vị nước cốt nấu phở của hãng Quốc Việt. Rất tiện lợi. Nước cốt phở này đã có cốt nấu xương bò được cô đặc lại nên khỏi phải ninh xương lích kích.

Chỉ phiền một nỗi là nấu phở với nước cốt phở này thì các ông không có món xí quách để nhậu nhẹt khi ngồi coi *World Cup!* Tôi là người khoái nhậu với xí quách (xin đừng tiết lộ việc này với ông nha sĩ của tôi!). Chúng có mùi vị rất đặc biệt và rất bắt với chất cay. Vậy nên nước cốt gia vị phở tiện lợi cho các bà nhưng với các ông thì…vô duyên. Thậm vô duyên!

06/2014

GPS

Ông ký giả Josh Freed vừa viết một bài đặc biệt cho báo *The Gazette Montreal* về chuyện ông sử dụng GPS. Đọc xong thấy như ông này viết…phiếm. Không chừng đây là một đồng nghiệp của tôi! Ông dùng GPS bằng chiếc điện thoại cầm tay. Giọng dẫn đường điều khiển ông là một giọng nữ mà ông tả là "nói như sủa"! Đây là giọng của một bà đầm Mỹ nên khi phát âm những tên đường bằng tiếng Pháp ở Montreal ông nghe rất tức cười. *"Quẹo trái ở đường Roo Wren Layveck…Quẹo phải ở Roo Hotel doo Veal…Bây giờ lấy A-U-T 720 W. tới A-U-T 20 W."*. Những cái tên đường ngộ nghĩnh này dân Montreal biết ngay là đường René Levesque và đường Hotel de Ville. Ba chữ A-U-T mà bà này đọc từng âm riêng rẽ là chữ viết tắt của *Autoroute* mà bà không biết là cái chi chi nên đánh vần ra cho chắc ăn! Nhưng, theo lời kể của ông ký giả có máu tếu này thì chuyện phát âm những cái tên tiếng Tây này không quan trọng, quan trọng là bà này bắt ông lấy *exit* ra trên xa lộ. Khi khởi hành, ông bấm máy đi Lachine nhưng cái *exit* này lạ hoắc. Đành cứ dỏng tai lên mà nghe những lời như đấm vào tai cho khỏi lạc. Vậy mà xe ông đi vào một vùng toàn nhà máy với những bảng chỉ dẫn lung tung xòe. Quẹo qua quẹo lại một hồi, ông mất phương hướng, chẳng biết Lachine ở chỗ mô, hướng mô là Montreal, và hiện ông đang ở đâu, có thể là ở…Cairo bên Ai Cập! Cuối cùng, như một phép lạ, Lachine hiện ra.

Ông ký giả Josh Freed đầy máu phiếm này muốn diễn tả một thực trạng của dân lái xe ngày nay: dựa vào GPS. Chỗ nào cũng có GPS. Có thể GPS được gắn ngay trên xe, có thể GPS nằm trong điện thoại cầm tay, nhưng GPS thịnh hành nhất là những chiếc máy chỉ chuyên dẫn đường cho chúng ta đi. Hầu như ngày nay các người lái xe đều phó mặc chuyện quẹo trái quẹo phải cho GPS. Chúng ta mù đường! Ngay khi đi tới những nơi mà chúng ta lái xe đã mòn đường như tới sở làm, đến nhà cha mẹ hoặc đến nhà bồ, có người vẫn dùng GPS. Họ có lý của họ vì ngày nay GPS có thể chỉ cho họ tránh những đường đang bị kẹt nặng hoặc đang sửa chữa. Dựa vào GPS ngày nay đang trở thành một chứng bệnh: bệnh lệ thuộc! Nhiều cuộc nghiên cứu cho biết là chứng bệnh lệ thuộc này làm suy yếu một phần não của chúng ta, phần hải mã *(hippocampus)*. Suy yếu tới 40%. Nhưng chúng ta có thể khôi phục lại được công dụng của phần não này nếu chúng ta chịu khó tập luyện. Nhưng ông Josh Freed nghi ngờ chuyện này: tập luyện chi được khi GPS ngày càng lấn sân trong cuộc sống của chúng ta!

Tôi cũng không là ngoại lệ. Trên xe lúc nào cũng có cái

máy GPS. Cho yên tâm. Nhiều khi cũng đỡ kẹt lắm. Chẳng hạn như mình ỷ y đi trên đoạn đường quen, bỗng gặp khúc đang sửa, phải vòng qua đường khác. Có những khi các bác lục lộ để bảng *detour* màu cam chỉ dẫn đường rõ ràng thì mình có thể thoát ra cái mê hồn trận đó được. Nhưng cũng có khi bảng chỉ dẫn *detour* bị đứt quãng, mình vô ý đi lạc vào chỗ lạ hoắc lạ huơ, chẳng biết đường nào mà lần. Vậy là phải giở anh GPS ra, bấm địa chỉ chỗ muốn đến, cô đầm giọng khó thương dẫn một hồi là thoát ra được. Tôi ưa kỹ thuật, cứ có cái chi mới là nhào vào liền. Vậy nên tôi mua cái GPS cả chục năm trước rồi. Tôi lại có tính…chung thủy, cái chi chưa hư thì không vứt đi, vậy nên cái GPS cổ lỗ sĩ đó vẫn ở trong xe. Mà đường xá không nằm yên như chúng ta nghĩ, nó thay đổi. Vậy nên muốn được chỉ đúng đường thì phải *update* bản đồ. Ngày nay, hầu như tất cả các loại máy mới đều cho *update* không phải trả tiền suốt đời. Cứ thỉnh thoảng lại phải *download* bản đồ mới. Được cái không tốn xu nào nên rất thoải mái. Cái máy cổ lỗ sĩ của tôi muốn *download* bản đồ cập nhật thì phải xùy tiền ra. Đó là một điều rất chi là ngại ngùng. Vậy nên đường thì thay đổi mà máy của tôi mù tịt. Mấy đứa con giục giã tôi bỏ tiền ra để lấy bản đồ mới, nhưng vừa phải mất công *download* vừa mất công móc ví tiền ra nên tôi cứ hẹn lần hẹn lữa. Mãi cho tới bây giờ, hãng máy Tomtom có đợt *sale* chỉ mất có 25 đô để *download*, tôi mới hăng hái tu sửa bản đồ đường xá trong máy.

Chuyện *update* bản đồ là chuyện cần thiết, tôi biết vậy nhưng…kệ nó! Cũng là một cách nhắm mắt cho khỏi sợ. Sợ vì những tai nạn trên khắp thế giới do nhắm mắt theo GPS tôi đọc được trên báo chí. Nhiều tai nạn...vui lắm!

Ông Robert Ziegler, 37 tuổi, người Thụy Sĩ, lái một chiếc xe van theo chỉ dẫn của GPS. Cứ nhắm mắt đưa...bánh xe, ông thấy mình leo lên tới đỉnh núi Bergun. Ông và chiếc xe nằm chết trên đó, không nhúc nhích cục cựa chi được cả. Đành phải dùng phôn tay kêu cứu. Chẳng có xe cấp cứu nào leo được một cách thần kỳ như ông nên cảnh sát phải dùng trực thăng câu cả ông lẫn chiếc xe xuống núi! Ông khai với cảnh sát: "Tôi biết mình bị lạc nhưng hy vọng tới một khúc quanh nào đó sẽ trở lại được đường chính. Máy GPS luôn bảo tôi vòng lại nhưng làm sao mà tôi vòng được!". Một lính cứu hỏa đã...khen bác tài: "Ông ta nói là không thấy dấu chân người trên đường nhưng tôi nghĩ ông là một tài xế giỏi khi leo lên được cao như vậy bằng lối mòn cho súc vật đi!".

Đưa được xe lên thăm Sơn Tinh, GPS cũng dư sức đưa được xe xuống thăm Hà Bá. Ba cô nàng lái một chiếc xe Mercedes-Benz SUV tới dự một hội nghị ở Bellevue, tiểu bang Washington. Họ lái xe về lại khách sạn vào lúc trời đã tối. Cứ phó mặc cho GPS dẫn dắt. Chiếc máy nói nhiều đã đưa chiếc xe tới đoạn đường dùng để dân chơi thể thao đưa tàu xuống hồ Mercer Slough Nature Park. Chiếc xe chạy thẳng xuống nước. Một cô nhảy ra được khỏi xe. Hai cô cố bám vào chiếc xe bằng cách đứng trên bậc thang leo lên cửa xe. Khi chiếc xe coi bộ nhất quyết lăn xuống hồ, hai cô mới vội bơi vào bờ thoát thân. Chiếc xe chìm lỉm sau đó, dĩ nhiên máy GPS cũng chìm theo!

Làm sao tới cớ sự như vậy? Tôi chẳng dại chi điên cái đầu tìm hiểu đây là lỗi của máy móc hay con người. Nhưng có những cuộc lạc đường do chính con người gây ra. Đó là vô ý khi bấm máy tới địa điểm mình muốn tới. Địa danh nhiều khi trùng nhau. Nói nào xa, mới hai tuần trước đây, tôi có việc phải tới một nhà ở đường Touranjeau bên Brossard, một thành phố ở phía nam Montreal, cách một con sông. Thành phố bên cạnh mang tên La Prairie cũng có đường Touranjeau. Chẳng hiểu tôi bấm làm sao mà máy chỉ qua đường Touranjeau…lộn. May mà tôi đã cẩn thận phôn hỏi chủ nhà trước và được xác định là đường Touranjeau ở Brossard. Nếu không tôi sẽ lại đi mua đường!

Chuyện lầm lẫn của tôi là chuyện thuộc loại nhẹ so với những cái lộn khác. Một ông tài xế xe vận tải người Syria lái theo chỉ dẫn của máy GPS. Ông muốn tới bán đảo Gibraltar, phần đất dính vào Tây Ban Nha nhưng máy lại dẫn ông tới Gibraltar Point ở tít tận bên Anh, cách bán đảo Gibraltar tới 1600 dặm (khoảng 2.500 cây số)! Lái chiếc xe chở hàng nặng tới 32 tấn đi lạc tới 2 ngàn rưỡi cây số! Nguyên do là vì có hai Gibraltar, một ở Anh, một ở cạnh Tây Ban Nha. Ôi, sao trên đời này có tới hai Gibraltar làm chi cho tốn xăng!

Cứ theo những gì tôi viết ở trên thì nên vứt quách cái GPS đi cho hết rắc rối. Nhưng tại sao GPS bi chừ vẫn sống hùng sống mạnh. Bởi vì công của nó nhiều hơn tội. Tội nhiều phần do chính người sử dụng. Hoặc không chịu *update* bản đồ, hoặc bấm nhầm một điểm đến mà tên có ở nhiều thành phố khác nhau. Nếu phải kể tội thì cái tội lớn nhất của GPS là giết chết kỹ nghệ in bản đồ. Từ ngày có cái máy chỉ đường biết nói này, trong xe của chúng ta rộng rãi hẳn ra vì không phải chứa hàng đống bản đồ lỉnh kỉnh. Nhớ khi xưa, mỗi lần hè muốn đi du lịch là phải nghiên cứu đường đi, mua bản đồ, một người lái một người ngồi bên cạnh ôm bản đồ, mệt! Nay chỉ một cái máy gọn nhẹ là yên chí lớn, lại còn được chọn muốn đi đường xa lộ hay không, muốn đi đường tắt nhanh nhất hay đường lớn, muốn nghe chỉ đường hay muốn khóa miệng bà đầm. Đặt trường hợp các ông tài xế xe buýt hay xe vận tải đường dài thì phải cám ơn GPS đến chừng nào.

Cô em tôi, mấy năm trước đây, từ Việt Nam qua du lịch, ngồi trên xe, nghe GPS chỉ đường, bèn thốt lên: "Cứ như ma ấy nhỉ!". Con ma này nằm ở đâu? Nó nằm ở trên trời!

GPS là chữ viết tắt của *Global Positioning System*, có người dịch ra tiếng Việt là "Hệ Thống Định Vị Toàn Cầu". GPS nhận tín hiệu từ các vệ tinh bay vòng quanh trái đất. Vệ tinh GPS đầu tiên được phóng vào năm 1978. Tới năm 1994 mới phóng đủ 24 vệ tinh cần thiết cho việc định vị. Thoạt kỳ thủy, GPS chỉ dùng cho mục đích quân sự do bộ Quốc Phòng Mỹ quản trị. Kể từ năm 1980, bộ Quốc Phòng Mỹ mới cho phép dùng GPS cho dân sự. Nhóm vệ tinh dùng cho GPS gồm tới 24 vệ tinh được đặt trên không gian, cách mặt đất tới 20.200 cây số. Các vệ tinh được bố trí làm sao để các máy thu GPS trên mặt đất có thể bắt tín hiệu được từ tối thiểu 4 vệ tinh vào bất kỳ thời điểm nào. Ngoài Hoa Kỳ, Liên Xô cũng có một hệ thống tương tự gọi là Glonass, Liên Minh Âu Châu có hệ thống Galileo, Trung Quốc có hệ thống Beidu (Bắc Đẩu), Ấn Độ có hệ thống IRNSS, Nhật có QZSS, Đài Loan cũng dự tính tới năm 2020 sẽ có hệ thống Compass. Hệ thống GPS hoạt động ngày đêm, bất kể thời tiết tốt hay xấu, bao quát khắp nơi trên trái đất. Điều đặc biệt là Hoa Kỳ cho dùng GPS *free,* nhưng phải mua các thiết bị thu tín hiệu nếu muốn khai thác. Các vệ tinh GPS bay vòng quanh trái đất hai lần mỗi ngày, theo một quỹ đạo rất chính xác và phát tín hiệu xuống trái đất. Các máy thu GPS nhận thông tin này và, bằng phép tính lượng giác, tính được chính xác vị trí của người dùng. Máy thu phải nhận được tín hiệu của ít nhất sáu vệ tinh cùng một lúc. Tín hiệu này được sắp đặt sẵn với sáu đường quỹ đạo với bốn vệ tinh được phân bố đều cho mỗi quỹ đạo trong sáu quỹ đạo hoạt động. Như vậy 24 vệ tinh trên trời sẽ phục vụ sáu quỹ đạo, mỗi quỹ đạo gồm bốn vệ tinh.

Các máy GPS chúng ta dùng thuộc các thế hệ cũ chỉ bắt được một làn sóng quỹ đạo trong khi các máy mới bắt được tới 10 làn sóng song song nên nhanh hơn và chính xác hơn. Cái máy *Tomtom* của tôi đã chục năm tuổi nên mỗi khi khởi động, ngồi chờ đến sốt ruột mới bắt được sóng. Khoa học tiến mà chúng ta không chịu chi tiền nên đành chịu phận hèn. Thực ra cho tới khi tìm tài liệu viết bài này tôi mới biết chuyện chậm tiến của mình. Cứ tưởng cô đầm của máy nào cũng ăn nói như nhau, ai ngờ cũng nhất bên trọng nhất bên khinh. Cái chi cũng có thứ hạng. Mà thứ hạng được tính bằng đô. Thật là một cách tính thiếu dễ chịu! Thôi thì đành tự hứa khi nào dư tí tiền còm sẽ bắt cái máy mới cho nhanh nhẹn cái thân già.

Nhưng kỹ thuật bi chừ còn tiến tới hơn nữa. GPS tự điều khiển xe chứ không cần thuê một cô đầm nhai nhải nhắc anh tài xế nữa. Google đã cho chạy thử nghiệm xe không người lái và đạt được kết quả đáng khích lệ. Lên xe, chúng ta chỉ cần bấm cho biết nơi đến rồi ngồi vênh râu ra cho xe chở đi. Theo ước tính thì xe sẽ được bán cho công chúng sử dụng vào năm 2020. Cũng chỉ còn 6 năm nữa. Quý cụ nào muốn vênh râu thì ráng bám lấy cuộc đời cho tới năm đó. Chiếc xe không người lái này sẽ làm thế giới thay đổi nhiều. Số tai nạn xe hơi sẽ giảm tới 90%. Môi trường sẽ trong sạch hơn nhiều vì xe chạy toàn bằng điện. Mấy anh làm giá xăng lúc đó mặt sẽ như cái mền rách. Đường xá trong thành phố sẽ không có đèn xanh đèn đỏ chi vì các xe lưu thông sẽ biết cách tránh nhau. Thành phố cũng không còn nạn kẹt xe vì xe lưu thông đều đặn, không phải dừng lại để chờ nhau hoặc kẹt đèn giao thông như hiện nay. Việc đi lại trong thành phố sẽ trở nên dễ dàng hơn nên dân chúng thích ở trong thành phố hơn. Vùng ngoại ô sẽ quạnh hiu. Nhưng cũng có một điều phiền toái là sự riêng tư của chúng ta trên đường phố sẽ không còn vì *camera* sẽ được lắp đặt búa xua trong thành phố. Anh chị nào muốn chở bồ đi chơi sẽ kẹt. Khi cần thì hình ảnh sẽ lộ ra ngay. Lúc đó chiếc xe sẽ thực sự là xe ma. Cứ lừ lừ đi.

Anh GPS ma mãnh lắm vì dù chúng ta ở xó xỉnh nào nó cũng móc ra được nếu chúng ta có máy GPS trong người. Ở đâu là anh GPS biết tỏng tòng tong hết. Hiện nay hầu như các máy hình, phôn thông minh và các thiết bị điện tử khác đã được gắn GPS hết. Chuyện định vị này đang trở thành chuyện thông thường. Chiếc *iPad* tôi đang dùng có thể chụp hình được và hình được ghi nơi chụp đàng hoàng. Lần đầu tiên tôi xài chiếc *iPad* này là khi đi du lịch bên Âu châu. Lúc đó tôi mang nó đi vì thấy tiện lợi để đọc trên máy bay cả vài trăm cuốn sách tôi để trong máy. Bữa đó, khi đang ở phi trường Heathrow bên Luân Đôn đợi máy bay về lại Mon-treal, thấy mấy ông bạn tôi ngồi ngủ gục trên ghế vì mệt. Có ông còn đàn sáo vi vu. Tiện thể trên tay đang có chiếc *iPad*, tôi bấm mấy tấm hình để chọc quê mấy ông bà bạn. Khi mở hình ra coi, thấy ghi rõ hình này chụp tại phi trường Heath-row. Tôi phục cái máy quá. Ai ngờ chuyện này nhiều ông đã biết từ khuya, báo hại mình lòi ra nguyên một cục quê mùa!

Nhờ tính năng định vị này, người ta đã áp dụng GPS vào nhiều chuyện khác ngoài chuyện dẫn đường cho xe hơi. Như chuyện theo dõi các thú hiếm trong rừng. Cứ gắn một cái *chip* trên con thú thì người ta có thể theo dõi vị trí của chúng bất cứ lúc nào. Các ông các bà bị bệnh Alzheimer hay đi lang thang quên đường quên xá, nhiều khi không biết đường về. Người ta cũng cho những vị này đeo một cái chip GPS là biết ngay họ đang ở đâu để tìm ra ngay. Cứ gắn *chip* đã tích hợp GPS lên người, động vật hay lên đồ vật là chẳng trốn vào đâu được.

Tại Việt Nam xe gắn máy được sử dụng nhiều hơn xe hơi. Tai nạn mất xe xảy ra rất thường. Khóa xe kỹ càng tưởng là an toàn nhưng quái xế ngày nay tài tình lắm, xe vẫn không cánh mà bay. Vậy nên dân trong nước ngày nay đã dùng chiêu chống ăn cắp xe bằng cách cài một thiết bị tích hợp GPS trong xe. Dĩ nhiên thiết bị này phải nhỏ, dễ bí mật dấu trong xe, kẻ trộm không thể thấy được. Với thiết bị an toàn này, khi chiếc xe bị mất cắp, chủ xe có thể biết xe đang ở đâu, đang chạy hay dừng, dừng ở đâu, đã dừng hoặc chạy bao nhiêu lâu. Việc truy tìm ra chiếc xe sẽ rất dễ dàng.

GPS đang và sẽ làm thay đổi cuộc sống của chúng ta.

Lại mấy ông bạn trời đánh của tôi! Mấy ổng đang lo. Nếu mấy bà biết trò dùng GPS để gắn nhẹ một cái *chip* nho nhỏ vào quần áo của các ổng khi các ổng ra khỏi nhà thì sao. Có mà lộ bí mật hết. Tôi bảo mấy ổng là cứ tìm đường sáng mà đi thì ngại chi cái *chip* cỏn con đó. Từng ấy cái miệng nhao nhao phản đối: vậy thì đi làm chi, đời đã hết ý nghĩa! Các ông ấy xúm lại đe dọa tôi: "Này ông! Đừng có vẽ đường cho hươu chạy nghe không! Chúng tôi đồng thanh "kiến nghị" ông không được đăng báo bài này!".

Tôi phân vân. Một bên là bạn, một bên là độc giả, biết chọn ai?

Khi đọc bài này, quý vị đã biết tôi chọn ai!

11/2014

HÁN

Trong một bài viết, ông Lý Quang Diệu đã tiết lộ việc chọn ngôn ngữ trong những ngày đầu khi Singapore giành lại được độc lập như sau: *"Khi Singapore giành được độc lập vào năm 1965, một nhóm trong Phòng Thương Mại người Hoa gặp tôi để vận động hành lang cho việc chọn tiếng Hoa làm quốc ngữ. Tôi nói với họ rằng: "Các ông phải bước qua tôi trước đã."* Gần 5 thập niên đã trôi qua và lịch sử đã cho thấy rằng khả năng nói tiếng Anh để giao tiếp với thế giới là một trong những yếu tố quan trọng nhất trong câu chuyện tăng trưởng của Singapore*. Nếu cần sắm cho ông Thủ Tướng gốc Hoa họ Lý này một cái mũ thì đó phải là cái mũ "mất gốc"! Dân Hoa trăm phần trăm, vậy mà khi dẫn dắt cả một khối người phần lớn là người Hoa, ông đã làm lơ tiếng Hoa. Ông này có lý của ông: muốn lãnh đạo giỏi phải nhìn vào thực tế. Nếu cứ theo lẽ thường, bám vào truyền thống thì tiếng Hán phải là thứ "quốc ngữ chữ nước ta" ở

Singapore. Tôi chắc là ngày đó ông Lý Quang Diệu cũng đã bị giũa tơi tả. Nhưng hòn đảo Singapore ngày nay huy hoàng được chắc là nhờ sự dứt khoát của con người nhìn xa trông rộng ngày đó. Ông giải thích: *"Tiếng Hoa khó học hơn tiếng Anh nhiều. Nói tiếng Hoa rất khó nếu như không học từ nhỏ. Đây là ngôn ngữ đơn âm tiết và mỗi từ có tới 4 hay 5 thanh. Khi mà bạn không biết tiếng thì bạn không thể giao tiếp. Đây là một rào cản rất lớn. Đây là kinh nghiệm bản thân tôi. Tôi đã vật lộn trong suốt 50 năm và đến giờ mặc dù tôi có thể nói tiếng Hoa và viết theo kiểu bính âm (pinyin), nhưng tôi vẫn không thể hiểu được tiếng Hoa một cách thành thục như người bản ngữ. Đấy là tôi đã rất cố gắng. Trung Quốc trở nên hùng cường vào tương lai không thay đổi sự thật cơ bản là tiếng Hoa là một ngôn ngữ cực kì khó học. Có bao nhiêu người đến Trung Quốc, ở lại và làm việc ngoại trừ những người Hoa, người Châu Âu và người Mỹ trở thành những chuyên gia nghiên cứu Trung Quốc? Người Trung Quốc cố gắng truyền bá ngôn ngữ của mình ra nước ngoài bằng việc xây dựng các Viện Khổng Tử trên toàn thế giới, nhưng kết quả không được tốt lắm. Người ta vẫn đến Hội đồng Anh và những cơ sở của Hoa Kỳ. Chính phủ Hoa Kỳ thậm chí không cần phải cố gắng. Một thời họ có Trung tâm Dịch vụ Thông tin Hoa Kỳ, nhưng đã bị đóng cửa vì không cần thiết nữa. Đã có hàng loạt ấn phẩm, chương trình truyền hình và phim ảnh làm công việc đó. Nên về quyền lực mềm thì Trung Quốc không thể thắng"*.

Tôi khoái ông Thủ Tướng Singapore Lý Quang Diệu này cách gì đâu! Bởi vì khi theo học tại Đại Học Văn Khoa Sài

Gòn, tôi đã làm lơ với chữ Hán. Phải thú thật ngay là vì tôi lười! Cái chữ không viết mà phải vẽ lằng nhằng không thu hút được sự chú ý của tôi. Cũng may là thời gian tôi theo học, các chứng chỉ Hán Việt không còn là chứng chỉ bắt buộc phải có để có thể lấy bằng Cử Nhân. Thay vào đó là các chứng chỉ...phi Hán như "Văn Chương Quốc Âm" chẳng hạn. Chắc tôi phải nói cho ra lẽ về chuyện lấy bằng Cử Nhân của Đại Học Văn Khoa Sài Gòn ngày đó. Dù học bất cứ ngành nào, sinh viên cũng phải có chứng chỉ "Văn Chương Việt Nam" mới được cấp bằng Cử Nhân. Có những người theo học các chứng chỉ tiếng Anh, tiếng Pháp, lấy xong tất cả các chứng chỉ cần thiết nhưng chưa có chứng chỉ "Văn Chương Việt Nam" thì không được sờ tay tới tấm bằng Cử Nhân dù là Cử Nhân Văn Chương Anh hay Cử Nhân Văn Chương Pháp. Lý do đưa ra khá hữu lý: anh chị tốt nghiệp từ đại học Văn Khoa Việt Nam thì phải thông thạo văn chương Việt Nam trước đã. Mà văn chương Việt lại dính chặt với tiếng Hán! Nhiều sinh viên theo học chương trình Pháp dưới trung học dở khóc dở cười vì quy định này. Các chứng chỉ ngoại ngữ đã lấy xong trong khi chứng chỉ văn chương Việt cứ thi là rớt, vậy là tấm bằng còn treo đó. Có những sinh viên cầy cục cả chục năm sau còn chưa cầm được mảnh bằng Cử Nhân chỉ vì thiếu chữ Hán!

Nếu ngày đó có ông Lý Quang Diệu làm Khoa Trưởng Văn Khoa thì chắc nhiều sinh viên, trong đó có tôi, đỡ khổ. Tôi và các bạn đồng...chứng chỉ có một kỷ niệm đáng xấu hổ. Ngày đó, cụ Cử Nguyễn văn Bình dạy môn chữ Nôm. Mù chữ Hán như tôi thì nôm na chi cũng trật lất, bởi vì chữ Nôm được các cụ ta dựa vào tiếng Hán mà đặt ra. Mù tiếng Hán thì chữ Nôm cũng là thứ xa lạ tuy là tiếng nước ta. Tác phẩm cụ Cử Bình dạy năm đó là cuốn Chinh Phụ Ngâm Khúc của Đặng Trần Côn do bà Đoàn Thị Điểm và ông Phan Huy Ích dịch ra chữ Nôm. Vậy là dịch hay không dịch, tôi cũng bù trất. Trong năm học thì không sao vì cụ giảng và bình bằng bản chữ Nôm có phiên âm ra tiếng quốc ngữ. Nhưng khi vào vấn đáp mới là vấn đề. Cụ bắt đọc bằng tiếng Nôm! Vậy là… chít ngộ rùi! Chẳng cứ tôi mà hầu như toàn thể các thí sinh vào vấn đáp đều…mù Nôm như nhau. May trời thương, cụ lấy ngay bài *cour* cụ dùng trong lớp để hỏi vấn đáp. Bản này có tiếng Nôm ở trên và chữ quốc ngữ ở dưới. Cụ bảo: "Ông lấy tay che phần chữ quốc ngữ ở dưới, chỉ đọc phần tiếng Nôm cho tôi nghe". Cụ dạy như vậy thì phải làm theo. Có điều bàn tay tôi lúc đó sinh tật. Cứ đúng dòng phải đọc thì ngón tay tẽ ra chẳng che nổi phần chữ quốc ngữ bên dưới. Quốc ngữ chữ nước ta thì đọc vanh vách nhưng không dám đọc nhanh, lỡ cụ biết thì bể mánh! Vậy cứ rì rầm nghĩ một lúc mới đọc ra một chữ. Thỉnh thoảng cụ lại nhắc làm phúc. Vậy là lũ chúng tôi anh chị nào cũng thông Nôm hết! Nay cụ không còn nữa tôi mới…xưng tội. Nhưng nếu bây giờ lũ chúng tôi ngày đó có tụ họp nhau lại thì chắc phải xưng tội… tập thể! Các cụ đồ Nho, chính trực quen nếp, chắc cụ tưởng lũ học trò chúng tôi cũng như các cụ.

Nói là lũ chúng tôi nhưng không phải ai cũng dốt Hán như tôi. Quanh tôi ngày nay còn bốn anh bạn Đỗ Quý Toàn, Hoàng Chiều Nhân, Trần Huy Bích và Võ Kỳ Điền. Bốn ông này đúng là loại "Nho thâm, Hán rộng". Mù chữ Hán nhưng tôi lại khoái những bài thơ viết bằng chữ Hán đẹp như một bức tranh treo tường. Vác về cả đống treo trên tường cho đẹp nhưng chẳng hiểu cái chi chi. Báo hại ông Hoàng Chiều Nhân, vì ở cùng chung thành phố với tôi, nên cứ bị nắm áo đọc và dịch thơ chữ Hán cho tôi hoài.

Bốn ông đồ họ Đỗ, họ Võ, họ Trần và họ Hoàng này ngày nay là thứ hiếm. Nhưng tôi mới biết được một thứ đại hiếm. Đó là anh chàng Daniel Nguyễn ở Houston, Texas. Anh này tự cho mình là "nho sinh lạc lõng giữa thế kỷ 21". Ai đời thời buổi này, giữa nước Mỹ nhộn nhịp, mà Daniel Nguyễn lại rung đùi đọc thơ chữ Hán và chữ Nôm. Lạ hơn nữa là Daniel năm nay mới có 20 tuổi, sanh ra và lớn lên tại Sacramento, thủ phủ của California. Tên tiếng Việt của Daniel là Nguyễn Thụy Đan, bút hiệu là Tử Hạ. Bút hiệu này nghe đã thấy xưa rích xưa rang. Hãy đọc hai câu thơ của Tử Hạ: *Trọc thế vô phương hoằng thánh đạo / Hỗn trần hà xứ vọng vương tôn.* Ông bạn họ Hoàng của tôi giờ đang đi nghỉ hè nhưng nếu có ông ở Montreal này tôi cũng chẳng làm phiền ông vì một người bạn của Daniel đã dịch hai câu thơ này như sau: *Đời đục khôn mong truyền đạo thánh / Bụi lòa nao chốn ngóng quân vương.* Cậu đồ này có trang *blog* và *Facebook* để giới thiệu các tác phẩm bằng chữ Hán của các cụ xưa như Phùng Khắc Khoan hay Phan Bội Châu. Bài viết bằng chữ Anh, trừ các đoạn trích theo nguyên văn bằng chữ Hán, chữ Nôm hay chữ quốc ngữ. Daniel hiện đang theo học về âm nhạc và văn học tại một trường Đại Học ở Texas. Theo ký giả Hà Giang của báo Người Việt, người đã làm một cuộc phỏng vấn cậu thư sinh lạc loài này, thì: *"Daniel có giọng nói trầm ấm, từ tốn, rành rẽ cả hai thứ tiếng Anh Việt, đôi khi lịch sự quá thành ra khách sáo bởi vì cách dùng những từ ngữ cổ mà anh học được từ các bài thơ văn mấy thế kỷ trước nay ít ai dùng. Dù gì khi trò chuyện với Daniel, người đối diện cũng cảm nhận được một vẻ nho sinh rất dễ mến và một niềm đam mê mạnh mẽ dành cho văn hóa Việt".*

Bái phục! Nửa thế kỷ trước, trong đám bạn bè chúng tôi, nếu có anh chàng nào sính chữ Hán sẽ bị bạn bè coi là thứ đồ cổ, một thứ "đồ non" gàn dở bát sách! Ngày nay, ngay trên đất Mỹ, lại này ra một anh đồ non lạc loài, quả là chuyện lạ. Nhìn hình Daniel, tôi bỗng khớp. Trông toát ra vẻ trang trọng của các bậc tiền bối xưa. Tại sao Daniel lại đi vào con đường...Hán Nôm? *"Dạ, có nhiều lý do. Không học Hán Nôm, không thể hiểu sâu về đất nước và con người Việt Nam. Sống ở hải ngoại mà không muốn bị mất gốc, ắt phải hiểu biết văn hóa quê cha đất tổ. Chưa hiểu biết, lấy gì mà yêu. Em cũng rất tôn sùng đạo đức Khổng Tử nên phải học chữ Hán mới đọc được kinh truyện thánh hiền. Ngoài ra, sống giữa xã hội tân tiến này, nhiều khi muốn gửi tâm sự vào vần thơ, nhưng lại không muốn thổ lộ tất cả tâm tình. Hán văn có tính súc tích. Muốn cho lời ít mà ý nhiều thì không có gì hay bằng dùng chữ Hán".*

Tôi nể cậu bé này dễ sợ. Thời buổi này, sống trong xứ sở này, vậy mà chịu khó ngồi...vẽ chữ Hán từ tuổi *teen*, không nể phục sao được. Daniel kể lại quá trình học thứ chữ khó khăn này: *"Em bắt đầu học chữ Hán từ năm 17, 18 tuổi gì đó. Ban đầu thì em hay mua sách hướng dẫn học cổ Hán văn mà học. Dùng cả sách tiếng Anh lẫn tiếng Việt. Bố mẹ em có giúp mua sách. Sau này toàn mượn sách thư viện về đọc. Em nghĩ em bỏ ra ít nhất là một hai tiếng mỗi ngày. Mấy năm đầu thì em hoàn toàn tự học. Sau này mới quen một hai người qua mạng, nhiều lúc cũng nhờ đến các anh chỉ giáo. Bạn bè thì cũng có dăm ba người thích văn chương, lịch sử...Thích thì thích chứ không học Hán Nôm...Em học chữ Hán cốt để đọc sách người xưa. Văn liệu nước ta từ đầu thế kỷ XX về trước phần lớn viết bằng văn Hán hoặc văn Nôm. Không biết Hán Nôm ắt phải dựa vào bản dịch hoặc bản phiên âm của người khác mà đọc. Song sách vở vẫn có nhiều loại. Đọc sách thánh hiền để học đạo làm người. Đọc sách sử để biết thêm về văn hóa, lịch sử người Việt. Đọc văn thơ để tiêu sầu khiển muộn...Sau này em quen vài người ngoại quốc cũng quan tâm tới văn chương và lịch sử nước Việt nên em mới bắt đầu dịch văn liệu Hán Nôm sang tiếng Anh. Có khi em viết thơ từ, gọi là cái thú tao nhã vậy".*

Sống khác người, cậu đồ này dĩ nhiên bị bạn bè cùng trang lứa nhìn với một con mắt khác. Họ khó mà nhảy về quá khứ xa lắc xa lơ để thông cảm với Daniel. Nói về sự lạc loài giữa những người cùng lớp tuổi với mình, Daniel cho biết: *"Đương nhiên là bị nhiều lần rồi. Nhưng không phải vì thế mà nản chí. Ông Tản Đà có câu rằng: "Một tấm thân nam nhi không phải của riêng một mình mình mà là của nước tổ Hồng Lạc hơn bốn nghìn năm, của xã hội hai mươi nhăm triệu người, của giang sơn ba mươi tư vạn lý...". Em luôn ghi nhớ. Lui về ở ẩn là việc dễ. Dấn thân hành đạo mới khó".*

Daniel đang hành đạo bằng cách mở một *blog* mang tên

"Khoái Nhị Trà". Nói về việc này, Daniel cho biết: *"Em mở blog cốt để truyền bá văn hóa và văn chương nước việt, đặc biệt là văn chương tiếng Hán dưới thời Nguyễn (1802-1945) đến thời hiện đại. Trên mạng cũng có vài trang blog của người Hàn, toàn dịch thơ chữ Hán của người Hàn Quốc sang tiếng Anh. Thơ từ nước ta không phải không nhiều, không phải không hay. Không dịch, há chẳng tiếc sao!"*.

Tôi vội vào *blog* Khoái Nhị Trà, tiếng Hán, tiếng Việt, tiếng Anh đủ cả. Thơ văn, nghị luận tràn đầy. Có lẽ chỉ thiếu mùi trầm. Trong phần phản hồi, nhiều vị cao tuổi thăm hỏi, khuyến khích, đề nghị tặng tiền để cậu Daniel mua sách nghiên cứu. Cậu đồ trả lời: *"Cháu cảm ơn bác thật nhiều. Bác vào trang này đọc mấy bản dịch vụng của cháu là cháu ơn lòng bác lắm rồi. Còn làm phiền bác về tiền bạc thì cháu nào dám! Vạn lần không dám!"*. Nếu cứ loanh quanh lẩn quẩn với cậu đồ này, chắc tôi phải sắm chiếc áo the mất!

Hán lá chữ của Tầu, qua ngàn năm đô hộ đã ảnh hưởng nhiều tới tiếng Việt ta. Nhưng kể từ khi Việt cộng cung cúc phò Trung cộng thì tiếng Việt của cộng sản Việt đã bê tiếng Hán vào khá đậm. Chuyện này xảy ra ngay từ khi cộng sản Việt còn nằm trong chiến khu mà họ gọi là An Toàn Khu hay *AtêKa*. Trong cuốn Đèn Cù đang được mọi người tìm đọc của Trần Đĩnh, một người nằm trong chăn Việt cộng nay phản tỉnh vạch ra những con rận của chế độ cộng sản, có đoạn nói về thứ tiếng mang từ Tầu về. *"Tôi đã dự lớp chỉnh huấn đầu tiên chủ yếu dành cho đảng viên văn nghệ, báo chí ở AtêKa. Lớp cán bộ sang tận Hoa Nam học cách thức về chỉ đạo. Tôi cùng chi bộ - tức một nhà sàn – với Xuân Diệu,*

Nguyễn Tư Nghiêm, Phan Kế An, Lê Đạt...năm cái mồm lý sự cùng một số anh chị em khác. "Mời các đồng chí trọng thính lên trên cùng". Nam, trong học ủy, trịnh trọng mở lớp. Cả lớp – kể cả thâm Nho Ngô Tất Tố - ngớ ra. "Trọng thính là các đồng chí nặng tai ạ!". Mọi người ồ lên. Tôi vẽ trên báo tường: một người vẹo mặt đi, tai xệ xuống vai vì một quả tạ có chữ "trọng lượng thính".

Từ cái ngày dẫm phải chất thải của Trung cộng xa xưa đó, chữ Việt méo mó đến tội nghiệp vì những tiếng Hán nhảy dù vô xâm lấn. Một người có bút danh là Philato đã chịu khó sưu tầm trên báo chí thứ văn chương trọng Hán của tiếng Việt trong nước ngày nay. Đoạn báo loan tin về cầu Cần Thơ chuẩn bị khai trương nguyên văn như sau: *"Ngày 26/9/2007, sự cố sập 2 nhịp khiến 54 chết, 80 bị thương. Dàn thép cuối cùng được lắp đặt để nối liền cầu Cần Thơ bắc qua sông Hậu ngày 3/10. Dự kiến hợp long ngày 15/10/2009 và chính thức thông xe vào tháng 3/2010. Nhưng mới chỉ thông xe kỹ thuật thôi mà đã có 10 thợ chụp hình và nhiều hàng rong đến đây tác nghiệp. Có đi thực tế mới thấy một số bộ phận người dân chưa ý thức được giá trị và biểu cảm của cây cầu".*

Đề cập tới nạn kẹt xe, Thanh tra Sở Giao Thông Hà Nội Hoàng văn Mạnh phát biểu với báo VNExpress: *"Ùn tắc ở các điểm phân làn chỉ là cảm quan, ùn tắc hiện nay chỉ là giả tạo do sự thiếu ý thức của một bộ phận người tham gia giao thông. Ngoài ra cũng có nguyên nhân mật độ giao động khi tựu trường đột biến. Chúng tôi chia làn để các phương tiện không bị xung đột, tránh ùn ứ. Nhưng ý thức kém, người tham gia giao thông thấy chỗ nào đi được là chen vào gây nên tình trạng ùn tắc cục bộ".*

Nói chuyện nạo vét hồ Gươm, Phó Giáo Sư Hà Đình Đức phát ngôn: *"Sau khi vét thí điểm kết quả sẽ được quan trắc đánh giá để có phương án xử lý tiếp theo. Khu vực xử lý thí điểm chưa tới 1% diện tích hồ, lượng nước hao hụt không đáng kể nên không cần bổ cập".*

Chán mấy anh quan chức bập bẹ tiếng Việt, mời các bạn nghe một người đẹp phát ngôn trên báo. Phiền nỗi người đẹp này là cô Jennifer Phạm, một cựu hoa hậu ở bên Mỹ, con em người Việt chúng ta ở hải ngoại. Cô này đã kết hôn với ca sĩ Quang Dũng ở trong nước, có một cậu con trai kháu khỉnh. Sau khi ly dị anh ca sĩ này, cô từ bên Mỹ về Việt Nam làm em-xi cho các chương trình ca nhạc tại quốc nội. Cô tâm sự với báo Tuổi Trẻ: *"Trong quá trình làm việc sắp tới, tôi sẽ đầu tư quỹ thời gian vào công việc người dẫn chương trình".*

Tiếng Việt của chúng ta ở trong nước đã biến dạng. Đó là thứ ngôn ngữ méo mó, xa lạ, hậu quả của sự nô lệ anh hàng xóm khổng lồ mà cộng sản Việt đã bưng về từ những ngày đảng còn co rút trong hang Pắc Bó. Nghe ra nặng mùi... Hán!

09/2014

HANOI

Tôi xa Hà Nội năm tôi 16 ngơ ngác như một con ngỗng đực. Hà Nội mà tôi mang theo khi rời xa chỉ là những thứ vụn vặt cùng mằng.

Năm đó tôi đang học lớp Đệ Tứ trường Dũng Lạc, ngay bên hông nhà thờ chánh tòa mà dân Hà Nội ngày đó gọi là nhà thờ Lớn. Hà Nội của tôi nằm trên con đường từ nhà ở bên hông chợ Hôm tới trường và vùng phụ cận. Dọc đường tới trường có đường tầu điện mà chúng tôi thỉnh thoảng quá giang không mất tiền. Không phải đây là loại tầu thí mà vì chúng tôi gian! Tầu có vài toa, mỗi toa có người bán vé đi dọc trong toa. Người này cầm một tấm bảng lớn hơn tập vở trên đó có cái thanh giữ những tập vé dầy cộm. Vé nhỏ bằng hai đốt ngón tay có nhiều màu trông rất vui mắt, mỗi màu là một chặng đường. Khi mua vé, người bán sẽ xé vé đưa cho người mua, cùi vé vẫn dính vào thanh ngang. Thường thì ba mẹ tôi vẫn cho tiền mua vé tầu đi học mỗi ngày nhưng ngày đó chúng tôi đã biết quý đồng tiền nên chẳng dại gì mà đưa tiền cho người bán vé. Chúng tôi đi tầu quịt bằng cách tử tế nhất là xin những chiếc vé còn giá trị cho đoạn đường kế tiếp của những hành khách xuống tầu hoặc, bặm trợn hơn, nhảy tầu đang chạy, hay truyền từ toa tầu này qua toa khác để tránh ông soát vé. Tiền đó chúng tôi làm văn hóa bằng cách đưa cho cô hàng sách để nhận một tập giấy 32 trang, khổ sách in, truyện kiếm hiệp như *Long Hình Quái Khách* hoặc *Hỏa Thiêu Hồng Liên Tự* hoặc truyện trinh thám của Phạm Cao Củng hay truyện đường rừng của Lê Văn Trương được in cóc nhẩy vài ngày một tập, mỗi tập chỉ đúng có 32 trang. Đọc vèo một cái là xong, mong chờ từng ngày để đọc tiếp. Ngày nào cũng phải tạt qua tiệm sách, chăm chú đọc tấm bảng đen viết bằng phấn trắng thông báo truyện mới ra ngày hôm đó. Tôi khá Việt văn chắc là nhờ những tập giấy 32 trang này. Đọc xong, đóng thành tập bằng cách dùng chỉ khâu lại. Tập sách này giúp chúng tôi làm thương mại bằng cách cho bạn bè thuê. Bạn bè cùng lớp toàn những thứ đứng hàng thứ ba sau quỷ và ma nên việc buôn bán này luôn bị trục trặc gây nên những cuộc cãi vã chửi bới và có khi trầm trọng hơn phải vận dụng tới chân tay. Nhiều khi chúng tôi xa rời văn chương để dùng tiền mon men tới những tấm truyện bằng hình *tarzan* hoặc *zorro*, chữ thì ít, hình thì nhiều nhưng có thể dùng làm đơn vị tiền tệ trong những trận đánh quay, đánh khăng hoặc bắn bi, đánh đáo.

Nơi chúng tôi bắn bi, đánh đáo, đánh quay, đánh khăng là sân trường hoặc vỉa hè trước nhà. Ngày đó vỉa hè không được lát gạch, chỉ toàn đất nên rất tiện cho việc chơi đùa của chúng tôi. Hiện tôi còn một anh bạn bắn bi đánh đáo ngày đó sống tại Montreal này. Nhà anh ở trước cửa nhà tôi trên đường Phùng Khắc Khoan nhỏ hẹp nối liền phố Hòa Mã với đường Trần Xuân Soạn. Mỗi lần gặp nhau, anh luôn hồi tưởng lại những trận thư hùng ngày đó và còn tức tối khi nhắc lại là tôi bắn bi rất mả, ăn hết bi của anh. May mà bây giờ anh không còn quý những viên bi như ngày xưa, nếu không thì chắc đã có một trận cãi vã ra gì giữa hai ông già mà còn vương vấn chuyện xưa khi còn…ngỗng đực!

Ngã tư Trần Xuân Soạn và phố Huế có một rạp xi nê nhỏ chuyên chiếu những phim giải trí cho nhi đồng. Phim kiếm hiệp Trung Hoa mà các hảo hán đằng vân giá vũ, áo quần bay phần phật, tay giữ chuôi kiếm, nhưng anh quay phim chĩa máy quay hơi thấp nên khán giả thấy cả bức tường nơi họ đứng vững vàng khi đang bay. Phim *tarzan* hú vang trời vang đất đu rễ cây rừng giải cứu cô Jane thoát khỏi nanh vuốt của con khỉ đực. Tôi phải thú nhận là ngày đó đã ngây người ngắm cô Jane trong y phục rừng rú sơ sài chỉ có chút lá cây. Phim *zorro* bịt mặt phi ngựa rầm rập kịp tới chỗ cứu người đẹp lúc kết phim làm chúng tôi vỗ tay vang rạp một cách thích thú. Trong một bài viết, tôi đã thú thật là quên tên rạp hát nho nhỏ này. Một độc giả từ bên Arizona phôn qua nhắc tôi đó là rạp Hà Nội. Chuyện quanh về khu phố Huế ở Hà Nội xưa, chúng tôi mới biết là hai đứa ở chung trên một con đường nhưng hai phía khác nhau ngăn cách bởi phố Huế, phía bên nhà tôi là Trần Xuân Soạn, phía bên kia phố Huế con đường đổi tên thành phố Huyền Trân Công Chúa. Lan man đấu láo, những nơi chốn thân quen xưa cũ như rạp xi nê Đại Nam, tiệm kem Cẩm Bình, nhà sách của bà Hồ Dzếnh được nhắc tới với muôn vàn kỷ niệm xưa. Song song với đường Trần Xuân Soạn, cắt ngang phố Huế là phố Hàm Long, nơi có ngôi nhà thờ mà trường tiểu học Trần văn Thưởng của tôi nằm trong khuôn viên.

Một nơi mà chúng tôi hay đạp xe tới là Bờ Đê và Rặng Ổi. Bờ đê Yên Phụ để đá bóng trên những bãi cát, Rặng Ổi để leo trèo hái trộm ổi. Bãi cỏ trước Viện Bảo Tàng, sau Nhà Hát Lớn, để tụ tập đấu láo. Bờ Hồ để câu cá, ăn bánh mì ba tê của những người bán dạo, thăm quán kem Mụ Béo và mua phát xa húng lìu của ông tầu già ngồi trong tháp Hòa Phong bên hồ Gươm. .

Hà Nội ngày đó chứa tuổi thơ của tôi. Khi rời Hà Nội tôi quả không có một chút phiền não nào. Tuổi thơ là thứ để sau này nhớ về chứ không phải thứ lưu luyến khi đó. Rời Hà Nội, tôi háo hức trước viễn ảnh được tới một phương trời mới, bồi hồi khi lần đầu tiên được leo lên máy bay. Phi trường Gia Lâm (hay Bạch Mai?) bữa đó là nơi tôi đặt chân tới đầu tiên. Những chiếc máy bay *Dakota* cánh quạt nằm phủ phục như những thớt voi đã thuần hóa. Khi anh lính Pháp, với giọng ngọng nghịu đọc những cái tên Việt Nam làm chúng tôi cười thoải mái, đã đỏ mặt giơ tay đếm đầu người cho lên máy bay mà chẳng cần tên tuổi. Ngày 26 tháng 7 năm 1954, sáu ngày sau ngày ký Hiệp Định Genève, là ngày tôi xa Hà Nội.

Ngày Hà Nội được chôn sống, tôi không còn có mặt để tiễn đưa thành phố thân yêu vào tay Cộng sản. Đó là ngày 10 tháng 10 năm 1954, tính tới nay đúng 60 năm. Một người Hà Nội, cỡ tuổi tôi, cũng ngụ tại phố Hàm Long trong khu phố cũ của tôi, ông Lê Phú Khải, đã hồi tưởng lại. *"Đêm 9-10-1954 cả thành phố thiết quân luật. Đường phố như chết, không một bóng người, không có tiếng rao đêm quen thuộc. Nhưng hầu như tất cả Hà Nội đều thức trắng đêm đó, hồi hộp chờ đến sáng...Nhà tôi ở đầu phố Hàm Long, gần ngã năm Phan Châu Trinh, Hàn Thuyên, Lò Đúc, Lê Văn Hưu... Mấy chị em tôi hay dán mắt nhìn qua khe cửa, trong ánh sáng vàng đục của những ngọn đèn đường, tôi nhìn thấy những tên lính Pháp cao lớn mang súng đi tuần. Gần sáng, lính Pháp chốt lại ở đầu phố nhìn ra ngã năm. Khi trời chưa sáng hẳn, từng tốp bộ đội vai đeo súng từ từ tiến đến chỗ lính Pháp đứng. Những tên lính Pháp cao lớn đứng bên những anh bộ đội bé nhỏ, chỉ cao đến ngang vai lính Pháp. Họ nói với nhau những điều gì đó, bàn giao cái gì đó... rồi lính Pháp từ từ rút lên phía Nhà Hát Lớn thành phố theo đường Phan Châu Trinh. Khi lính Pháp rút rồi, chỉ còn bộ đội ta thì các cánh cửa hai bên phố đều bật tung, dân chúng ùa ra đường với cờ đỏ sao vàng trong tay reo mừng, hoan hô bộ đội".*

Mười một năm trước, năm 2003, tôi trở về Hà Nội sau gần nửa thế kỷ xa cách và thấy một Hà Nội khác. Khác ngay từ căn nhà cũ mà nửa thế kỷ trước tôi đã rời xa. Tòa nhà hai tầng, sáu phòng trước đây có hai gia đình: gia đình bác tôi và gia đình tôi. Nay đã được chia ra cho tám "hộ" trú ngụ. Mỗi gia đình một phòng, còn hai gia đình chiếm cái *garage* để xe và nhà kho nằm phía trên *garage*. Hành lang, cầu thang là nơi công cộng, cha chung không ai khóc, nên dơ dáy như một bãi rác. Tôi cố mường tượng lại những ngày sống trong tòa nhà này nhưng thực tại đã phá hỏng hồi ức của tôi.

Nhưng cái tôi tiếc nhất là vỉa hè trước nhà, thiên đàng của lũ nhỏ chúng tôi hồi đó. Con phố Phùng Khắc Khoan yên tĩnh ngày trước, nay đã biến thành một khu phố chuyên bán vải. Vải từ trong nhà tràn ra vỉa hè. Người người chen lấn ồn ào như một cái chợ. Chợ đứt đuôi chứ còn "như" nỗi gì. Dân Hà Nội gọi đó là khu chợ vải. Tôi len lỏi trên vỉa hè, va bên này vấp bên kia những bàn vải nặng mùi hóa chất mà cái bụng sôi sùng sục. Họ đã ăn cắp vỉa hè của tôi. Tôi tiếc cái thay đổi ở vỉa hè hơn là cái vỡ vụn trong nhà. Bởi vì ngày đó tôi ở ngoài vỉa hè nhiều hơn ở trong nhà. Cái ồn ào chợ búa trên vỉa hè làm tôi tức muốn khóc. Tưởng là chỉ có mình tôi thương tiếc vỉa hè nhưng ông nhà văn Nguyễn Quang Lập cũng chung tâm sự với tôi. Trong bài "Thương Nhớ Vỉa Hè" ông đã ca cẩm: *Thương nhớ gì lại đi thương nhớ vỉa hè, có mà dở hơi. Nhưng mà thương nhớ thật, nhiều khi tay chống cằm nhìn qua cửa sổ thấy vỉa hè nhốn nháo ngày nay bỗng nhớ thương da diết vỉa hè ngày xưa. Ở góc phố nào cũng có tụi con nít chạy loăng quăng đá bóng, nhảy dây. Mấy thiếu phụ vắng chồng, dắt con nhỏ tha thẩn đứng hết góc này sang góc nọ, gió thổi tóc bay váy lộng, vào mùa lá rụng cảnh ấy đẹp lịm người. Bây giờ thì không còn nữa, một khi hàng hóa túa ra thì vỉa hè teo lại nhường chỗ cho mưu sinh, ô tô chiếm hết lòng đường thì xe đạp xe máy nhảy lên hết vỉa hè. Mỗi đường phố chỉ còn vài khúc thảnh thơi, còn thì mất sạch. Mai mốt có lẽ không còn cái vỉa hè nào cho đúng nghĩa vỉa hè Hà Nội".

Tôi còn mất nhiều thứ khi trở về lại Hà Nội. Mất rạp xi nê Hà Nội nay thành một cửa hàng bán áo cưới. Mất ngôi chợ Hôm nay trùng tu lại diêm dúa như một cô gái về già. Mất bờ đất cắm cần câu quanh hồ Gươm nay đã gạch đá phẳng lì. Mất ông Tầu già bán phát xa húng lìu nóng bỏng ngồi trong cái tháp cổ bên hồ Hoàn Kiếm. Mất những toa tầu điện chạy dọc phố Huế lên tới Bờ Hồ ngày nhỏ ăn gian vé. Nhưng cái mất nhiều nhất là mất con người Hà Nội.

Người Hà Nội ngày nhỏ của tôi đi đâu mất tiêu hết? Người Tràng An thời tôi còn nhỏ đã được khắc nét trong hai câu thơ: *Chẳng thơm cũng thể hoa nhài / Dẫu không thanh lịch cũng người Tràng An*. Dân thủ đô Hà Nội từ ngày còn cái tên Thăng Long là những con người lịch lãm với lối nói rất…Tràng An yểu điệu lượt là. Những thêm thắt vào câu nói với "dạ vâng, dạ thưa" nhẹ nhàng; những rào đón trước khi nói ra ý nghĩ của mình với "nói vô phép" "nói khí không phải"; những lời cám ơn suýt soa "quý hóa quá". Ngày nhỏ tôi đã sống trong những lời nói điệu đàng đó khiến nhiều lúc, như một thứ tinh nghịch, muốn phá vỡ những âm thanh mà nhiều khi nghe như giả dối, khách sáo, thiếu chân tình. Bây giờ, về lại phố xưa, tôi hối hận vì ngày nhỏ đã không trân trọng lời ăn tiếng nói của dân Hà Nội ngày đó. Chợ vải trên vỉa hè xôn xao những âm thanh lạ lẫm. Tiếng Hà Nội bây giờ nghe ngang ngang với những âm thanh như chọc vào lỗ tai người nghe. Đó là một sự pha trộn những phát âm không thể là tiếng Hà Nội. Muốn nghe lại tiếng Hà Nội nguyên thủy, người ta phải tới…Sài Gòn! Như ông Ngô Triệu Phong đã từng. Ông kể lại: *"Cuối năm 1978, tôi vào Sài Gòn, được gặp một số người Bắc lớn tuổi di cư năm 1954. Họ vẫn giữ chất giọng và cách nói rất Hà Nội cho dù họ sinh hoạt với cộng đồng người phía Nam một thời gian khá dài.Thực ra cũng chưa có văn bản nào xác nhận tiếng Hà Nội là chuẩn mực. Có lẽ người ta mặc định đó là tiếng của thủ đô? Nhưng điều tôi muốn bàn ở đây là lời ăn tiếng nói của người Hà Nội nói riêng, tiếng Việt nói chung, đã thay đổi nhiều. Việc này hiển nhiên vì ngôn ngữ có đời sống của nó. Nhưng thay đổi theo hướng biến dạng và méo mó thì không thể chấp nhận".*

Ý nghĩ của ông Ngô Triệu Phong có thể lý giải một phần việc mai một của tiếng Hà Nội ngay giữa lòng Hà Nội: người Hà Nội đã bỏ Hà Nội! Ngoài cả trăm ngàn người Hà Nội di cư, người Hà nội còn bị xua đuổi bởi những người tiếp quản thủ đô. Những kẻ chiến thắng đã tràn vào Hà Nội. Họ là những người từ nhiều địa phương khác nhau, mang vào Hà Nội nhiều phương ngữ khác nhau. Tất cả trộn lại thành một thứ tiếng hổ lốn định hình cho tiếng Hà Nội hiện nay.

Tôi có một anh bạn ở Montreal. Cha mẹ, anh em di cư vào Nam hết, riêng mình anh ở lại với bà nội để giữ nhà. Họ tưởng là hai năm sau, theo hiệp định Genève, đất nước sẽ thống nhất, gia đình sẽ đoàn tụ lại. Vài năm sau khi Cộng sản xâm lăng miền Nam, anh được gia đình bảo lãnh qua Montreal. Nói chuyện với anh, không ai nghĩ anh là người ở lại Hà Nội sau ngày di cư. Anh vẫn nói tiếng Hà Nội rất chuẩn, không một chút méo mó. Hỏi chuyện, anh cho biết, sau ngày tiếp quản, thành phần chủ chốt của những người cầm quyền mới là những người từ ngoài vào Hà Nội. Ngay trong nhà trường, các giáo viên cũng là những người từ những địa phương khác được phái về Hà Nội. Họ không nói tiếng Hà Nội. Cả một thế hệ người trẻ theo họ, bắt chước tiếng nói của họ. Những thế hệ sau, ảnh hưởng của việc thay đổi tiếng nói càng trầm trọng hơn. Xã hội phải theo thời, đó là định luật xã hội. Ít người cưỡng lại được. Anh là một trong số những người ít ỏi đó. Vì anh có cái may mắn là gia đình ở trong Nam chu cấp thừa mứa tiền bạc, vật dụng cho bà cháu anh qua ngả Pháp. Anh không phải lệ thuộc vào xã hội.

Biến dạng theo tiếng nói, người Hà Nội ngày nay biến dạng cả trong cách cư xử. Hết rồi phong cách của người Tràng An: lịch lãm, hào hoa phong nhã, ngôn ngữ trong sáng. Một ông Tiến Sĩ ở thủ đô đã nhận xét: *"Người Hà Nội bây giờ tiết kiệm với nhau cả những cái gật đầu, cả những nụ cười và thay vào đó là lối nói xô bồ, tục tĩu huỵch toẹt, thiếu văn hóa, kiểu ăn nói "lệch chuẩn", nhất là ở giới trẻ. Họ quên hẳn những chữ "cám ơn" hay "xin lỗi".*

Ông Lê Phú Khải, người Hà Nội xưa không di cư, ở lại với Hà Nội, kể về trường hợp nhà thơ Hoàng Hưng. Nhà thơ ba đời là người Hà Nội. Sau 1975, vào sinh sống tại miền Nam. Nay về hưu muốn quay trở lại Hà Nội. Ông Khải viết: *"Bây giờ mười người Hà Nội thì có đến tám người từ các nơi khác đến "ngụ cư"! Họ làm quan, làm thợ, làm dân thường. Họ mang lối sống "hỗn tạp" (từ dùng của nhà thơ Hoàng Hưng) đến đất ngàn năm văn vật! Chính vợ nhà thơ Hoàng Hưng kể với vợ chồng tôi rằng, hai vợ chồng bà đi chợ mua một ngàn đồng lá chè tươi, được người bán vốc cho một nắm. Thấy một ngàn mà cũng được một vốc, nhà thơ Hoàng Hưng khen: "Được nhiều đấy nhỉ !". Bất ngờ cô bán hàng chửi : "Mua có một ngàn mà còn nói cái đéo gì, cút mẹ nó đi cho người ta bán hàng !". Ít lâu sau tôi được biết vợ chồng nhà thơ Hoàng Hưng đã bán căn hộ ở bán đảo Linh Đàm để quay về Sài Gòn. Chấm dứt "ước mơ" cuối đời quay về cố đô sau nhiều năm lưu lạc (!)".*

Mới đây, tôi đọc được một bài viết của một người Hà Nội, nay đã vượt biển qua sống bên Mỹ, nhớ lại cái Tết đầu tiên khi Hà Nội bị sa vào tay Cộng sản: *"Âm thầm, tôi dạo bước bên bờ Hồ Gươm, tối 30 Tết. Tháp Rùa, Cầu Thê Húc nhạt nhòa, ảm đạm, đền Ngọc Sơn vắng lặng. Chỉ có Nhà Thủy Tạ, đêm nay có ca nhạc, lần cuối cùng của nghệ sĩ Hà Nội. Đoàn Chuẩn nhớ thương hát "Gửi người em gái miền Nam," để rồi bị đấu tố là tư sản, rạp xinê Đại Đồng phố Hàng Cót bị "tịch thu." Hoàng Giác ca bài "Bóng ngày qua," thành "tề ngụy," hiệu đàn nhỏ phố Cầu Gỗ phải dẹp, vào tổ đan mũ nan, làn mây, sống "tiêu cực" hết đời trong đói nghèo, khốn khổ. Danh ca Minh Đỗ, Ngọc Bảo, nhạc sĩ Tạ Tấn, sau này làm gì, sống ra sao, "phân tán," chẳng ai còn gặp nhau, sợ thành "phản động tụ tập."*

Những tao nhân mặc khách Hà thành đó vẫn không xa được Hà Nội, dù là một Hà Nội vong thân.

10/2014

KẸO

Trong Hội Nghị APEC (Hợp Tác Kinh Tế Á Châu-Thái Bình Dương) tại Bắc Kinh vào ngày 10 tháng 11 vừa qua, *tonton* Obama bị báo chí Trung Cộng phê bình tơi tả về tội nhóp nhép. Ông nhai kẹo cao su lia lịa. Thậm chí khi duyệt hàng quân danh dự, chào cờ hay ngồi họp giữa văn võ bá quan phương diện quốc gia, miệng ông vẫn nhóp nhép. Nhai như vậy, đối với văn hóa Trung Hoa là vô lễ. Bình luận gia Krauthammer của hãng thông tấn *Fox News* chỉ trích: "Dân Trung Quốc rất nhậy cảm với nghi thức, sự tinh tế và trịnh trọng của nghi lễ ngoại giao. Họ đã có một lịch sử ba ngàn năm! Ở Trung Quốc, nhai kẹo cao su là một hành động thiếu tôn kính".

Ông Obama hình như phớt lờ hết. Ở đâu ông cũng nhóp nhép. Trên chiếc máy bay riêng Air Force One khi ngồi xem *football*. Tại các cuộc vận động tranh cử. Khi chủ tọa buổi lễ kỷ niệm cuộc Đệ Nhị Thế Chiến. Khi chính thức tiếp Nữ

Hoàng Elizabeth. Bất cứ lúc nào chàng cũng có thể nhai được. Bộ làm tới Tổng Thống một cường quốc mà không nhín được cái sở thích con nít đó chăng?

Thật oan ơi ông Địa! Ông Obama không nhai kẹo cao su cho khoái cái miệng mà đó là thuốc của ông. Năm 2009, ông đã cho biết ông vốn là một người nghiện thuốc lá từ tuổi *teen*. Tới giữa năm 2010 ông vẫn còn phì phèo. Bác sĩ riêng của ông, Đại Tá Hải Quân Jeffrey Kuhlman, đã khuyên ông nên nhai kẹo cao su có chất *nicotine* để cai thuốc lá. Nay ông đã chừa được thuốc lá nhưng phải nhai kẹo cao su có chất *nicotine*. Đó là cuộc chiến sống chết với thuốc lá mà ông đang phải căng mình ra chiến đấu.

Kẹo cao su cai thuốc lá có tên là *nicorette* gồm hai loại có hàm lượng *nicotin* khác nhau: loại 2 mg và loại 4 mg. Tôi nghĩ "bệnh" nặng như ông Obama chắc phải xài loại 4 mg. Mỗi ngày phải nhai 10 viên kẹo, mỗi viên nhóp nhép trong 30 phút mới có tác dụng phóng thích hết hoạt chất. Được cung cấp chất *nicotine* qua kẹo nên người dùng không thấy thèm thuốc lá nữa. Tôi thử làm một con tính. Mỗi ngày 10 viên, nhai mỗi viên trong 30 phút, tổng cộng là phải nhai 300 phút hoặc 5 tiếng đồng hồ mỗi ngày. Với lịch trình công du dày đặc, ông Obama phải nhóp nhép trong khi tham dự các nghi lễ là chuyện phải làm. Nên…đại xá cho ông. *Nhập gia* Trung Quốc mà phải *tùy tục* hạn chế kẹo thì ông *tonton* lấy đâu sự tỉnh táo mà đối phó với ông Tập Cận Bình! Báo chí Trung Quốc làm rùm beng chuyện này có khi nằm trong chiến thuật của nhà nước không chừng. Chơi với mấy anh cộng sản khó lắm!

Chúng ta hầu như ai cũng nhóp nhép kẹo cao su cho thơm miệng hoặc cho bớt hồi hộp. Cứ nhìn các ông bầu thể thao bóng đá, *hockey, football,* bóng chuyền nhai muốn lòi răng khi điều khiển đội banh của mình tranh tài khắc biết. Ngay dân Trung Quốc ngày nay cũng nhai như điên. Theo số liệu thống kê thì trung bình mỗi người dân Trung Quốc mua 10 gói kẹo cao su mỗi năm. Với dân số 1 tỷ 400 triệu người, số kẹo cao su tiêu thụ lên tới 14 tỷ gói một năm!

Trên xe của tôi luôn luôn có một lọ kẹo cao su nhưng ít khi miệng tôi nhóp nhép. Không phải vì sợ rớt răng giả như mấy ông bạn tôi. Hai hàm răng của tôi vẫn là răng trời cho. Nhưng vì tôi không hảo ngọt. Vậy thì lọ kẹo cả năm mới dùng hết chỉ để chữa cháy khi cần. Đó là sau khi làm một tô bún mắm hoặc bún riêu, bún ốc hoặc bò bảy món, những thứ mà không có tí mắm ruốc vào thì lạt lẽo vô vị. Chỉ nhóp nhép một chút là miệng lưỡi thơm lừng, mắm miếc chạy trốn hết. Những lúc đó thật muốn cám ơn ông tổ kẹo cao su, con người thông minh biết là dân ta có món mắm tôm mắm ruốc pha chế thêm vào nào tỏi nào hành rất hung hăng mùi vị, nên chế ra kẹo cho thơm tho miệng hầu có thể tâm tình thoải mái. Kẹo cao su là một thứ kẹo có vẻ văn minh vậy mà nó lại là thứ già khú đế!

Kẹo cao su hiện diện từ thời Cổ Hy Lạp. Tùy theo từng nơi, nó có những nguyên liệu khác nhau. Người Hy Lạp dùng nhựa của cây nhũ hương, người Ấn Độ dùng nhựa cây trầu không, còn người Da Đỏ lại dùng nhựa thông. Khoảng năm 1850, loại nhựa chế biến từ *paraffin* phát triển nhanh chóng và trở nên rất phổ biến. Hơn một thập niên sau, nhựa

cây *chicle* ở Mễ Tây Cơ được nhập cảng vào Mỹ để chế biến
kẹo cao su. Từ đó, loại nhựa này ăn trùm kỹ nghệ sản xuất ở
Mỹ vì có đặc tính mịn, mềm, giữ được mùi hương lâu dài.

Người có ý tưởng khai thác loại nhựa cây *chicle* là tướng
Antonio López de Santa Anna của Mễ. Ông này sau trở thành
nhà độc tài cai trị nước Mễ trong một thời gian dài trước khi
bị lật đổ. Ông chạy qua Mỹ, tới Nữu Ước vào năm 1869.
Lúc đó ông đã 75 tuổi. Ông nuôi chí phục thù, có kế hoạch
gây quỹ bằng cách nhập loại nhựa cây *chicle* vào Mỹ để thay
thế cao su. Vậy thì ông này chỉ có công giới thiệu nhựa cây
chicle vào Mỹ thôi chứ chưa nghĩ tới chuyện làm kẹo cao su.
Ông gặp nhà phát minh Thomas Adams. Họ tính là sẽ giàu
to với sáng kiến này. Nhưng họ thất bại cay đắng. Ông tướng
trở về Mễ, nhà phát minh dở sống dở chết với mớ nhựa cây
chicle vô dụng. Lúc ông tính đổ đống nhựa vô dụng này
xuống sông thì ông đi ngang qua một cửa hàng dược phẩm
và nhìn thấy một cô bé đang mua kẹo sáp *paraffin* để nhai.
Sực nhớ lại người Mễ thường nhai *chicle*, ông thử làm kẹo
dẻo bằng thứ nhựa *chicle* này. Ông thành công. Sản phẩm
"kẹo cao su số một New York của Adams" trở nên *hot* kinh
khủng. Chính sản phẩm này của Adams là tổ tiên của thứ kẹo
cao su hiện nay chúng ta đang dùng. Trong rất nhiều thương
hiệu kẹo cao su trên kệ hàng ngày nay, vẫn còn thứ kẹo mang
tên *Chiclet*.

Đó là thứ kẹo cao su...tân thời. Năm 2007, một cô sinh
viên ngành khảo cổ người Tô Cách Lan tên Sarah Pickin, 23
tuổi, đã may mắn tìm được miếng bã kẹo cao su cổ có niên
đại từ 5 ngàn năm trước! Miếng kẹo cao su xưa ơi là xưa này

được tìm thấy ở bờ biển Phần Lan. Di vật này là cục nhựa vỏ cây bạch dương có vết răng nhai dở rất rõ. Cây bạch dương là loại cây rất phổ biến ở Phần Lan đến nỗi được tôn phong làm quốc thụ! Nhựa bạch dương được người cổ xưa dùng như một chất khử trùng nhằm ngăn ngừa bệnh sâu răng. Cô sinh viên…trúng số này vui mừng cho biết: "Tôi biết trước đây các nhà khảo cổ đã tìm thấy bã kẹo cao su cổ đại tại Âu châu, do đó khi nhìn thấy mẫu vật trong khe đất, tôi nghĩ ngay tới kẹo cao su. Tuy nhiên trông nó bẩn thỉu và sờ vào thấy mềm mềm như phân động vật nên tôi khựng lại, quay sang hỏi ý kiến bạn bè". Giáo sư Trevor Brown, người hướng dẫn của cô Pickin trong chuyến du khảo kéo dài sáu tuần tại trung tâm thời kỳ đồ đá Kierikki này, phát biểu: "Miếng bã kẹo mà Pickin tìm thấy có lẽ được làm bằng cách nướng vỏ cây cho nóng chảy, sau đó đun sôi, làm lạnh thì mới thành một khối chắc chắn như thế. Khi muốn nhai kẹo, người ta phải hơ nóng cho mềm".

Kẹo là thứ con nít rất ưa. Ngày Halloween, con nít kéo hàng đàn hàng lũ đi xin kẹo. Sâu răng, sún răng cũng vì kẹo nếu các bậc cha mẹ không chú ý tới việc săn sóc răng miệng cho con cái. Nhưng kẹo cao su lại không phải thứ kẹo dành cho con nít vì nó có bã kẹo dính lằng nhằng phải nhả ra sau khi kẹo hết chất ngọt. Con nít ít khi muốn nhả thứ ngọt ngọt này ra khỏi miệng. Nếu chúng nuốt luôn chất cao su vào bụng thì chuyện gì xảy ra? Chẳng có chuyện chi cả vì bã kẹo sẽ không dính vào ruột, không làm tắc nghẹn cuống họng. Khi chúng ngồi bô, kẹo sẽ được thải ra theo phân.

Nhai kẹo cao su chỉ được cái mỏi miệng, nhiều người

chống đối đã phát ngôn như vậy. Thực ra kẹo cao su cũng có lợi. Trong kẹo có chất *ksylitol* có tác dụng chống vi khuẩn, giúp ngăn ngừa sâu răng. Chất này có thể hạn chế được tới 70% sâu răng. Theo các nhà khoa học thuộc Đại Học Glas-gow ở Mỹ thì việc nhai kẹo cao su từ 30 đến 90 phút sẽ kích thích nước bọt và làm giảm nồng độ *acid* trong miệng, làm sạch thức ăn thừa, ngăn chặn vi khuẩn hoạt động làm hại men răng. Dựa vào…đức tính này của kẹo, người ta đang tính tới việc trang bị kẹo cao su có chất *ksylitol* cho lính Mỹ. Bởi vì đời lính, nhất là lính đi hành quân, ít có thời gian đánh răng thường xuyên trên chiến trường. Các chuyên gia đã báo động là có tới 15% quân nhân Mỹ có vấn đề về răng miệng, nhất là viêm nướu răng. Họ đã chế tạo một loại kẹo cao su có chứa *protein KSL* tấn công các vi khuẩn bám trên răng như *streptococcus mutans*, thủ phạm của sâu răng và viêm nướu. Với loại kẹo này, binh sĩ có thể không cần đánh răng trong một thời gian. Thực ra binh sĩ Mỹ đã có kẹo cao su trong khẩu phần thức ăn khô *Ration C* từ lâu. Không biết có ai nhớ cái khẩu phần của lính Mỹ tại Việt Nam này mà chúng ta có thể mua ở chợ trời một cách dễ dàng. Trong khẩu phần này có hai viên kẹo cao su *chicklet*. Nhưng thứ kẹo này chỉ để ăn cho thơm miệng chứ không…nha khoa như thứ có *protein KSL* ngày nay.

Chuyện bất tiện của kẹo cao su là cái bã kẹo. Nó dính lằng nhằng rất khó tẩy trừ nhất là khi dính vào tóc. Đây là một vấn đề nhiều khi nan giải cho các thành phố. Chúng ta đang cố giảm thiểu xài bao nhựa để bảo vệ môi trường vì nhựa là một thứ rất khó phân hủy. Bã kẹo cao su cũng vậy.

Phải mất 5 năm mới phân hủy được. Tại thủ đô Luân Đôn của Anh, người ta khổ công với bã kẹo cao su. Trung bình cứ hai công dân Anh thì một người thường xuyên nhai kẹo. Hậu quả là trên con đường nổi tiếng Oxford ở Luân Đôn bã kẹo là một vấn đề lớn. Năm 2001, thành phố đã mở một chiến dịch dọn bã kẹo cao su và họ đã cạo đi tới 300 ngàn bã kẹo trên lề đường! Tổn phí lên tới 192 ngàn đô Mỹ. Đó mới chỉ là làm sạch những điểm trọng yếu. Nếu muốn làm sạch tất cả các con đường của Luân Đôn thì phải chi một số tiền gấp 90 lần lớn hơn. Nhà chức trách đã nghĩ tới hình phạt lên tới 75 bảng Anh, khoảng 144 đô Mỹ, cho mỗi vi phạm vứt bã kẹo trên đường phố.

Nói tới vụ bã kẹo chắc chắn phải nói tới Singapore. Tại sao quê hương của ông Lý Quang Diệu lại có biện pháp gắt gao phạt tiền và đánh roi các người nhai kẹo cao su bất kể là dân địa phương hay du khách ngoại quốc? Chuyện kể như thế này. Ông Thủ Tướng Singapore Lý Quang Diệu công du qua Thái Lan, được Thủ Tướng Thái Lan lúc bấy giờ là ông Chuan Leck Fai đãi cơm. Khi dùng món tôm, ông Lý hỏi: "Ở Thái Lan các ông làm gì với vỏ tôm?". Ông Fai trả lời là vứt rác chứ làm chi. Ông Lý cười nói: "Ở Singapore chúng tôi dùng để sản xuất món snack tôm xuất cảng sang Thái Lan". Khi ăn cam tráng miệng, ông Lý hỏi: "Ở Thái Lan, các ông làm gì với vỏ cam". Ông Fai trả lời là vứt đi chứ làm chi. Ông Lý cười nói: "Ở Singapore chúng tôi cho vào nhà máy sản xuất nước cam bán sang Thái Lan!". Cuối cùng khi ăn kẹo cao su, ông Lý lại hỏi: "Ở Thái Lan các ông làm gì với bã kẹo cao su?". Ông Fai lại trả lời là vứt đi. Ông Lý từ tốn nói: "Ở Singapore chúng tôi chuyển tới nhà máy sản xuất bao cao su xuất cảng sang Thái Lan". Ông Thủ Tướng Thái Lan bị hạ ba bàn trắng, tức tràn hông nhưng kiềm chế được. Tới khi tiễn ông Lý ra phi trường về nước, ông Fan mới hỏi: "Ở Singapore các anh làm chi với bao cao su sau khi dùng xong?". Ông Lý trả lời là vứt đi chứ làm chi được với cái thứ đó. Ông Fai mới nhấn nha ghé vào tai ông Lý : "Ở Thái Lan chúng tôi chuyển tới nhà máy sản xuất thành kẹo cao su xuất cảng sang Singapore!". Ông Lý tá hỏa tam tinh, vừa về tới nhà đã khẩn cấp cho ban hành đạo luật cấm kẹo cao su ở Singapore!

Câu chuyện chơi nhau trên trường ngoại giao này, ai tin được thì tin, tôi không có ý kiến. "Chính sử" ghi lại như thế này. Kể từ khi giành được độc lập, đất nước Singapore nhỏ bé đã phải nỗ lực phát triển vượt bậc các ngành công nghiệp để trở thành một nước giầu mạnh. Cái giá phải trả cho sự bùng nổ kinh tế này là sự hủy hoại môi trường. Trong thập niên 1980, công nhân vệ sinh đã gần như bất lực với nạn bã kẹo cao su dính trên khắp vỉa hè, cầu thang, thang máy, trên xe buýt và các khu vực công cộng khác. Trước thực trạng này, năm 1987, một dự thảo cấm dùng kẹo cao su đã được thảo ra nhưng không được Quốc Hội thông qua. Cùng năm đó, Singapore hoàn thành hệ thống xe điện ngầm hiện đại trị giá 5 tỷ đô Mỹ với hy vọng mang lại sự hiện đại và lịch lãm cho thành phố. Nhưng vừa ra đời, hệ thống xe điện ngầm hiện đại này đã bị nạn bã kẹo cao su hạ đo ván. Trên khắp ghế ngồi, tay cầm, cửa điện tử tự động dính đầy bã kẹo cao su. Có lần cửa tự động đã bị kẹt vì nhiều bã kẹo dính vào.

Nhà nước mất một số tiền khá lớn để dọn dẹp nhưng làm không xuể. Trước thực trạng đó, luật cấm dùng kẹo cao su được thông qua vào năm 1992. Người dân nào bị bắt gặp nhóp nhép nhai kẹo cao su là bị phạt. Phạt tiền và phạt đòn đét đít! Chỉ hai năm sau lệnh cấm, năm 1994, vụ Michael Fay đã làm nhà cầm quyền Singapore vất vả. Michael Fay là một thiếu niên Mỹ sống ở Singapore với mẹ và bố dượng. Cậu bị bắt vì tội cùng với một số thiếu niên bản xứ phá hoại tài sản và xe hơi. Hình phạt là bốn tháng tù và 2 ngàn đô. Cộng vào đó là tội có giữ kẹo cao su trong người. Tội này bị phạt sáu roi. Hình phạt thời trung cổ này làm xôn xao dư luận Mỹ khiến cho Tổng Thống Clinton phải đích thân xin miễn cho đương sự. Nhưng luật là luật, dù *tonton* Mỹ nhúng tay vào, luật vẫn được thi hành. Cuối cùng, nể tình bang giao giữa hai nước, Singapore giảm cho hai roi, cậu Michael Fay vẫn bị quất bốn roi! Hậu quả là chỉ trong một đêm, hầu như không còn du khách Mỹ tới Singapore và hàng tỷ đô hàng hóa bị ngưng trệ!

Mãi tới giữa năm 2004, dưới sức ép của Hoa Kỳ, luật cấm nhai kẹo cao su tại Singapore được nới lỏng chút ít. Họ đồng ý cho bán kẹo cao su thuốc nhãn hiệu Wrigley của Hoa Kỳ. Tất cả có 19 loại kẹo thuốc này trong đó có kẹo chứa chất *nicotine*. Người sử dụng phải mua trực tiếp từ nha sĩ hoặc bác sĩ. Phải khai tên tuổi và số thông hành hoặc thẻ căn cước. Khách du lịch có thể mang vào Singapore tối đa mỗi người hai gói. Nhưng nếu nhả bã kẹo trên đường phố vẫn có thể bị đét đít!

Chuyện chi mà quan trọng! Dân Mỹ đối đãi với bã kẹo

cao su "nhân đạo" hơn nhiều, Họ biến chúng thành...nghệ thuật. Tại thung lũng Post thuộc thành phố Seattle, từ năm 1990, có một bức tường gắn toàn bã kẹo cao su đã trở thành một địa điểm du lịch hấp dẫn. Thoạt đầu, họ dán bã kẹo lên tường để gắn giữ đồng xu may mắn. Dần dà, bã kẹo đã xâm lấn khiến các đồng xu chìm lỉm vào bã kẹo. họ biến bức tường thành các bức vẽ đầy màu sắc và nghệ thuật.

Các "họa sĩ" tường này có cơ bị thất nghiệp vì loại kẹo cao su mới đã được bán tại Anh: kẹo cao su không dính! Loại kẹo này có tên là *Clean Gum* do Đại học York hoàn thành. Bã của loại kẹo này không bám vào quần áo và tự hủy trong vòng 6 tuần lễ. Nếu chúng ta vô ý ngồi trên ghế công cộng có bã kẹo cao su thì vẫn thơ thới hân hoan đứng lên không na theo bã kẹo dính trên bàn tọa. Ngay cả tóc là nơi khó gỡ bã kẹo nhất cũng không sao. Người ta có thể gỡ ra dễ dàng bằng cách dùng nước, dầu gội đầu và lược. Mần răng mà kẹo cao su lại không...cao su như vậy được? Họ cho thêm vào kẹo một chất *polymer* chống dính. Chất này làm bã kẹo dễ thương hẳn ra, cứ cu ki nằm một mình, không ôm dính đế giầy, áo quần, tóc tai, lại dễ phân hủy, chỉ vài trận mưa là biến mất! Lại có cụ théc méc: vậy thì ăn có còn ra kẹo cao su không? Người nhai sẽ không thấy chi khác, vẫn thơm ngon như thường!

Ngài Obama nhai kẹo cao su có chất *nicotine* giúp cai thuốc lá. Rồi có kẹo cao su chống sâu răng và viêm nướu. Kẹo cao su khỏi đánh răng của quân đội Mỹ. Mai mốt sẽ có thứ kẹo cao su có pha chất chống cảm cúm đau nhức như *aspirine, acetominophen* cho những người ngại nuốt viên thuốc. Ngày nay lại còn thứ kẹo cao su kích dục! Trông bề ngoài thì bao kẹo...tội lỗi này y chang như bao kẹo cao su thường. Nhưng khi nhóp nhép thì như bị bùa mê thuốc lú bảo sao nghe vậy. Đây là thứ kẹo nguy hiểm, đàn bà con gái nên cẩn thận kẻo mang hận.

Làm thân con gái có chút của phải giữ, các bậc cha mẹ xưa cũng như nay đều răn bảo các nàng phải cẩn thận. Lời răn đã đi vào ca dao: *Thưa rằng bác mẹ đã răn / Làm thân con gái chớ ăn trầu người.* Chỉ ăn miếng trầu đã lọt vào vòng nguy hiểm huống chi ngày nay lậm vào kẹo cao su kích dục. Lời răn ngày nay, hiện đại hơn, cũng đang mon men vào ca dao: *Thưa rằng ba má đã răn / Làm thân con gái chớ ăn... kẹo người!*

11/2014

LẠ

Trong quyết định bình thường hóa quan hệ ngoại giao giữa Mỹ và Cuba vài ngày trước lễ Giáng Sinh vừa qua có một sự kiện khá lạ. Khi hai bên trao đổi tù binh cho nhau, phía Mỹ thả ba gián điệp Cuba. Trong số ba gián điệp này có ông Gerardo Hermandez, người đứng đầu đường dây gián điệp *Wasp Network*. Ông này lãnh hai bản án chung thân, ngồi chơi với muỗi trong nhà tù liên bang Mỹ từ lâu. Khi về tới thủ đô Havana của Cuba, ông được bà vợ Adriana Perez ra đón. Điều lạ là bà này mang cái bầu sáu tháng. Thân ngồi tù cả bao chục năm bên Mỹ, vợ sống ở bên Cuba, vậy mà khi tái hồi Kim Trọng, thấy cái bầu sùm sụp như vậy mà không ngất đi kể là lạ. Lại còn toét miệng ra cười khi ôm vợ thì lạ quá đi chứ. Người Cuba tính tình quá dễ dãi! Một ông bạn tôi, sau tám năm tù cải tạo về, tới nhà cũng gặp cảnh ngộ như vậy. Ông lẳng lặng bỏ nhà đi tiếp.

Da thịt nào cũng là da thịt, tôi không nghĩ là da thịt Cuba

không biết đau. Nhưng chuyện trước mắt mà như chuyện chiêm bao. Nhất là bà vợ, cũng là một tay tổ gián điệp, bị cấm sang Mỹ thăm chồng. Trả lời thắc mắc của báo chí, ông Gerardo Hernandez, tỉnh bơ nhận cái thai trong bụng vợ ông chính là tác phẩm của ông. Thiệt là điên cái đầu! Bộ ông này có... *wifi* hay sao mà thân tù bên Mỹ lại làm cho vợ ở Cuba sưng bụng lên được! Chuyện được sáng tỏ sau đó. Người ta đã lấy tinh trùng của ông mang về Cuba cho bà vợ thụ thai. Chuyện có thể hiểu được nếu ông là loại tù cha. Quả thật trường hợp ông là trường hợp hy hữu, có sự can thiệp ở cấp cao nhất của hai chính phủ. Bộ Tư Pháp Mỹ xác nhận chính phủ Mỹ cho phép làm vậy để trao đổi lấy tình trạng đối xử tốt hơn với ông Alan Gross, công dân Mỹ bị Cuba cầm tù, khi đó đang bị bệnh.

Chuyện con lăng quăng loại xịn này là chuyện ngoại giao quốc tế. Có kỹ thuật cao hỗ trợ thì cái bụng bà Adriana Perez có như cái trống là chuyện không có gì hấp dẫn. Cái thứ lăng quăng đi chui mà cũng nên cơm nên cháo mới là chuyện lạ. Anh Ammar Ziben, người Palestine, bị tù chung thân tại một nhà tù Do Thái. Tội của anh là đã tham gia vào cuộc ném bom ở thành phố Jerusalem vào năm 1997. Muốn có tí nhau nối dõi tông đường, anh lén lút gửi tinh trùng về cho vợ thụ thai nhân tạo. Cô vợ tên Dallal nhận được của quý và đã thành công trong việc cấy thai. Tháng 8 năm 2012, cậu bé Muhannad Ziben chào đời tại bệnh viện Al-Arabia ở thành phố Nablus làm dư luận xôn xao. Chuyện lạ quá. Mấy con lăng quăng làm nên chuyện là thứ khó tính, đâu có dễ du hành từ nhà tù ra để hạ cánh an toàn trong bụng cô vợ

Dallal ở bên ngoài vòng rào kẽm gai. Trước hết là chu kỳ sống của chúng. Nếu được bảo quản đàng hoàng, chúng có thể sống được 48 tiếng trước khi được đông lạnh để cho thụ tinh. Chuyện đi chui từ nhà tù ra ngoài đời không thể làm trong điều kiện tốt được. Lại nữa, chuyện thụ tinh nhân tạo tại ngay Hoa Kỳ và Canada, nơi có những điều kiện y khoa tốt nhất, cũng không bảo đảm chắc chắn thành công. Vậy mà mấy con lăng quăng của anh tù Ammar lại sinh hoa kết trái trong bụng cô vợ được. Kể cũng lạ. Lạ hay không, cô vợ Dallal không cần biết, cô chỉ biết cô đã có một báu vật trên đời. Nói với đài BBC, cô vui mừng: "Muhannad là món quà của Chúa ban tặng cho tôi, nhưng không có chồng bên cạnh, niềm hạnh phúc của tôi không trọn vẹn".

Quà tặng của Chúa đi lòng vòng sao mà tới tay người nhận được? Chỉ biết là các bà vợ tù nhân đã mang tinh trùng của chồng họ, được đựng trong các lọ nhỏ hay các ly nhựa, đến cơ sở y tế để xin thụ tinh. Bác sĩ Salem Abu Khaizaran, Giám Đốc Trung Tâm Sản Khoa Razan ở Nablus, lắc đầu: "Thành thật mà nói, tôi không biết và cũng không muốn biết họ thực hiện việc đó như thế nào. Tôi không muốn dính líu đến chính trị. Tôi giúp đỡ những người phụ nữ đó chỉ vì mục đích nhân đạo. Dư luận xôn xao vì các tù nhân nhưng ít ai biết những người vợ, người mẹ này đang hàng ngày phải chịu búa rìu dư luận".

Chồng đang ở trong tù, nhìn nhau cũng chẳng đặng, vậy mà tự nhiên bụng sưng lên, dư luận phải biết. Dư luận có... dư luận cũng phải thôi. Chẳng thể gần chồng được mà kết quả nhãn tiền, vậy là sao? Bác sĩ Abu Khaizaran lường trước được tình huống bất tiện: "Khi toàn bộ người dân làng đều biết người đàn ông bị bỏ tù, thật không hay nếu người vợ của họ bất ngờ mang thai. Chúng tôi khuyên người phụ nữ trở về nơi làng mạc và nói cho mọi người biết rằng họ chuẩn bị thực hiện thụ tinh ống nghiệm nhờ tinh trùng của chồng họ".

Nhà tù có biết không? Dĩ nhiên họ không biết tại sao bức tường nhà tù lại có lỗ thủng. Phát ngôn viên nhà tù Sivan Weizman hoài nghi chuyện này: "Không thể nói là việc đó không xảy ra. Tuy nhiên, thật khó tin khi mà các biện pháp an ninh chặt chẽ vẫn được áp dụng trong các cuộc gặp gỡ giữa tù nhân và gia đình". Con tinh trùng nhỏ như vi khuẩn. Chúng chỉ cần khe hở bằng bề dày của một đồng tiền giấy là có thể chui lọt được. Chuyện cũng dễ hiểu. Chẳng vậy mà chẳng phải chỉ có một mình chị Dallal có quà của Chúa mà đã có khoảng chục phụ nữ Palestine có món quà này!

Nhà tù là nơi nghiêm ngặt. Nam ra nam, nữ ra nữ, không có vụ chung chạ lộn xộn. Chuyện con tinh trùng đi lăng quăng là chuyện bất khả. Vậy mà vẫn có những cái bụng bỗng nhiên đổi hình dạng. Chẳng phải vì nhu cầu như chúng ta nghĩ mà đây là chuyện mạng sống. Trường hợp cô Samantha Orobator, ngụ tại phía Nam thành phố Luân Đôn bên Anh chẳng hạn. Cô bị bắt tại sân bay Wattay ở Vạn Tượng bên Lào vì tội mang theo người 680 gram ma túy. Tội này thường thường là tử hình. Nhưng luật pháp Lào có quy định là không thi hành án tử hình đối với những phụ nữ mang thai nên nếu muốn giữ được cái đầu, cô phải bằng mọi cách mang thai trong tù. Chuyện khó dàn trời, vậy mà cô làm được. Vụ án của cô đã phải đình hoãn nhiều lần để các cơ quan an ninh điều tra coi xem bằng cách nào cô có bầu được. Trên nguyên tắc, đây là việc không thể, nhất là bị can là một cô gái ngoại quốc da trắng, nhất cử nhất động trong tù đều bị nhiều cặp mắt theo dõi hơn người khác. Vậy mà *mission impossible* này đã có kết quả toàn hảo!

Luật pháp Việt Nam hiện hành cũng có quy định này. Điều 35 của bộ luật Hình Sự có đoạn: "Không áp dụng hình phạt tử hình đối với người chưa thành niên phạm tội, đối với phụ nữ có thai hoặc phụ nữ đang nuôi con dưới 36 tháng tuổi khi phạm tội hoặc khi bị xét xử, không thi hành án tử hình đối với phụ nữ có thai, phụ nữ đang nuôi con dưới 36 tháng tuổi. Trong trường hợp này hình phạt tử hình chuyển thành tù chung thân".

Lợi dụng điều luật này, bị can Trần Thị Hương đã thoát án tử hình trong một phiên tòa xử vụ mua bán ma túy tại Sài Gòn vào tháng 1 năm 2007. Đây là một vụ án lớn. Nhóm bị đưa ra xử gồm 31 người chuyên mua và chuyển ma túy xuyên quốc gia từ Bắc vào Nam. Cầm đầu tổ chức là Nguyễn Thị Hòa, 52 tuổi, di dân từ Hải Phòng vào Sài Gòn năm 1996. Họ chuyên cung cấp ma túy cho các con nghiện tại khu vực cầu Bình Lợi. Từ chủ đường dây Nguyễn Thị Hòa, nhà chức trách đã tìm bắt Trần Thị Hương, 31 tuổi, tại nhà với tang vật là 4 bánh *heroin*. Hình phạt đề nghị trước tòa cho Trần Thị Hương là tử hình. Nhưng trong thời gian bị giam để chờ xét xử, Hương đã mang thai và sanh con ngay trong tù. Bị tòa vặn hỏi về việc này, Hương khai tác giả của "sản phẩm" này là một bạn tù và chính "bị cáo đã tự tạo".

Trước thái độ quanh co của Hương, tòa đã phải ngưng xét hỏi về vụ cái thai này để tính sau! Đây là lần đầu tiên trong lịch sử tố tụng ở Sài Gòn có trường hợp thoát án tử hình nhờ tự mang thai khi bị biệt giam.

Tại trại giam Xuân Nguyên ở Hải Phòng, tử tù Nguyễn Thị Oanh một thời nổi đình nổi đám với danh hiệu "tử tù có thai". Đầu tiên bà Oanh đã nhờ người gửi tinh trùng vào cặp lồng cơm tiếp tế để tự cấy thai. Dĩ nhiên thụ tinh bằng cách thủ công như vậy không mang lại kết quả. Bà tính chuyện... tươi hơn. Oanh đã nhờ em gái mua chuộc cán bộ để được tù ti ngay tại phòng biệt giam hầu mong có thai để cứu mạng sống. Sau vài lần dấm dúi, hy vọng của bà Oanh thành sự thật. Chuyện tù ti của bà xảy ra tại trại giam của tỉnh Hòa Bình.

Chuyện xảy ra tại Lào và Việt Nam thì dư sức xảy ra ở Mỹ. Nhưng chuyện này không dính tới mục đích thoát án tử hình. Họ có thai khơi khơi vậy thôi. Khơi khơi chỉ có bốn cái thai. Toàn là của nữ cai tù! Người ban phát mầm mống sự sống cho bốn nàng cai tù là tù nhân Tavon White. Chuyện xảy ra tại Trung Tâm Cải Huấn Baltimore. Tavon White là tay buôn lậu ma túy, thuốc tây, thuốc lá và điện thoại di động trong nhà tù. Lợi nhuận của anh khoảng 16 ngàn đô mỗi tháng! Số tiền khá lớn. Nếu sống ở ngoài đời, anh chàng Tavon này cũng có thể vung vít được. Sống ở trong tù, số tiền này còn giá trị gấp bội. Anh cho tiền các nữ cai tù ăn chơi. Và họ chịu cho anh cơm no bò cưỡi trong chốn tưởng cái trò "nhân bản" này phải xếp lại. Kết quả bốn nữ cai tù dính bầu cùng thời gian. Đó là các nữ nhân: Jennifer Owens,

Katera Stevenson, Chania Brooks và Tiffany Linder. Tưởng là chuyện vui chơi, nhưng hình như cũng có tình trong đó. Bà cai tù Owens đã xâm cái tên Tavon trên cổ và bà Stevenson xâm tên chàng trên cổ tay! Con số bốn bà chỉ là những bà đang mang bầu với Tavon, con số bị truy tố là 13 bà cai tù tất cả. Họ đã bị ngưng việc và sa thải trước khi ra hầu tòa.

Vô danh như anh chàng Tavon White mà cuộc sống trong tù cũng có nơi gửi tinh trùng thì chàng võ sĩ lừng danh Mike Tyson khi vào tù còn le lói đến thế nào. Không le lói mới là chuyện lạ! Năm 20 tuổi Tyson đã là vô địch quyền anh thế giới hạng nặng. Năm 1997, Tyson nổi tiếng vì cắn đứt tai võ sĩ Holyfield. Đó là hai thành tích mà nhiều người biết. Thành tích về mặt tù ti của chàng thì ít ai trong chúng ta biết. Trước khi tròn 13 tuổi, Tyson đã bị bắt tất cả 38 lần! Và nhiều lần chàng vào tù vì tội hiếp dâm. Trong một cuộc phỏng vấn với đài truyền hình thể thao ESPN, Mike Tyson đã vui miệng nói với phóng viên Rick Reilly: "Tôi chưa bao giờ nói về chuyện làm cho một nữ cai tù có thai nhỉ! Ồ, đúng đấy, trong tù nhưng chuyện ấy vẫn diễn ra. Tuy nhiên, đứa trẻ không bao giờ ra đời". Chàng ngưng ngay kịp nên không tiết lộ chuyện xảy ra vào lần ngồi tù nào và vì sao đứa trẻ không có dịp nhìn thấy ánh sáng mặt trời!

Chuyện trong tù cũng nhộn nhịp chẳng kém chuyện ngoài đời. Cái mầm mống bẩm sinh của nhân loại lúc nào cũng còn đó. Chúng luôn cựa quậy. Nhà văn Thảo Trường, trong truyện ngắn *"Những Đứa Trẻ Đầu Thai Giữa Hàng Rào"*, đã cực tả cái chuyện nhung nhăng trong hàng rào nhà tù Cộng sản Việt Nam. Thảo Trường kể chuyện tình trong tù.

Đã là chuyện tình thì trong tù hay ngoài tù cũng rứa. Khởi đầu là chàng và nàng. Hai trại nam nữ cách nhau cái hàng rào kẽm gai. Chàng một bên rào, nàng một bên rào. *"Một chung thân nếu được giảm may ra còn có ngày về, hai cái kể như "thua" luôn, anh ta nói thế, cho nên sống trong trại giam anh ta "xù" tất cả. Muốn cái gì là làm cái ấy, muốn nghỉ là nghỉ, nhưng được cái anh ta vốn dân giang hồ cho nên nhiều lúc rất dễ thương. Anh gặp chị ngoài sân trại mấy lần. Nhìn. Cười. Cười lại. Nhìn lại. Thế là thân nhau. Khi hai người ở hai khu A và B nhìn nhau cách một cái sân bèn nghĩ ra kế truyền tin cho nhau bằng cách dùng cây chỉ lên những chữ thích hợp trong các chữ ở những khẩu hiệu trên tường nhà giam. Những chữ "thương nhiều, nhớ nhiều; thương hoài, nhớ mãi" được hình thành qua những xê dịch của đầu gậy trên những khẩu hiệu chữ lớn màu đỏ sặc sỡ. Chị đánh tín hiệu xong anh đánh trả lời. Những buổi chiều đẹp như thế là những kỷ niệm họ không bao giờ quên. Một lần gặp nhau ngoài sân trại anh nói: "Những khẩu hiệu hoan hô đả đảo sơn đầy rẫy trên tường tưởng vô bổ hoá ra cũng có ích". Chị nói: "Đừng tưởng bác Hồ vô tích sự, nhờ những khẩu hiệu hoan hô bác, hoan hô đảng mà mình thông tin được cho nhau". Anh buột miệng: "Bố tiên sư nhà nó!". "Anh nói gì?" "À, không, anh chửi cái cột đèn..." "Em không thích anh văng tục lúc này". "Được thôi!".*

Chuyện tình của hai tên tù hình sự chẳng thể chỉ nhì nhằng nơi những con chữ mượn kẻ của khẩu hiệu. Trước sau gì nó cũng phải tới hồi quyết liệt. *"Trong những giờ phút ngắn ngủi được ra ngoài sân gặp nhau vào những buổi chiều nghỉ, dưới bao nhiêu con mắt theo dõi canh chừng của trật tự và công an trại, tù nhân cần phải tranh thủ, cái gì cũng thật nhanh, thật gấp, hết giờ là phải trở về khu của mình nhìn nhau từ xa mà thôi. Một lần anh ta nói với chị: "Anh thèm em quá". "Biết rồi". "Ở đây ai cũng thiếu cũng thèm cả". "Bây giờ làm sao?". Anh cầm đại bàn tay chị nhét vào giữa hai đùi mình mà kẹp và nghiến răng mà đay, chị nhẫn nại gỡ ra: "Tụi nó đang nhìn kìa". Anh thả tay chị ra thở dài. Sau lần gặp ấy chị thương anh vô cùng, chị diễn tả "không biết thế nào mà nói". Thế rồi chị tính toán theo ý chị. Chị sẽ không mặc đồ lót. Chị sẽ mặc một cái quần mỏng mở chỉ hở dưới đáy. Cái quần cũng được luồn dây thung nhẹ. Chị thử kéo lên tuột xuống thấy nhẹ thì rất ưng ý. Chị cũng thử khom khom lưng và nghĩ làm sao cho anh được dễ dàng nhanh chóng, phải tạo điều kiện thuận tiện nhất cho anh ta hành sự. Thời gian không có nhiều. Tất cả chỉ trong nhấp nháy. Chớp mắt. Là phải xong. Thời giờ là vàng bạc".*

Cứ như kế hoạch của một cuộc hành quân, họ bàn với nhau từng chi tiết nhỏ. Tới ngày N, giờ G, họ hành động. *"Như vậy mà được đấy. Những mấy lần cơ. Có lần chiều sắp tối, trời lại lất phất mưa, chị tình nguyện đi lãnh cơm cho đội. Từ bên khu A theo dõi anh thấy và cũng mặc áo mưa đi xuống bếp trại. Khi trở về hai người ôm hai xoong cơm, liếc nhìn không thấy thi đua trật tự đâu, đến một chỗ hàng rào khu, kẽm gai đơn thưa thớt mấy sợi, chị bèn đứng lại khom lưng xuống chổng mông sang phía anh, xoong cơm của đội chị vẫn ôm nơi bụng, từ bên kia những sợi kẽm gai, anh luồn tay sang níu hai bên hông chị ghì tới... Chị nghe có tia nước ấm áp phóng sang và chị cảm thấy thành công và thắng lợi. Hai tay anh buông lỏng ra, chị còn nghe tiếng anh thở hổn hển, chị đứng thẳng người lên, vẫn ôm xoong cơm của đội nơi bụng, chị liếc nhìn sang anh, miệng cười như mếu rồi bước vội về buồng giam của mình. Anh ta cũng lật đật cài áo mưa lại, cầm cái xoong cơm treo trên cột hàng rào rồi cũng quay bước về phòng mình. Hai người hai hướng câm lặng và xót xa. Đứa con được tạo thành trong những cơn mê mẩn ấy".*

Chị giấu cái thai được sáu tháng thì bị lộ. Cán bộ tra hỏi, đánh đập chị tàn nhẫn. Cái thai trong vòng rào nhà tù sẽ làm họ mất chức mất quyền. Mặc cho những đánh đấm dã man của cuộc tra tấn, chị nhất định không khai. Những cú đạp cứ nhắm vào bụng chị mà giáng xuống. Họ muốn chị trụy thai. Chị ôm bụng che chở cho con. Cuối cùng bản năng làm mẹ đã nâng đỡ chị. Đứa bé ra đời. Phần anh, họ không điều tra ra nhưng anh đã dõng dạc đứng ra nhận đứa con. Anh làm như vậy không phải vì anh sợ mà vì anh là bố của con anh, anh có trách nhiệm với nó. Chúng trói anh lại đánh thừa sống thiếu chết nhưng anh vẫn ngẩng mặt hãnh diện!

Những đứa trẻ hình thành trong hàng rào nhà tù, tôi nghĩ chúng có…sứ mạng của chúng. Chúng có đó để nhắc nhở tình yêu của con người trong nghịch cảnh. Người ta vẫn tìm tới nhau, bất kể hoàn cảnh nào. Đã là người thì bao giờ cũng…người. Chuyện chẳng có chi lạ!

02/2015

LỘC

Nhớ ngày còn là những anh chàng độc thân chạy tung tăng ngoài đường nhiều hơn ở nhà, chúng tôi chẳng năm nào bỏ qua giao thừa ở Lăng Ông Bà Chiểu. Chàng nào chàng nấy ăn diện hết cỡ. Nói là diện chứ hạng nhất cũng chỉ thêm chiếc cà vạt lủng lẳng trước ngực. Cà vạt ngày đó chỉ nhỏ bằng hai ngón tay. Đóng bộ xong, mỗi tên một chiếc xe gắn máy hoặc *vespa* lên đường qua Cầu Bông. Đêm giao thừa, xe cộ đông nghẹt, người người kéo nhau đi lễ Phật và hái lộc. Chúng tôi, thay vì hái, lại đi săn lộc.

Lộc của chúng tôi là những áo xanh áo đỏ e lệ nép theo các bà mẹ chơi vơi từng bước nhẹ nhàng trong vùng khói hương dày đến nghẹt thở. Thứ lộc biết đi này ngày đó dễ thương chi lạ. Trông cứ muốn…hái. Mắt trước mắt sau, nhìn thấy ưa mắt là lẵng nhẵng theo sau, rình cơ hội, qua mặt kỳ đà cản mũi là các bà mẹ đang vọng tới thần thánh hơn canh con gái. Thường thì chúng tôi đi tay không lại về không. Tên nào cũng ôm một cục nhát trong người thì nước non chi. Thảng hoặc có tên nào trúng số, hấp háy được một em thì lộc sẽ biến thành đèn để mang đi rước phố Tự Do, Lê Lợi. Tết nhất đi xin lộc kiểu chúng tôi ngày đó là nhảm nhí. Nhưng tình.

> Mùa xuân
> Muốn hái lộc xuân
> Hoa thơm tặng bạn
> Nụ mầm tặng anh...
> Đưa tay định ngắt mấy lần
> Thấy xuân mơn mởn
> Trong ngần
> Lại thôi...
>
> (Vũ Dạ Phương)

Hái lộc chính thống nghiêm trang hơn nhiều. Tác giả Nguyễn Thánh Ngã luận về chuyện hái lộc như sau: "*Tôi quen với một cụ bà thường nhai trầu nhỏm nhẻm, cụ bảo trong đêm giao thừa rước ông bà xong là phải xuất hành hái lộc về nhà. Bởi trong giờ phút ấy, trời đất rất linh thiêng, không nên làm việc gì xấu sẽ bị quỷ thần quở phạt. Còn các cụ ông thì bảo: "Xưa bày nay làm"! Vả lại, thời khắc chuyển giao, khí âm dương hội tụ, cành non lộc biếc sẽ đón nhận sự tươi mới, đem lộc về sẽ có nhiều may mắn. Các cụ khác thì lại chắc mẩm rằng cành non lộc biếc là báo hiệu sự sinh sôi nảy nở, là trừ tà vv... Tất cả những kinh nghiệm ấy tạo cho tôi tâm lý phấn khởi, là được quý nhân phù hộ, theo người xưa là hưởng không khí tinh khiết, ấm áp của mùa xuân, tâm hồn trong sáng sẽ hướng thiện nhiều hơn. Đó là tục lệ tốt đẹp hướng con người tìm về nguồn cội, tìm về với thiên nhiên để rồi yêu thiên nhiên hơn là tàn phá, yêu con người hơn là ghét bỏ. Đầu năm đi hái lộc, con người đứng trước thiên nhiên kỳ ảo sẽ thấy cuộc sống tràn đầy ước mơ, tánh thiện lành nảy nở trong sáng như ban mai, như mùa xuân... Năm nay là năm thứ ba tôi đi hái lộc. Ý thức việc mình làm là điều rất quan trọng, nên tôi dành toàn bộ tâm ý nghĩ về những điều tốt đẹp nhất. Tôi bắt tay và chào hỏi mọi người. Ai cũng hân hoan, ai cũng dư thừa lòng tốt. Vì thế, tâm lý yêu đời trong thời khắc đầu năm luôn hiện hữu. Tôi được một bạn trẻ chỉ cho cách hái lộc bằng tay trái. Bạn ấy bảo ông nội đã dạy bạn ấy điều này. Vì ít ai để ý, nên bạn bất chợt muốn nói cho tôi nghe rằng tay trái là bổn mạng của cánh đàn ông do có câu "nam tả nữ hữu". Ồ! đi một ngày đàng học một sàng khôn là vậy! Tôi thật lòng cảm ơn người bạn trẻ, vì tôi biết trong giây phút hiếm hoi này không ai nói dối cả. Và lòng tốt luôn được thể hiện hết mình".*

Lộc chỉ là một mầm mới của cây coi ra chẳng có giá trị gì nhưng lộc hái vào giờ khắc tinh khôi của một năm là một thứ thiêng liêng nằm trong truyền thuyết. Truyền thuyết bên Trung Hoa kể lại là có một nơi mà các tiên nữ hay hạ cánh xuống chơi. Giao thừa năm đó, dân chúng thấy các tiên nữ hạ cánh xuống một khu đồi núi. Nơi đó bỗng sáng rực, cây cỏ xanh tốt lạ thường. Thấy sự lạ, dân chúng nhào tới ngắt những cành cây mang về để cầu mong sự tươi tốt và sinh sôi nảy nở. Đó là những cành lộc của ngày xuân.

Truyền thuyết Việt Nam có lớp có lang hơn. Từ đời vua Hùng. Một bữa nhà vua thấy các con đã khôn lớn bèn triệu tập quần thần và các bô lão cùng các con tới phán bảo: "Nay các con đã khôn lớn, ta muốn các con đi trấn cứ các nơi để dạy dân làm ăn". Nghe vua cha truyền, các con đều ngần ngại, chỉ muốn được ở lại củng cha mẹ. Trong khi quần thần chưa biết tâu với vua ra sao thì Hoàng Hậu thưa: "Các con vì lưu luyến cha mẹ nên không muốn đi xa. Thiếp trộm nghĩ hoàng phụ nên làm lễ tế trời đất rồi dùng cách "bẻ lộc" cho con. Ai nhận được cành lộc nào thì cứ phương ấy mà đi". Thấy phải, Vua thuận ý. Sau đó, Vua cho dựng đàn làm lễ tế trời đất trên đỉnh núi suốt đêm. Đến giữa canh ba, vua đi bẻ lá xem giờ sang canh. Hoàng Hậu đi bẻ cành lộc để chia cho các con. Sáng hôm sau, vua chia cho các con mỗi người một cành lộc và dạy rằng: "Non ở nhà, già ở ấp. Chẵn lên non, còn xuống biển". Trên đường đi, nếu các con gặp điều không may, các con cứ lấy cành lộc còn đẫm sương đêm nay mà vẫy lên thì giặc giã, tà ma nào cũng sẽ tan hết. Con nào lên núi, cha ban cho mây và ngựa, con nào xuống biển, cha ban cho gió và thuyền". Y lệnh vua cha, các con quỳ lạy và nhận mỗi người một cành lộc rồi lên đường đi trấn cứ mỗi miền. Vua xiết đỗi mừng vui, truyền cho muôn dân mở hội mừng các tiểu vương đến trị vì xứ của mình. Từ đó, hái lộc đầu xuân trở thành phong tục của dân nước Nam ta.

Hái lộc là để "lấy may, cầu may" khi bước sang năm mới. Do vậy, người ta thường đi hái lộc sau giao thừa hoặc sớm tinh mơ ngày mồng một tết. Cây lộc được chọn là cây cổ thụ ở đầu làng hoặc bên giếng nước. Họ nâng niu cành lộc hái được, không được cho ai vì như vậy là "mất lộc". Sau khi hái lộc về, cành lộc được treo ở hiên nhà, trước gian giữa hoặc cửa ra vào để trừ ma quỷ và để báo cho mọi người biết là nhà đã có người xuất hành xin lộc đất trời!

Không phải lộc cây nào cũng giống nhau. Lộc thường được hái từ những cây có phong cách của người quân tử, thể hiện được sự bao dung và thân ái. Các loại cây thứ xịn như cây đa, cây sung, cây si cho những lộc tốt đẹp nhất. Lộc của cây tùng, cúc, trúc mai mang lại niềm vui, hạnh phúc và sức khỏe cho mọi người trong gia đình.

Ngày chúng tôi còn thanh xuân đi Lăng Ông hái lộc trong màn khói mù mịt cay xè của những giờ phút giao mùa, lộc là những cây cảnh quanh chùa. Đứng trong khuôn viên chùa nhưng lòng trần vẫn đậm. Gọi là hái lộc nhưng thực sự là bẻ những cành lá xum xuê. Người nào cũng muốn cành lộc của mình to và đẹp hơn người khác nên cây cối trong khuôn viên Lăng, sau đêm giao thừa, trụi lủi như vừa đi tới tiệm hớt tóc về! Cảnh vật thật tang thương. Sau này, nhà chùa mua sẵn những cành lộc, tín hữu thập phương chỉ việc lấy một cành mang về, khỏi phải leo trèo tranh dành mất công.

Hái lộc đầu xuân dính kết với chùa chiền, chuyện đó coi như tất nhiên. Chúng tôi rủ nhau đi chùa, bất kể người theo tôn giáo nào. Ngày đó, cửa nhà thờ của đạo Công Giáo vẫn khép kín lúc giao thừa. Chỉ sau Công Đồng Vaticano II, từ năm 1962 tới 1965, Giáo hội Công giáo mới đề nghị các nhà thờ tổ chức thánh lễ tạ ơn trước giờ giao thừa. Phần cuối lễ, các tu sĩ và giáo dân cùng chúc mừng năm mới với những tràng pháo tay vang dội. Lúc đó cũng vẫn chưa có chuyện hái lộc. Tôi nhớ chỉ trong thời gian khoảng hơn chục năm gần đây, nhà thờ mới tổ chức việc hái lộc. Lộc nhà Chúa khác với lộc nhà chùa. Đó là những miếng giấy, cỡ miếng bìa đánh dấu khi đọc sách, có in những câu trích trong Phúc Âm. Năm ngoái, trong một dịp dự lễ giao thừa tại một buổi lễ cử hành bằng tiếng Việt ở Montreal, tôi mới thấy những lộc này. Lộc được in rất đẹp, màu sắc rực rỡ, một bên là hình cành đào hoặc cành mai, một bên là một câu trích trong Thánh Kinh. Lộc được treo trên cành mai (dĩ nhiên là mai giả!), cuối lễ, giáo dân xếp hàng lên gỡ lộc mang về. Vị linh mục chủ tế gọi là "lộc Lời Chúa". Có nhiều câu trích khác nhau, nhận được câu nào, người nhận được coi như là ý Chúa nhắc nhở nhân dịp đầu năm Âm lịch.

Hái lộc đầu xuân nơi nhà chùa đã bị biến dạng. Con người trần tục đã có những ý nghĩ đời thường của việc hái lộc. Lộc không còn là vật tượng trưng cho ân phúc mà là một thứ trần gian, càng nhiều càng tốt, càng xum xuê càng vui. Vậy nên khuôn viên chùa, sau giao thừa, như vừa trải qua một trận bão. Thời xưa, xin lộc chỉ là lấy một nhánh nhỏ hoặc một búp nhỏ trên cây một cách nhẹ nhàng, vào buổi sáng sớm, lúc vạn vật chưa tỉnh thức, để tránh làm đau cây cỏ. Chút lộc trên tay chỉ cốt để lấy may mắn từ những cây xương rồng, cây đa, cây đào, cây quất trong chùa vì mọi người đều cho rằng mọi thứ ở chùa đều linh thiêng và chứa đựng phúc lộc. Kẻ phàm phu tục tử vốn tham lam nên nghĩ rằng cành lộc càng lớn thì phúc càng bự. Vậy mới đau lòng cỏ cây.

Chùa chiền ngày nay phải cải tiến phong tục hái lộc cho đỡ hao cây cảnh làm đẹp cho cảnh chùa. Họ mua sẵn những trái quít làm lộc, Phật tử xếp hàng lên lãnh lộc từ tay các bậc tu hành. Vài năm trước đây, trong một lần tham dự đón giao thừa tại chùa Điều Ngự ở Cali, tôi đã được lãnh trái quít này kèm theo một bao lì xì. Vậy là vừa có của ăn vừa có của để! Nghe trần gian quá. Tội chết!

Chùa Hoằng Pháp ở Hóc Môn ngày nay lại có một lối phát lộc mới. Chiều cuối năm, khi các chợ hoa đã dẹp, hoa rơi rụng trên lề chợ đầy rẫy, các Phật tử đi tới từng chợ nhặt những cánh hoa rụng này, mang về chùa rửa sạch, đặt vào một chiếc khay đẹp đẽ. Các sư thầy sẽ tặng những cánh hoa này cho những người tới lễ chùa như một thứ lộc đầu năm. Phải công nhận đây là một sáng kiến đáng phục. Những cánh hoa rơi vất vưởng như một thứ rác trên lề đường, giống như những thân phận người lầm than khốn cực, nay được nhà chùa ra tay cứu vớt, phả hơi cho một cuộc sống mới, đem lại tươi vui cho mọi nhà.

Cũng tại chùa Hoằng Pháp, các Phật tử có một lối xin lộc khác mà tôi thấy rất thơ mộng. Trong chùa có một cây ngọc kỳ lân cổ thụ, mùa xuân ra đầy hoa. Hoa rụng ánh hồng cả một khoảng dưới gốc cây. Phật tử có thể nhặt hoa rụng làm lộc đầu xuân. Nhưng cũng có những người thích thứ hoa rụng từ cây xuống nhưng chưa bén đất. Họ đứng chờ dưới gốc cây, xòe tay hoặc giơ mũ hoặc nón ra đón hoa rụng. Lộc còn nguyên phong nhụy từ trời rơi xuống. Lối xin lộc này thơ mộng nhưng đòi hỏi sự kiên nhẫn. Nhiều người đứng cả ngày, ngửa cổ trông lên cây cao, mà không đón được một đóa lộc nào cả.

Thường thì người ta tới những nơi thờ phượng để xin lộc. Lộc mang ý nghĩa tinh thần linh thiêng. Nhưng có nhiều người thực tế hơn nên suy nghĩ cũng trần gian hơn. Họ nghĩ là nơi nào làm ra tiền thì nơi đó là lộc! Họ đi tìm lộc tại… kho bạc! Với nghĩ suy sát đất như vậy, họ cho rằng vớ được cành lộc càng lớn thì lộc vào nhà càng nhiều, họ đã đi "vồ" lộc. Tôi thật sự choáng khi coi những bức hình người dân ở huyện Lương Sơn, tỉnh Hòa Bình đua nhau chạy xe gắn máy, mang câu liêm tới các trụ sở ngân hàng hay ngân khố để… chọc được cành lộc to ngay đúng giờ giao thừa. Tại những nơi này có một cuộc chiến tranh…lộc! Nhà báo Hoàng Hoa ghi lại cảnh vồ lộc sinh động trước một trụ sở ngân hàng: *"'Không được bẻ ngọn lộc', người phụ nữ quát lớn khi thấy cậu thanh niên đứng bên cạnh đang có ý định kế ít cành cây vừa được bẻ xuống. Từ từ gỡ cành ra khỏi liềm, chị cùng con trai phấn khởi vác về nhà. Cậu bé không được sẻ chút lộc nào liền cầm cây sào dài, đầu trên có gắn thêm một chiếc liềm sắt điều chỉnh sao cho mũi liềm ngoắc đúng vào cành trên cao. Khi lưỡi liềm đã ngoắc chính xác vào cành, cậu nhún người lấy đà kéo mạnh một nhát cho đứt. Đám đông xung quanh nhao nhao nhận cành đó của mình. Cành lá vừa rơi xuống, cả người lớn và trẻ con đã tranh nhau chộp lấy rồi hỉ hả với "lộc" vồ được. Người nào chậm tay đành tiu ngỉu đứng ngửa mỏi cổ đợi tới lượt mình. Kế bên, cô gái ăn mặc khá sành điệu đang giơ hai tay đỡ cành lộc chuẩn bị rơi xuống. Vừa chờ, cô vừa "khấn" lớn: "Mong cho con năm nay đỗ thủ khoa đại học". Cô gái nhắc đi nhắc lại lời nguyện cầu khiến đám đông đang mải hứng lá cũng phải ngoái lại bật cười. Ôm được cành lá đầy bụi trên tay, cô sung sướng giữ khư khư như thể không để người bên cạnh giật lấy. "Đợi mãi mới tới lượt. Em cùng hội bạn đứng chờ sẵn ở đây từ trước giao thừa để nhận chỗ vì biết năm nào chỗ này cũng đông. Năm nay em hy vọng sẽ đỗ đại học". Dứt lời, nữ sinh tên Hoa ấy hớn hở quay sang khoe với bạn "thành quả" vừa giành được. Hoa tiết lộ thêm, trước đấy, cô cùng bạn đã chuẩn bị sẵn sào từ nhà và phân công ai có chiều cao sẽ đảm nhiệm việc chọc, người còn lại sẽ đứng dưới đỡ. Đã có kinh nghiệm, năm nào đi bẻ lộc giao thừa, vợ chồng chị Hải cũng vác theo cây sào để tiện khều cành. Chồng chọn đúng vị trí cành có nhiều lá đẹp để chọc, vợ chỉ việc đứng dưới tóm mà không để "rơi vãi" chút lá lộc nào ra ngoài. Làm nghề buôn bán, chị Hải tin rằng đúng vào thời điểm năm mới, nếu bẻ được cành ở kho bạc hoặc ngân hàng thì sang năm việc làm ăn sẽ thuận buồm xuôi gió, tiền bạc rủng rỉnh. Xin ở kho bạc xong, anh chị tiếp tục lên ngân hàng để cầu sang năm nhiều tiền và tiện thể bẻ vài cành cây ở đó".*

Có trăm ngàn loại lộc. Tôi bỗng nhớ tới cái tết đầu tiên của những ngày đi tù cải tạo tại Long Thành. Năm đó, anh Lưu Trường Khương, Đốc Sự Hành Chánh, làm bài thơ "Giao Thừa", được Vũ Thành An, lúc đó cũng ở trong trại, phổ nhạc. Bài thơ bắt đầu bằng hai câu: *Thắp nến hồng lên em / Giao thừa về rồi đó".* Khỏi phải nói, bài thơ nói đúng tâm trạng nhớ nhà, nhớ vợ nhớ con của chúng tôi trong cái tết đầu tiên trong tù nên được mọi người chép và hát thầm trong nước mắt. Lộc ngày đó của chúng tôi chính là chút lòng thương nhớ gửi về vợ con, chỉ vài chục cây số đường tỉnh lộ nhưng muôn vàn xa cách.

Ngoài kia xuân đang tới
Thơm ngát . . . .

Bao cành non lộc mới
Lòng thương em bấy nhiêu.
Nôi con thơm giấc ngủ
Giấc thiên thần...... ...
 Hãy ru con nho nhỏ

 ....

Lâu ngày quá nên trí nhớ của tôi đã còm cõi, không nhớ nổi hết bài thơ đã đành mà còn không nhớ trọn vẹn được vài chữ trong những câu thơ trích ở trên. Tôi có *e-mail* hỏi mấy anh bạn đồng tù ngày đó nhưng chẳng ai nhớ. Chẳng lẽ hỏi tác giả?

Anh Lưu Trường Khương không còn dịp đem "cành non lộc mới" về với gia đình. Anh đã bỏ mình trong nhà tù cải tạo!

11/2014

LỐI

Tổng Thống Thổ Nhĩ Kỳ, ông Recep Tayyip Erdogan, vừa lớn lối tuyên bố, vào ngày 24 tháng 11 năm ni, trong một cuộc họp về đề tài "Phụ Nữ và Công Lý" tại thủ đô Istanbul, một câu xanh rờn: "Chúng ta không thể xếp nữ giới và nam giới ngang hàng với nhau. Điều này trái với luật tự nhiên. Họ được cấu tạo khác nhau. Bản tính của họ cũng khác nhau. Sự tạo thành của họ khác nhau". Ông cho rằng "đàn bà không thể bình đẳng với đàn ông" và "nữ giới không thể được trông đợi có thể làm được cùng công việc như nam giới".

Nghe ông *tonton* này tuyên bố hách xì xằng như vậy, mấy ông bạn tôi có cảm tình với ổng liền. Cha này ngon! Tôi nghe cũng khoái lỗ nhĩ nhưng cái máu tò mò cũng nổi dậy. Cha này là tín đồ Hồi Giáo chắc cũng bốn bà vợ nên coi thường phụ nữ chăng? Hóa ra không phải vậy, ông này chỉ có một vợ. Đó là bà Emine Gulbaran. Ông Erdogan sanh năm 1954, năm nay tròn một hoa giáp 60 tuổi. Ông theo đạo

Hồi, phái Sunni. Ông cưới vợ năm 1978, tới nay đã được 36 năm, có bốn con tất cả. Tưởng ông có bốn vợ nên râu không quặp, chứ trần xì có một bà mà ăn nói hiên ngang như vậy, phục ông là phải.

Ông phân tích rất đúng. Đàn bà khác đàn ông. Cứ nhìn thì biết ngay là khác. Có họa là mắt giấy mới không thấy. Bởi vì khác mới sinh ra nhiều chuyện rắc rối. Khác như thế nào? Mấy ông bạn tôi, chẳng biết học đòi ở đâu mà rành sáu câu dễ sợ. Này nhé, đàn ông muốn hư hỏng phải có tiền, còn đàn bà muốn có tiền phải hư hỏng. Này nhé, đàn bà thích nhiều thứ ở một người đàn ông, còn đàn ông lại chỉ thích một thứ ở nhiều người đàn bà. Này nhé, đàn ông lúc nào cũng muốn nhưng không phải lúc nào cũng có thể, còn đàn bà lúc nào cũng có thể nhưng không phải lúc nào cũng muốn!

Vì khác biệt về đủ mọi mặt như vậy nên, chẳng cần biết khác như thế nào, đàn ông lúc nào cũng cần đàn bà. Dù có mất đứt một cái xương sườn, đau thấy mồ, nhưng ông Adam vẫn cứ phải vã mồ hôi chạy theo bà Eva. Đàn ông có làm vương làm tướng chi thì rút cuộc cũng vẫn cứ vấp vào mỹ nhân.

Mấy ông bạn thơ thẩn của tôi càng vấp mạnh. Có ông thi sĩ nào không lấy cảm hứng nơi đàn bà để ra thơ không? Tôi e rằng không có. Không có sự miễn dịch nào cả. Tôi tiện tay vơ thơ của những ông bạn gần nhất, tất cả đều cùng một ruộc.

Đêm đông ra đứng sau hè
Sương giăng từng mảng đến kề sát bên
Quơ tay chụp trúng nỗi niềm

Em xa xôi quá tưởng chừng sương giăng.

Ông bạn Quan Dương của tôi nhớ nhung như vậy. Em xa nhưng vẫn lẩn khuất rất gần quanh ta. Một ông bạn nhà thơ khác, ông Hoàng Lộc, cũng miên man với hình ảnh em.

ta cứ đau hoài bên ngực trái
có chi quặn thắt ở trong lòng
biết em cũng tận cùng mê mỏi
và biết cam cùng chuyện-đã-xong!

mí mắt lại liên hồi thốn giật
hoang mang điềm mộng chả ra gì
mười năm đọc thấm trang kinh dịch
để tả tơi hoài lá tử vi

nên dẫu đời ta đau muốn chết
vẫn cầm không nổi bước tình đi!

Ông bạn Luân Hoán, tội nghiệp, tán tụng hương sắc đến rã người mà vẫn chỉ ôm một giấc mơ.

mơ em nằm ngủ ở truồng
hai bàn chân khép phấn hương mượt mà
còn tôi,
ngồi ngắm cuống hoa
chờ trăng mọc trải
thơ ra gối đầu
mơ hoài,
giản dị thế thôi
cảm ơn thi vị cuộc đời trong veo

Ông Nguyễn Đức Bạt Ngàn, nghe tên tưởng là…bạt

mạng, hóa ra cũng nam nhân thường tình.

với nhau trên cả tuyệt vời
trong nhau mộng vút đất trời uyên ương
bên nhau rạng rỡ chiếu giường
xa nhau thành quách miếu đường lạnh căm

Tôi rước tới bốn ông bạn thơ gần gũi nhất về chỉ để chứng minh một sự thật: các bậc nữ lưu rất có thớ! Ông *tonton* Thổ Nhĩ Kỳ có lên gân tới đâu cũng là chối bỏ một sự thật: những sinh vật mượt mà này không ngang hàng với các bậc mày râu mà nằm tuốt trong đầu những chàng này. Tội cho ông Erdogan. Ông tưởng đàn ông các ông ngon lắm. Không, trăm lần không, ngàn lần không. Đàn ông rẻ như bèo. Chẳng lẽ tôi lại mang ca dao Việt Nam ra để hù ông. Nhưng chắc phải mang ra thật. Mấy câu ca dao loại *ba đồng một chục đàn ông* xưa rồi, hết ép-phê. Đây là ca dao tân thời.

Lượm free một tá đàn ông
Để bò, để chổng, để chồng lên chơi
Khi nào khó ở trong người
Lôi ra đấm đá xả hơi đỡ buồn!

Ca dao đời mới này tôi lượm được trên *net*. Cũng trên *net*, tôi lượm được câu chuyện "đấu giá đàn ông" chắc không vừa lòng ông Erdogan. Chuyện xảy ra tại Sài Gòn. "*Chuyến công tác Sài Gòn hồi đầu năm để lại cho tôi một ấn tượng không thể quên. Hôm ấy tôi được tham gia một cuộc chơi của các quý bà đất Sài Thành. Đúng là Sài Gòn hoa lệ... Theo chân mấy chị bạn đến một câu lạc bộ nằm kín đáo trên con ngõ nhỏ của đường Trần Hưng Đạo quận nhất. Tám giờ ba mươi tối, câu lạc bộ X. đã đông người. Điều đặc biệt là*

toàn đàn bà. Tịnh không có một khách đàn ông nào. Chỉ có
những tiếp viên chạy bàn ở đây là nam giới. Chị Lan – một
đại gia về bất động sản – ghé tai tôi nói nhỏ: "Hôm nay có
đấu giá đàn ông đấy". Tôi trợn tròn mắt: "Đấu giá đàn ông
là thế nào chị?". "Là em bỏ tiền ra xem cậu nào trông kha
khá sẽ mua về dùng tối nay. Thì cũng giống như chuyện đấu
giá đồ vật thôi mà. Cứ đợi tý đi chốc sẽ biết, nhớ là mua một
anh nhé, tối mà dùng không bọn chị về rồi nằm khách sạn
lại buồn". Chị cười hết cỡ". Tiết mục đấu giá đàn ông này
khởi đầu khi MC giới thiệu 20 chàng trai tuấn tú khôi ngô
chỉ mặc *underwear* bước đi mạnh mẽ ra xếp hàng ngoài sân
khấu. Khán giả toàn các bà nhưng tiếng la hét, tiếng huýt
sáo và cả tiếng khóc rền vang trong hội trường câu lạc bộ.
Mỗi người có gắn một con số. MC giới thiệu đặc điểm từng
người: tuổi tác, nghề nghiệp, chiều cao, cân nặng, vòng ngực.
Cứ như một cuộc bán nô lệ ngày xưa. Giá cả được nêu lên.
Chàng MC cho giá khởi đầu, vậy là các nữ nhi hăng hái đấu
giá. Con số tăng dần. Cho tới khi một bà đấu được. Bài viết
kể tiếp: "Lần lượt 20 chàng trai được các chị mua hết. Có
anh chàng đắt giá nhất hôm đó là số 14, cậu này theo như
chị Lan kể thì đã tham gia các chương trình đấu giá ở đây
nhiều lần và các chị em đều rỉ tai nhau về "kinh nghiệm"
của cậu hết ý lắm. Chị Lan xuýt xoa. Chị đã trả tới 2000 đô
cho số 14 vậy mà có quý bà còn ngông hơn trả một phát lên
2500 đô. Chị Lan bảo chỉ một đêm thôi mà giá thế là cao
quá. Nhất định cuộc khác phải mua bằng được chú em này
thử xem thế nào, có đúng như thiên hạ đồn thổi không. Tối
đó ở bàn chúng tôi có chị mua được một anh chàng với giá

700 đô. Anh ta sà vào bàn chúng tôi khoanh tay nói rất lễ phép: "Xin được phục vụ chủ nhân của tôi đêm nay". Chúng tôi cười ồ lên. Nhìn cậu còn rất trẻ, giọng miền Trung hơi nặng. Cậu rót rượu cho chúng tôi và ngồi sát bên bà chủ của cậu. Mười hai giờ đêm chúng tôi ra về. Nhiều người còn ngồi lại đến sáng".

Ôi đàn ông, tôi phải kêu lớn lên như vậy cho ông *tonton* Erdogan nghe thấy. Cái thứ mà ông cho là phải *super* hơn đàn bà nay đã xuống cấp thê thảm. Cái xương sườn đã làm một cuộc cách mạng khiến mọi sự lộn tùng phèo hết cả. Nhắc tới cái xương sườn, lại phải đọc lại sách *Sáng Thế Ký*. Khi Chúa tạo ra loài người, Ngài chỉ tạo ra trần xì có ông Adam. Sau một thời gian (chẳng biết bao nhiêu lâu vì ngày đó chưa có lịch và đồng hồ!), ông Adam bị *stress* vì quá cô đơn. Chúa cũng thấy vậy nên tạo ra người đàn bà cho ông có bạn (theo sách của dân đồng tính thì ngày đó Chúa đã phạm một lỗi lầm, chính ra Ngài phải tạo thêm một người đàn ông nữa!). Nhưng lịch sử là lịch sử, ngày đó Chúa đã chờ cho Adam ngủ say, bèn rút một cái xương sườn của ông này để tạo ra bà Eva. Vậy là, đúng như ông *tonton* Erdogan nói, đàn ông và đàn bà được cấu tạo khác nhau. Đàn ông chỉ được tạo ra bằng đất còn đàn bà cũng bằng đất nhưng có thêm cái xương sườn. Điều này giải thích tại sao đàn ông yếu xìu như người không xương. Điều này cũng trái với ý của đấng tạo hóa vì khi tạo ra người đàn bà, Chúa đã phân chia rõ ràng vị trí của sinh vật mượt mà này. Sách Ê-phê-sô, chương 5, câu 22, 23, 24 chép như sau: "Hỡi kẻ làm vợ, phải vâng phục chồng mình như vâng phục Chúa, vì chồng là đầu vợ, khác nào đấng Ki-Tô là đầu Hội Thánh. Hội Thánh là thân thể Ngài và Ngài là Cứu Chúa của Hội Thánh. Ấy vậy như Hội Thánh phục dưới đấng Ki-Tô thì đàn bà phải phục dưới quyền chồng mình trong mọi sự".

Mấy ông bạn tôi nghe tới đây mát cả lòng cả ruột. Cứ làm như có án lệ đàng hoàng. Chúa đã phán như vậy, không trật đi đâu được. Định vênh râu lên để lấy lại phong độ thì đụng vào thực tế. Chúa phán vậy từ ngàn xưa, ngày nay khác rồi. Các cụ ta vốn thông minh, đã biết chuyện này từ khuya. Chẳng thế mà các cụ truyền cho con cháu câu bửu bối: "Nhất vợ nhì trời". Con cháu, thế hệ này tiếp nối thế hệ khác, cứ thế mà theo. Vậy là trên *net* có thơ tán dương rằng:

Có câu: "nhất vợ nhì trời"

Ngẫm ra từng chữ từng lời chẳng sai.

Trong nhà em thật là oai

Một lời em phán bằng hai lệnh trời

Em giận, năn nỉ hết hơi

Phân bua cho lắm, rốt rồi anh thua.

Ông trời mưa nắng hai mùa

Còn em mưa-nắng-nắng-mưa bất thường!

Không biết trong chúng ta có ai lại không nghe lời các cụ không. Tôi nhìn quanh: coi bộ hiếm! Hỏi các ông bạn tôi, ông nào cũng làm lơ. Tôi đành phải đi kiếm một trường hợp "nhất vợ" điển hình. Kiếm ở đâu? Ở trên …trời chứ ở đâu. Bèn vào *net*. Có ngay tút-suỵt! *"Không biết ai là người đầu tiên và từ bao giờ đã sáng tác ra cái câu "nhất vợ nhì trời" để bây giờ cho những người làm chồng như tôi nhất nhất phải tôn thờ cái phương châm ấy. Riêng tôi còn kế thừa và*

sáng tạo rằng: *"nhất vợ, nhì vợ, ba cũng vợ và bét là trời"*.
*Lý thuyết của tôi thế nào thì thực tiễn tôi là thế ấy. Nhân
danh những người chồng, nhân danh tình yêu tôi xin thề là
không hề nói sai. Ngày tôi cưới nàng cách đây đã 20 năm
tôi còn nhớ lắm. Đêm tân hôn nàng khóc nức nở như thể bị
tôi đánh mắng. Tôi hỏi vì sao nàng bảo: "Hôn nhân là giết
chết tình yêu, từ hôm nay coi như chúng ta đắp mồ cho tình
yêu". Nghe mà lạnh cả sống lưng! Tôi bảo nàng đừng mộng
mơ quá kẻo vỡ mộng thì thất vọng lớn nhưng nàng không
nghe. Nàng bắt tôi quỳ xuống hôn tay nàng và thề là suốt
đời gìn giữ tình yêu như buổi ban đầu. Tôi làm theo răm rắp
như tên tín đồ trước Chúa. Thế nàng mới yên tâm. Nhưng có
ngờ đâu việc tưởng thế cho qua chuyện lại biến tôi thành nô
lệ suốt đời cho tình yêu mộng mơ của nàng. Ngay sáng hôm
sau vừa ngủ dậy, người còn mệt bã bời, nàng đã sai tôi ngồi
tháo từng bông hồng trong bó hoa cưới rồi ép chúng vào
cuốn sổ dày cộp để làm kỷ niệm. Buổi tối, vừa ăn xong nàng
đặt đến bộp cuốn sổ to như cái thớt trước mặt tôi và sai: "Từ
nay mỗi tối phải viết nhật ký cho con cái sau này nó đọc".
Và nàng yêu cầu tôi viết để nàng duyệt thử. Vào một buổi tối
sau đó, tự nhiên lại thấy nàng khóc thổn thức. Hỏi mãi nàng
mới nói nhấm nhẳng: "Hôm nay là kỷ niệm 2 năm ngày em
nhận lời yêu anh. Sao anh không nhớ mua hoa mừng?". Trời
ơi đất hỡi, đến cái ngày ông nội tôi mất tôi còn chả nhớ nữa
là cái ngày ngỏ lời ngỏ liếc kia. Nhưng ngay lập tức tôi cười
trừ và hứa từ lần sau sẽ luôn nhớ những ngày kỷ niệm của
tình yêu để nàng tin".*

    Vậy là kể từ ngày đầu cho tới ngày cuối của cuộc sống

chung, anh đàn ông chỉ biết tung hô, râu ria mọc theo một đường đi xuống, trí óc mụ mẫm. Chúa ở tít trên trời cao đâu có biết cái sinh vật Ngài dựng nên để phục tòng cánh đàn ông nay đã làm cách mạng. Nhưng trong cõi đời này, bỗng một ngày đẹp trời, lại nảy ra một ông nhà thơ thông minh biết... lịch sử. Ông nhớ ra cái xương sườn Chúa đã mượn đỡ ngày xưa để tạo ra người đàn bà, ông nhất định đòi lại. Người đó là ông bạn dật dờ của tôi, nhà thơ Hoàng Lộc.

quả nhiên trong kinh thánh có ghi rằng
cái xương sườn của tôi chính là em đấy
khi chứng cớ đã rõ ràng đến vậy
nghĩ mích lòng? em vốn vẫn làm cao?
. . . .
em chớ làm cao và chớ giận hờn
đừng nỡ mập mờ kinh tân kinh cựu
cái xương ấy tôi là người sở hữu
kinh luật nào em chẳng thuộc về tôi?
lầm lũi yêu thương đứt nửa đời rồi
tôi đã trần thân với đớn đau khổ nhọc
cái xương sườn xưa tôi quyết đòi cho được
em chối từ ư? em có quyền gì?

Tôi xin hãnh diện nhắc lại: ông Hoàng Lộc là bạn tôi đấy! Tôi đang tính giới thiệu ông với ông *tonton* Thổ Nhĩ Kỳ Recep Tayyip Erdogan! Hai ông cùng...lối như nhau!

12/2014

MẠNG

Ngày 27 tháng 6 năm 2010, bốn năm trước đây, trên Xa Lộ 30, đoạn thuộc Candiac, phía Nam Montreal đã xảy ra một tai nạn khiến hai người thiệt mạng. Tai nạn này không giống những tai nạn khác. Cô Emma Czornobaj, 22 tuổi, ngụ tại Chateauguay, sinh viên Đại Học Concordia, đang lái chiếc xe Honda Civic chạy trên lằn đường phía trái, lằn đường dành cho những xe chạy với tốc độ nhanh, bỗng thấy một gia đình vịt gồm mẹ và một số vịt con lững thững băng qua đường. Xa lộ dành cho những xe chạy nhanh, vịt thì không thể đi nhanh được, nhất là vịt đi theo đàn. Vậy nên chắc chắn bầy vịt, vốn không thông thạo luật đi đường, sẽ bỏ mạng giữa xa lộ. Cô Emma thấy vậy không đành lòng nên ngừng xe lại, mở cửa xe bước ra với ý định bắt đàn vịt bỏ vào xe để cứu chúng.

Nếu lái xe trên một con đường làng, chúng ta có thể gặp cảnh này và hầu như mọi người chúng ta sẽ thắng cho xe ngừng lại, mỉm cười thú vị nhìn đàn vịt băng ngang đường. Nhưng trên xa lộ, hành động như vậy là nguy hiểm, thậm nguy hiểm. Tôi nghĩ chắc cô Emma Czornobaj phải là người yêu súc vật lắm lắm mới thiếu suy nghĩ, dừng xe lại và còn bước ra khỏi xe để cứu đàn vịt. Cô hành động theo con tim chứ không theo cái đầu.

Hậu quả của việc làm phúc đức trên là hai mạng người, hai cha con. Người cha là ông André Roy, 52 tuổi, bưu tá viên. Người con là cô Jessie Roy, 16 tuổi. Ông bố lái chiếc mô tô Harley Davidson với cô con ngồi sau. Xe mô tô lao vào chiếc xe *Honda Civic* đang đậu trên xa lộ, ông chết liền tại chỗ và xác được đưa vào bệnh viện *Charles LeMoine*, cô con được đưa vào bệnh viện nhi đồng *Montreal's Children Hospital* và chết vài giờ sau đó. Bà mẹ của Jessie, Pauline Volikakis, lái một chiếc mô tô khác chạy trước kể lại trước tòa những gì xảy ra trước tai nạn. "Chồng tôi ra hiệu cho cô ta (bằng tay trái) có ý nói 'Cô làm cái chi vậy?' và rồi đụng vào chiếc xe. Jessie quay vòng 360 độ trên không và rơi xuống giữa chiếc xe của cô Czornobaj và lằn ranh phân chia hai chiều xe của xa lộ". Bà cũng cho biết thêm là chồng bà chết ngay tại chỗ nhưng đã cố nhướng mắt lên lần chót trước khi vĩnh viễn nhắm lại. Chính bà là người phải nhận diện hai xác chết tại bệnh viện! Bà cũng cho biết vì bà mới chỉ có bằng lái tạm nên hai vợ chồng không dám chạy nhanh, tốc độ lúc đó là 85 cây số/ giờ.

Đó là lời khai với tư cách chứng nhân của bà Pauline Volikakis. Người chứng thứ hai là bà Martine Tessier. Bà này đi nghỉ cuối tuần và, trên đường trở về nhà, lái chiếc xe loại lớn có kéo theo chiếc nhà cắm trại. Khi bà thấy cô Czornobaj đang cúi người lom khom giúp đàn vịt, bà đã bảo với ba đứa con ngồi trên xe: "Cô kia đang làm gì vậy? Dám bị xe đụng lắm!". Bà cho biết thêm là lằn ranh ngăn hai chiều xe trên xa lộ khá nhỏ. Mải nhìn cô Czornobaj nên bà hoảng hồn khi thấy trước mặt bà là chiếc xe của cô này đậu trên đường, cửa xe phía tài xế mở, và xe không chớp đèn tín hiệu đậu. Bà khai tiếp: "Tôi không có đủ thời gian để thắng xe lại và cũng không có đủ thời gian để coi xem lằn đường phía bên phải có xe nào chạy tới không trước khi phải vòng xe qua lằn đường bên đó để tránh. Tôi đã tránh được một tai nạn". Khi bà nhìn lại trên kích chiếu hậu thì thấy "phía sau xe của cô Czornobaj bị nhấc bổng lên, một thân hình bay trên xe như một con búp bê rách. Tôi vội hét bảo con gái tôi kêu 911". Bà cũng cho biết lúc đó mặt trời xuống thấp khiến các tài xế bị chói, rất khó nhìn.

Cô Emma Czornobaj bị đưa ra tòa ở Montreal ngày 3 tháng 6 năm 2014 về hai tội: bất cẩn gây ra tai nạn chết người và lái xe nguy hiểm gây ra chết người. Khi ra tòa cô đã 25 tuổi và vừa tốt nghiệp Đại Học Concordia.

Chúng ta tạm ngừng nơi đây để tự đặt câu hỏi: "Liệu chúng ta sẽ hành động ra sao nếu gặp tình huống như cô Czornobaj đã gặp?". Chà! Coi bộ khó trả lời. Tôi vốn không yêu loài vật bằng yêu người nên có lẽ dễ xử trí hơn. Tôi sẽ chọn làm kẻ sát...vật hơn là chuốc hiểm nguy cho mình và cho những người khác. Nhưng với dân bản xứ, nhất là những cô gái, tình yêu loài vật rất nặng. Họ không những yêu chó mèo mà còn yêu chuột, rắn và kỳ đà cá sấu cùng nhiều thứ loài vật mà chỉ trông đã thấy ớn. Một cô đồng nghiệp người Ý trước đây của tôi có tình yêu lạ đời cho loài khỉ. Cô mê khỉ tới nỗi trên bàn làm việc, trên vách tường phía sau bàn toàn là hình khỉ. Có lần tôi mang cho cô một đoạn phim video chiếu cảnh khỉ mẹ khỉ con âu yếm bắt chấy rận cho nhau mà tôi quay được trong một lần đưa các con tôi đi chơi sở thú, cô hít hà luôn miệng *"very cute, very cute"* làm tôi thiếu điều muốn ghen với mấy con khỉ. Tôi không dám hỏi tuổi cô nên không biết cô có phải tuổi khỉ không! Với những cô gái yêu thú vật hơn yêu người này, chắc họ khó quyết định hơn. Mà, oái oăm thay, quyết định này phải lấy trong tích tắc. Một cảnh sát viên điều tra vụ án đã cho tòa biết là khi bắt cô Czornobaj diễn lại cảnh này, ông đã bấm giờ và thấy từ khi cô mở cửa xe bước ra tới khi ông André Roy húc vào xe chỉ có 28 giây!

Vì thấy rõ điểm khó khăn mà các thành viên trong bồi thẩm đoàn sẽ gặp phải nên việc chọn lựa 12 người ngồi xét xử này được tiến hành cẩn thận hơn các vụ xử khác. Trước khi quyết định tuyển chọn những người được mời tới tham gia vào bồi thẩm đoàn, bà Chánh Án Éliane Perreault đã phải vặn hỏi các ứng viên xem họ có đã bị tai nạn xe hoặc biết một người nào bị tai nạn xe không. Một ông nhận là đã bị thương trong một tai nạn xe từ hồi còn vị thành niên khi ông để cho một anh bạn lái chiếc xe của ông. Hai người khác cho biết là họ có quen người bị chết vì tai nạn xe. Cả ba người này đều bị loại. Cuối cùng bồi thẩm đoàn được chọn gồm 10 nam và 2 nữ!

Trong ngày đầu của phiên xử, bà Annie-Claude Chassé,

một trong hai công tố viên đã nói với 12 người trong bồi thẩm đoàn; "Nếu quý vị thấy cô Emma Czornobaj thân thiện và dễ mến, quý vị phải gạt bỏ tình cảm này ra ngoài. Điều này sẽ giúp quý vị trả lời câu hỏi mà mỗi vị đều phải trả lời vào cuối phiên xử. Một người biết lẽ phải và thận trọng có làm như bị cáo đã làm nếu gặp một trường hợp tương tự không? Một người biết lẽ phải và thận trọng có ngừng xe, bên làn trái của một xa lộ đông xe cộ lưu thông chỉ để cứu mạng sống của vài con vịt không?"

Bình luận gia Peggy Curran đã viết: "Thật khó khăn để xét xem dựa vào giá trị nào để tống một thiếu nữ không có tiền án vào nhà tù vì một hành động tâm cảm, dù không có chủ đích, nhưng căn bản là sự thiện". Nếu bị coi là có tội, cô Emma Czornobaj có thể bị phạt tới mức tối đa là tù chung thân!

Cứ thử ví dụ chúng ta ngồi vào chiếc ghế của 12 vị bồi thẩm, sẽ khó nghĩ làm sao! Bị cáo không có ý đổi mạng bầy vịt với mạng của hai con người. Mọi chuyện xảy ra không có tính toán. Chỉ biết rõ một điều là bị cáo hành động bất cẩn vì lòng thương loài vật. Không ai có thể chê trách được động cơ thúc đẩy cô Emma Czornobaj hành động. Chính bầy vịt đã là định mệnh của cô sinh viên! Một định mệnh phũ phàng. Bồi thẩm đoàn đã kết tội cô về cả hai tội danh. Bản án sẽ được tuyên xử vào ngày 8 tháng 8 tới đây. Chắc chắn là cô sinh viên trẻ vừa tốt nghiệp, không có tiền án, sẽ ngồi tù. Bao lâu thì chưa biết nhưng án tối đa có thể là tù chung thân! Kết luận của bồi thẩm đoàn vừa được báo chí loan tin, lập tức có nhiều độc giả các báo không đồng ý. Cuộc sống của một sinh viên vừa ra trường với hạng xuất sắc trong một tai nạn không cố ý, bị hủy diệt có công bằng không? Tốc độ của chiếc xe mô tô khi lâm nạn, theo tính toán của biên bản cảnh sát là từ 113 đến 129 cây số/giờ, cần phải xét tới vì nếu chiếc xe bị hư máy phải đậu lại trên đường thì với tốc độ đó, xe mô tô có tránh được không?

Chúng ta đã sống hơn nửa đời người trong một đất nước chiến tranh triền miên, đã nhiều lần nhìn thấy xác chết. Nhiều nơi, nhiều lúc.

Tôi có người yêu chết trận A Sao
Tôi có người yêu nằm chết cong queo
Chết vào lòng đèo, chết cạnh gầm cầu
Chết nghẹn ngào mình không manh áo.
Tôi có người yêu chết trận Ba Gia
Tôi có người yêu vừa chết đêm qua
Chết thật tình cờ, chết chẳng hẹn hò
Không hận thù nằm chết như mơ.

(Trịnh Công Sơn)

Mạng người trước hòn tên mũi đạn rẻ như bèo. Chưa tới nỗi vô cảm nhưng tim của chúng ta đã chai đi nhiều, tâm hồn của chúng ta đã phần nào hóa đá. Những con người ở bên đây, không nếm mùi chiến tranh, chưa thấy những cái chết tình cờ tức tưởi, con tim của họ còn mẫn cảm hơn chúng ta rất nhiều.

Trong truyện ngắn *"Dõi Mắt Vời Trông"*, tôi đã cho nhân vật "tôi" là một quân nhân binh chủng Nhảy Dù Việt Nam cùng đi với một cựu quân nhân Mỹ đã từng chiến đấu nơi chiến trường Việt, tới bức tường tưởng niệm các chiến sĩ Mỹ chết tại Việt Nam. *"Jeff dẫn tôi bước xuống những bậc thang tới bức tường đen tuyền bằng đá bóng loáng. Ánh nắng từ phía bên kia bức tường hắt từng vạt lên những tàng lá phía sau chúng tôi. Khách bộ hành tấp nập đi lại làm nhộn nhạo một nơi đáng ra phải trang nghiêm yên ắng. Jeff tìm từng hàng chữ màu kim nhũ đứng xếp hàng thẳng băng giăng kín khắp bức tường dài. Anh quay sang hỏi tôi. "Ông đoán thử coi có bao nhiêu tên trên bức tường vĩnh biệt này?". Tôi quét mắt nhìn dọc bức tường dài từng đoạn thấp cao, nói đại. "Chắc phải cả chục ngàn." Jeff giương đôi mắt lớn như muốn lách ra khỏi trũng mắt. "Khoảng sáu chục ngàn đấy ông ạ. Chắc ông không quen đếm xác người!". Mặt tôi thoáng đỏ. Câu nói như một lời chế giễu. Mỗi cái tên là một xác người đã gục xuống nơi quê hương tôi".*

Chúng ta gần gũi với xác chết hơn là người Mỹ. Vậy nên mạng sống là điều mà người Mỹ thấy quan trọng hơn cảm nhận của chúng ta. Nước Mỹ đang ầm ỹ về chuyện mạng sống. Chỉ một mạng! Mạng của một người lính Mỹ, Trung Sĩ Bowe Bergdahl. Trung Sĩ Bergdahl, năm nay 28 tuổi, đã bị phe Taliban bắt giữ 5 năm trước. Và anh là tù binh có quốc tịch Mỹ duy nhất trong suốt cuộc chiến ở Afghanistan. Ngày 30 tháng 6 năm 2009, Bergdahl rời doanh trại ở tỉnh Paktika bên Afghanistan với "nước, một con dao, chiếc máy hình và cuốn nhật ký", theo lời kể của đồng đội Michael Hastings vào năm 2012. Nguyên do anh chàng này ra đi vì bị *shock* với cái chết của một chiến hữu xảy ra vào năm ngày trước. Lúc đó, cấp chỉ huy của anh không biết là anh "đào ngũ, bị bắt hay chỉ là một tai nạn". Nhưng kể từ ngày đó cho tới ngày 31 tháng 5 năm 2014, Mỹ luôn luôn theo dõi anh và không ngừng cố gắng mang anh về với gia đình. Đứng giữa cha mẹ anh Bergdahl tại Vườn Hồng trong tòa Bạch Ốc trước ngày anh Trung Sĩ này về tới Mỹ sau cuộc trao đổi tù binh với phe nổi loạn Taliban, Tổng Thống Obama nói: "Anh không bị cộng đồng ở Idaho hay quân đội lãng quên, mà họ luôn hỗ trợ tinh thần cho gia đình anh. Và tổ quốc cũng không bao giờ quên anh, vì Hoa Kỳ không bao giờ bỏ rơi những binh sĩ của họ".

Anh đang bị bệnh và chính phủ không thể chần chừ trong việc cứu thoát anh. Và họ đã trao đổi anh với 5 tù binh Taliban đang bị giam giữ tại nhà tù nổi tiếng Guantanamo. Năm tù binh Taliban được trao đổi đều là những tên khủng bố thứ dữ. Một đổi năm, cuộc trao đổi tù binh này thấy rõ là không cân bằng. Mạng sống của con người hình như có cái giá không rõ ràng. Người ta không đếm bằng số. Không ai có thể chấp nhận được là mạng anh Trung Sĩ Bergdahl đáng giá gấp năm lần mạng của một tên khủng bố Taliban. Mạng sống không có giá cụ thể. Mỗi nhân mạng có giá trị riêng của nó. Mạng của anh Bergdahl đang…lên giá vì Hoa Kỳ đang sửa soạn rút quân ở Afghanistan nên không thể không cứu mạng anh quân nhân duy nhất bị cầm tù ở nơi họ sắp khăn gói rời xa. Bỏ mặc anh là chấp nhận cho lương tâm của nước Mỹ bị dằn vặt. Bây giờ và trong chiến sử của quân đội Mỹ sau này. Có lẽ vì vậy nên ông Obama mới phải nhận cái giá trao đổi bất bình đẳng.

Nhưng Hoa Kỳ đang ở vào thời kỳ tranh cử, đảng Cộng Hòa đại chi mà không ra đòn. Họ chê trách đảng dân Chủ đang cầm quyền về sự...thiệt thòi này. Thượng Nghị Sĩ John McCain, người cựu tù Hỏa Lò tại Hà Nội, đã mô tả năm tên khủng bố Taliban được trao đổi là "năm tên sát nhân nặng tội nhất trong lịch sử thế giới". Ông Obama đã chơi một ván bài nhiều may rủi. Nhưng ông cương quyết vì sinh mạng của những người đã xả thân cho tổ quốc.

Rắc rối thêm khi có đồng đội của viên Trung Sĩ Bergdhal cho biết anh này đã tự ý bỏ doanh trại ra đi nên phải được coi như một tên đào ngũ. Bao nhiêu cuộc tìm kiếm hao tốn đã được tổ chức để đi tìm anh, thậm chí có nhiều người chết trong những cuộc hành quân tìm kiếm này. Nhưng nguồn tin có người chết vì đi tìm anh này không được xác nhận. Trước những lùm sùm về việc anh Bergdahl là một tù binh hay một kẻ đào ngũ, ông Obama đang ở Âu Châu để tham dự lễ kỷ niệm 70 năm ngày *D-Day,* ngày Quân Đội Đồng Minh đổ bộ lên Normandie để tiêu diệt Đức Quốc Xã , kết thúc cuộc thế Chiến Thứ Hai, đã cương quyết là cho dù thế nào đi chăng nữa, Trung Sĩ Bergdahl vẫn là quân nhân Hoa Kỳ và ông phải cứu mạng một chiến binh đã chiến đấu cho tổ quốc.

Mạng vịt, mạng người, thấy người ta quý mạng sống của người và loài vật bao nhiêu lại càng buồn cho mạng người Việt chúng ta tại quốc nội bấy nhiêu. Đọc tin loại "xe cán chó, chó cán xe" ở Việt Nam hiện nay, tôi cứ thẫn thờ suy nghĩ. Sao con người lại có thể tàn ác với nhau như vậy? Đụng xe, va quệt chút đỉnh cũng có thể gây ra những cuộc đánh lộn có khi dẫn tới mạng vong. Chỉ vì chút tiền nhỏ nhoi, cha mẹ con cái, hàng xóm láng giềng có thể thản nhiên cho người khác đi tàu suốt. Có lẽ sống trong một xã hội lấy dối trá, bạo lực làm kim chỉ nam, con người dễ tha hóa. Lực lượng được cho là để bảo vệ dân như cảnh sát, công an, lại là thứ dễ cho dân máu me đầy mình. Chỉ vì không đội mũ bảo hiểm mà có khi mất mạng vì công an. Người dân bị đưa về đồn bóp công an là một tình huống nguy hiểm còn hơn là người lính nơi chiến trường. Họ không có quyền tự vệ trước đòn thù tra tấn của…bạn dân. Nhiều người khi vào là người, khi ra là xác chết với những lời giải thích đến con nít cũng phải phì cười như điện giật, té, treo cổ tự tử. Những tên sát nhân có môn bài này vẫn nhởn nhơ ngoài vòng luật pháp. Làm gì có luật pháp cho người dân, chỉ có luật rừng dành cho những người thi hành luật.

Tôi đã được coi những *clip* quay cảnh đàn áp các cuộc biểu tình của những người dân yêu nước, những tụ tập kêu oan của đám dân bị các quan tham cướp đất đai. Công an và côn đồ được thuê mướn đánh người như đánh đòn thù. Họ cố ý cách cái mạng của dân.

Thì đảng cộng sản vẫn bai bải cho là họ làm cách…mạng mà!

07/2014

MÊ

Ít ngày trước đây, ông Richard Bennett, 84 tuổi, bị té trên tam cấp trước cửa nhà con gái tại Châteauguay. Được mang vào nhà thương mổ não gấp, ông bị hôn mê không tỉnh lại. Các bác sĩ tại bệnh viện *Montreal General Hospital* tìm mọi cách làm ông tỉnh nhưng ông vẫn trong cơn mê kéo dài cả tuần lễ. Thân nhân cuống cuồng tìm mọi cách để đánh thức ông dậy. Khi họ đặt một chiếc *iPhone* sát tai ông để ông nghe tiếng sủa của con chó trong nhà thì ông hơi nhúc nhích và mở mắt ra được một chút. Thấy có hy vọng, vợ chồng cô con gái Susan của ông nghĩ là nếu mang con chó mà ông rất thương yêu tới cho nằm cạnh ông, biết đâu tình trạng sẽ khá hơn. Họ trình bày ý tưởng với các bác sĩ nhưng gặp trở ngại vì quy định cấm mang chó vào bệnh viện. Chỗ ông Bennett đang nằm lại là khu chăm sóc đặc biệt nên đã khó còn khó hơn. Cuối cùng, các bác sĩ lơ đi quy định này để gia đình mang chú chó Pipi vào. Đó là một chú chó nhỏ, rất dễ thương. Chú chó được cho nằm ngay trên giường bệnh, sát ông Bennett. Họ kéo tay ông để trên đám lông của Pipi. Chú chó liếm tay ông. Và phép lạ xảy ra! Ông mở mắt tỉnh dậy. Một cô y tá sửng sốt nói: "Tôi chưa bao giờ thấy chuyện như thế này xảy ra, chưa bao giờ. Đây là ngày tốt đẹp nhất trong cuộc đời nghề nghiệp của tôi!". Ông Bennett, một cựu công chức của quận hạt Lachine, đang hồi phục dần.

Bị *coma* mà tỉnh lại được là chuyện khó. Nhiều khi khó dàn trời. Bà cô tôi, sau một cuộc mổ, nằm bất động không dạy được trong hơn chục năm trời tại một nhà thương ở Cali. Khi tôi từ Canada sang thăm, lúc đó bà đã nằm như vậy được bốn năm, các y tá vẫn chăm sóc, tắm rửa, chải đầu như các bệnh nhân khác. Tôi thấy cô tôi như đang nằm ngủ an bình.

Nằm tại giường bên cạnh bà cô tôi là một cô gái Việt Nam còn khá trẻ. Cô nhìn chúng tôi như một người bình thường. Tôi cũng tưởng cô đang dưỡng bệnh. Nhưng thực ra cô đang ở trạng thái mê. Cô nhìn ngang nhìn dọc đó, nhưng cô không biết gì cả. Cô có một đứa con khoảng hai tuổi. Trên giường của cô để đầy hình đứa con nhỏ và hình đám cưới của cô với hy vọng cô nhìn vào những tấm hình đó để một lúc nào đó bật dậy sau cơn mê. Chiếc máy hát để ở đầu giường phát ra những bản nhạc Việt mà người nhà của cô cho biết là khi xưa cô rất thích. Tất cả như những cái bẫy để bẫy ý thức của cô. Tôi chẳng hiểu sau đó cô có dính bẫy không.

Hôn mê là trạng thái của một người bị bất tỉnh kéo dài hơn 6 tiếng đồng hồ mà không thể đánh thức dậy hoặc không thể phản ứng một cách bình thường đối với các kích thích như đau, ánh sáng hay âm thanh, mất đi chu kỳ thức-ngủ bình thường và không thể chủ động hành vi của họ. Trong y khoa, người ta đo mức độ hôn mê bằng một bảng phân loại mang tên Glasgow. Theo thang điểm Glasgow thì người ta quan sát ba yếu tố: mắt, lời nói và vận động. Tùy theo phản ứng của bệnh nhân trong mỗi yếu tố trên, người ta cho điểm, cộng lại, càng nhiều điểm càng nhẹ, càng ít điểm càng nặng. Về mắt: nếu mở mắt tự nhiên được 4 điểm; mở mắt khi nhận được lệnh: 3 điểm; mở mắt khi gây đau: 2 điểm; không mở mắt: 1 điểm. Về lời nói: trả lời đúng: 5 điểm; trả lời hạn chế: 4 điểm; trả lời lộn xộn: 3 điểm; không rõ nói gì: 2 điểm; không nói: 1 điểm. Về vận động: đáp ứng đúng khi nhận lệnh: 6 điểm; chỉ đáp ứng đúng khi gây đau: 5 điểm; cử động không tự chủ: 4 điểm; phản ứng không bình thường khi bị kích thích đau: 3 điểm; duỗi thẳng ra khi bị kích thích đau: 2 điểm; không phản ứng: 1 điểm. Từ những khám nghiệm trên, nếu số điểm được từ 8 trở xuống là tình trạng nặng; từ 9 đến 12 điểm là trung bình; từ 13 trở lên là nhẹ.

Hôn mê trong trường hợp nặng có thể kéo dài tới hơn 5 tuần, có khi tới nhiều năm. Bà cô tôi nằm hơn chục năm kể cũng là một trường hợp được coi là lâu. Có những bệnh nhân tỉnh lại được, có bệnh nhân kéo dài qua trạng thái sống thực vật, có bệnh nhân giã từ cõi sống. Kỷ lục sống thực vật dài nhất được ghi nhận cho tới nay là 37 năm!

Còn kỷ lục hôn mê? 19 năm! Đó là ông Jan Grzebski, một công nhân đường sắt ở Ba Lan. Ông bị xe lửa đụng vào năm 1988, bị hôn mê, và đã tỉnh dậy 19 năm sau, năm 2007. Trong 19 năm đó, bà vợ ông đã săn sóc ông kỹ lưỡng. Mỗi giờ bà mỗi lật ông để thay đổi vị trí nằm hầu khỏi bị lở loét. Có những lúc bà đã tuyệt vọng: "Ngày nào tôi cũng cầu nguyện trong nước mắt và đêm nào tôi cũng cắn gối khóc để không ai nghe thấy!". Chắc lời cầu nguyện của bà động được tới trời cao nên một ngày vào tháng 4 năm 2007, ông có những dấu hiệu hồi tỉnh đầu tiên. Bà liền đưa ông vào bệnh viện Dzialdow để được chăm sóc. Sau vài ngày ông đã có thể nói chuyện và cử động các ngón tay, ngón chân. Trong 19 năm hôn mê đó, cả bốn đứa con của ông đã lập gia đình và ông đã có 11 đứa cháu!

Nhưng anh Terry Wallis mới là người giữ kỷ lục. Anh hôn mê tới 19 năm và một ngày! Có điều ngộ nghĩnh là anh bị hôn mê vào một ngày thứ sáu 13 và tỉnh lại cũng vào một ngày thứ sáu 13. Chuyện xảy ra vào năm 1984. Anh cũng bị tai nạn giao thông. Khi đó, tuy mới 19 tuổi, anh đã có vợ và một đứa con sơ sinh 6 tháng. Bệnh viện cho gia đình biết anh ít có hy vọng hồi phục nhưng mẹ và vợ anh vẫn yêu cầu chữa trị. Mỗi cuối tuần, họ lại đưa anh về trang trại của gia đình với hy vọng khung cảnh quen thuộc có thể giúp anh tỉnh dậy. Phải mất 19 năm và một ngày, công khó của họ mới được đền đáp, anh tỉnh dậy và câu đầu tiên anh nói với mẹ là: "Cho xin *pepsi* và sữa!". Điều khiến anh lạ lùng nhất là tự dưng có một thiếu nữ 19 tuổi trong nhà. Cô này chính là con gái anh.

Những người ra khỏi cơn mê kể là...hên. Vì đã nhận được đúng tần số. Như ông Bennett ở Montreal mới đây nhờ...chó. Cô gái nằm cạnh bà cô tôi được cho nghe nhạc ngày đêm những bản nhạc cô thích nhưng cho tới khi tôi gặp cô, cô vẫn chưa hên! Có nhiều người khác cũng chỉ nghe nhạc mà trỗi dậy. Ông thợ làm bánh đã về hưu Sam Carter, 60 tuổi, đã bị hôn mê vào năm 2008 do di chứng của bệnh thiếu máu. Sau ba ngày, các bác sĩ tại bệnh viện Staffordshire ở Anh chẩn đoán ông chỉ có 30% cơ hội có thể tỉnh dậy. Ông nằm luôn 10 tuần lễ sau đó. Coi bộ khó có cơ hội cho ông tỉnh lại. Gia đình biết là ông rất mê bản nhạc *Satisfaction* của ban Rolling Stones nên cho ông nghe suốt ba ngày liền. Ông tỉnh lại trong sự vui mừng của mọi người. Ông cho biết là ông không nhớ gì nhiều trong lúc hôn mê nhưng ông nhớ có nghe được bản nhạc mà ông rất thích từ hồi 17 tuổi. Chính bản nhạc này đã vực ông dậy.

Một trường hợp tình tính tang khác. Cô gái người Đức Christiane Kittel, 24 tuổi, rơi vào tình trạng sống thực vật sau khi bị ngất xỉu tại trường vào ngày 12 tháng 6 năm 1997. Được mổ khẩn cấp, cứu được mạng sống nhưng cô đã sống đời thực vật. Cô gái này cũng thuộc loại văn nghệ văn gừng. Thần tượng của cô là ca sĩ Bryan Adams. Bà Adelheid Kittel, mẹ của cô Christiane đã có sáng kiến đưa cô tới tham dự một buổi trình diễn của ca sĩ này. Và phép lạ đã xảy ra. Bà Adelheid Kittel kể lại: "Bryan Adams luôn là thần tượng của con gái tôi. Trước khi bị hôn mê cháu rất thích nghe nhạc của ca sĩ này. Khi nghe nói có buổi trình diễn nhạc tại Regensburgh, tôi đẩy chiếc xe lăn cho cháu tới tham dự. Cháu ngồi nghe nhạc trong chiếc xe lăn đặc biệt này và đột nhiên cháu phản ứng. Cháu mở mắt và nhìn mọi sự chung quanh. Rồi cháu bắt đầu cử động trong xe lăn và hoàn toàn bị mê hoặc bởi nhạc của Bryan Adams. Lúc chúng tôi trở lại bệnh viện, Christiane vẫn còn rất xúc động. Cháu đã ba lần gọi tên tôi và nói 'Mẹ ơi!'".

Cậu bé David, người Ba Lan, cũng hôn mê khi mới 14 tuổi. Cậu này trước đó rất mê môn túc cầu. Thần tượng của cậu là Cristiano Ronaldo. Dựa vào sự kiện này, trung tâm phục hồi nơi chữa bệnh cho cậu đã liên tục cho cậu nghe tường thuật trực tiếp các trận đấu có Ronaldo tham dự. Nghe miết như vậy trong ba tháng. Tới khi nghe trực tiếp trận đấu tại vòng loại World Cup giữa Bồ Đào Nha và Thụy Điển, lúc Ronaldo của Bồ Đào Nha đá lọt lưới Thụy Điển trái thứ ba thì cậu bé David đã bất ngờ ra khỏi cơn mê. Gia đình cậu mừng rỡ đã đành nhưng chính Ronaldo, khi nghe được câu chuyện cũng khoái chí tử. Anh cầu thủ 29 tuổi này đã tặng chú bé một chuyến đi tới sân Bernabeu ở thủ đô Madrid để coi trận đấu có anh đá giữa Real Madrid và Borussia Dortmund. Anh cũng đã tặng cậu David một chiếc áo có chữ ký của anh.

Có lẽ chúng ta ai cũng nên có một thần tượng để dùng tới khi cần. Nghe chuyện được thần tượng đá banh tặng áo của cậu bé David, mấy ông bạn tôi bỗng xôn xao dữ. Thần tượng thì các ông ấy đã có sẵn. Giờ mà được cái áo của thần tượng thì nhất. Nếu áo mà còn mùi của thần tượng nữa thì hết ý. Dĩ nhiên thần tượng của các ông ấy không phải là Ronaldo hay thứ cùng giống với anh chàng này. Thích thì có thích, thích quá đi chứ, nhưng hôn mê thì ông nào cũng ngại. Lỡ chơi một cú hôn mê tới 19 năm thì còn chi là tuổi…vàng!

Thần tượng của cậu bé Xiao Li ở Bình Hồ, tỉnh Chiết Giang bên Tầu, có lẽ là thần tượng của nhiều người. Cậu bị hôn mê vì xuất huyết não trong khi đang chơi *game* tại một quán *internet*. Vì mê chơi *game* nên thiếu ngủ và mệt mỏi, vậy nên mới sa vào vòng…mê. Chuyện xảy ra mới đây, vào tháng 8 năm 2013. Trong bệnh viện có một cô y tá rất thông minh và thực tế. Cô này nghĩ là anh chàng mê *game* để kiếm tiền nên nảy ra ý định dùng tiền đánh thức anh dậy. Cô lấy tờ 100 nhân dân tệ nhử trước mặt anh. Chắc tiền có hơi đồng như các cụ đã nói, nên cậu Xiao Li ngửi thấy mùi tiền liền một khi. Cậu run rẩy nhấc cánh tay với tờ tiền. Cứ tập cho cậu với tay lên lấy tiền như vậy trong vòng một năm, cậu đã thành công. Vừa chớp được tiền là cậu qua cơn mê ngay. Dĩ nhiên là qua cơn hôn mê chứ chuyện mê tiền thì chắc càng lậm thêm!

Dù sao cũng đã ra khỏi cơn mê. Nhưng nằm mê man ngày nọ qua ngày kia, khi tỉnh dậy, nhiều người chưa hết rối rắm. Nhiều khi sự lôi thôi này khiến người ta đốt được bao nhiêu năm đèn sách. Tôi muốn nói tới trường hợp những người qua cơn mê bỗng nói được một ngoại ngữ mà chẳng phải học hành mất công. Như anh chàng Rory Curtis, 25 tuổi, lái xe trên xa lộ M42 tại Tamworth, Anh quốc, bỗng tay lái loạng quạng khiến chiếc xe nhào vào một xe vận tải. Năm chiếc xe khác, thắng không kịp nên cũng nhào vào xe của Curtis. Chàng trai bất tỉnh trong suốt 6 ngày. Theo các bác sĩ điều trị thì anh bị xuất huyết não. Khi tỉnh dậy, anh mơ màng không nhận ra mình, nhìn vào gương soi cứ bảo mình là tài tử Matthew McConaughey, người đã đoạt giải Oscar! Cô y tá đầu tiên tiếp xúc với anh lúc hồi tỉnh nói tiếng Pháp. Anh tỉnh bơ nói chuyện với cô này bằng thứ tiếng Pháp rất nhuần nhuyễn trước sự kinh ngạc của gia đình anh. Thời trung học anh có học tiếng Pháp nhưng chỉ biết một số chữ căn bản. Tưởng chỉ là chuyện…chập dây thần kinh nhưng cho tới nay anh vẫn cứ nói tiếng Tây như thường. Khi bị tai nạn là tháng 8 năm 2012, tính tới nay đã hơn hai năm!

Cũng trong năm 2012, anh chàng Ben McMahon ở Úc cũng nói ngoại ngữ bất đắc dĩ. Anh từng học tiếng Pháp và tiếng Hoa nhưng chưa bao giờ nói năng thành thạo. Anh cũng bị tai nạn xe hơi và hôn mê. Khi tỉnh dậy, anh nhìn thấy một cô y tá người Á châu đang đứng cạnh giường, anh nói với cô bằng tiếng Hoa: "Xin lỗi cô, tôi cảm thấy rất đau". Sau đó anh xin cô một mảnh giấy và cây viết, anh viết câu: "Tôi yêu mẹ, tôi yêu cha, tôi sẽ hồi phục". Cũng bằng chữ Hán! Khi nhận được điện thoại của bệnh viện báo tin, cả nhà vội vào thăm anh. Anh xổ toàn tiếng Hoa khiến mọi người chẳng hiểu chi cả. Anh hoàn toàn không nói được tiếng Anh nữa. Phải ba ngày sau anh mới nói lại được tiếng mẹ đẻ! Hỏi anh, anh cho biết: "Tôi không ý thức mình đang nói tiếng Hoa, nó chỉ bật ra một cách tự nhiên khởi miệng tôi thôi".

Vụ nói tiếng ngoại quốc *free* chẳng tốn công học này xảy ra khá nhiều. Năm 2013, một cựu chiến binh hải quân Mỹ bất tỉnh trong khách sạn, khi tỉnh dậy đã nói tiếng…Thụy Điển ro ro. Năm 2010, cô bé người Croatia tên Sandra Ralic, 13 tuổi, bị hôn mê một ngày, khi tỉnh dậy lại nói tiếng Đức và quên hết tiếng mẹ đẻ. Lý giải cho chuyện này, Tiến sĩ Thần Kinh Học Pankaj Sah ở Queensland, Úc, cho rằng não được hình thành từ các mạch khác nhau trong đó có những mạch chủ yếu về ngôn ngữ, thở, nói, suy nghĩ. Đại khái giống như các mạch điện tử. Những người tỉnh dậy sau hôn mê bỗng nói một ngoại ngữ là do phần não nhớ thứ tiếng đó được kích hoạt sau một va chạm.

Ngoài vụ nói ngoại ngữ, việc tỉnh dậy sau hôn mê còn có nhiều biến chứng khác khá vui. Như chuyện níu lại thời gian. Năm 2012, cô Sarah Thomson, 32 tuổi, bị một cục máu đông trong đầu làm hôn mê trong 10 ngày. Khi tỉnh dậy thời gian của cô bị kéo lùi 13 năm. Thay vì sống trong năm 2012, cô nghĩ là cô đang sống trong năm 1999. Nghĩa là cô cứ "khi đó em còn ngây thơ". Cô nhuộm tóc, nghe nhạc *rock*, hành động tưng tưng bốc đồng như một cô gái 19 tuổi thứ thiệt! Cô không biết ban nhạc tủ của cô là ban Spice Girl đã tan rã hay ca sĩ cô mến mộ Michael Jackson đã về với đất. Cô cũng không nhận ra chồng con.

Cũng rứa, cô Candace Emptage, 36 tuổi, ngụ tại thị trấn Gateshead bên Anh cũng ngỡ mình trẻ lại 14 năm sau khi bị một tai nạn xe hơi rùng rợn, chiếc xe bị bẹp nát, và cô bị hôn mê trong 2 tháng. Cũng như cô Sarah Thompson, cô ngỡ là ban nhạc Spise Girls vẫn ăn khách số một, công nương Diana vẫn còn sống và ông John Major vẫn là Thủ Tướng Anh! Cô cho biết, khi tỉnh dậy, thấy bố cô cầm một chiếc *iPhone* cô nghĩ đó là một vật của người ngoài hành tinh. *iPhone, X Factor, Facebook, Harry Potter* đều là những thứ lạ lẫm. Đứa con gái của cô tên Maddy vui mừng ôm hôn thì cô tỉnh bơ không nhận ra con mình. Phải mất một năm trị liệu cô mới tìm lại được phần ký ức 14 năm bị mất.

Di sản của hôn mê khi tỉnh dậy còn nhiều mục khác. Như cô bé Ya Wen, 3 tuổi, bỗng ghiền thuốc lá, uống bia và chỉ thích mặc quần áo con trai. Như bà Vikki Salmon, 36 tuổi, đã từng ăn nằm với khoảng hai chục ông, khi tỉnh dậy lại chỉ thích đàn bà. Chính bà cũng ngạc nhiên: "Tôi từng thấy đàn ông hấp dẫn. Thế nhưng kể từ khi tỉnh dậy sau hôn mê, tôi không như thế nữa. Tôi chưa bao giờ nghĩ mình sẽ thành người đồng tính".

Nhưng thay đổi vui nhất là cụ ông Angelo De Luca đã 81 tuổi, sinh sống ở vùng Biasca bên Thụy Điển. Cụ trèo lên cây mận trong vườn nhà và bị té, hôn mê luôn bốn ngày. Sau cơn mê, cụ đang từ một ông già góa vợ trở thành "một thanh niên tuổi *teen*" tràn trề sinh lực. Cụ hăng hái tìm tới các em trong các động. Cụ say mê một cô chỉ đáng tuổi cháu cụ và mạnh tay chi tiền bao cô gái này. Các con phải đưa cụ ra tòa. Tòa kết luận là cụ bị chứng nghiện *sex* không thể tự kiểm soát được tài sản và ra phán quyết giao quyền quản trị hai căn nhà và tiền bạc trong ngân hàng cho con trai!

Mấy ông bạn tôi có tật đọc cái chi cũng chỉ chú ý tới đoạn cuối. Đọc đoạn cuối của bài này, mấy ông nói vẩn vơ: "Chơi một cú hôn mê kể cũng hay đấy chứ!".

02/2015

MỔ

Mổ là chuyện banh da xẻ thịt, máu me tùm lum, chẳng có gì vui. Nhưng dù không vui, tới khi phải mổ vẫn cứ nằm thẳng cẳng cho người ta chuốc thuốc mê, nằm lịm như một cái xác chết cho người ta vọc. Trong hoàn cảnh như vậy, bắt buộc phải tin tưởng vào những người tay dao tay kéo. Thường thì các ca mổ đều tốt. Không tốt thì nhà thương đóng cửa hết từ lâu rồi. Nhưng đôi khi các người áo trắng cũng có sự nhầm lẫn. Con người mà, nhân vô thập toàn!

Tôi mới đọc một bài báo của Bác Sĩ Tom Blakwell có cái nhan đề rất gọn: *Medical Error!* Nhầm lẫn y khoa. Ông kể một trường hợp khá đặc biệt: trường hợp của bà Helen Church. Năm 2010, bà tới một bệnh viện để được cắt buồng trứng. Sau khi đã banh bụng bà ra, không hiểu các tay mổ đã làm ăn ra sao mà buồng trứng của bà vẫn còn nguyên khi bà xuất viện! Hai năm sau, bà đi cắt cườm mắt. Kết quả, mắt của bà sau đó bị đau không chịu nổi và nay đã mù luôn! Một bác sĩ nhãn khoa tại một nơi khác đã khám lại và cho biết tròng kính nhân tạo đặt vào mắt sau khi mổ cườm đã bị đặt trái chiều. Kết quả bà đã không thấy rõ lại còn bị chảy máu và áp lực trong mắt tăng cao!

Bà Helen Church này xui tận mạng. Tôi có lần chứng kiến một ca nhổ răng lộn tại bệnh viện Saint Paul sau năm 1975. Phòng chữa răng có nhiều ghế. Tôi đang ngồi cho một nha sĩ nhổ mấy cái răng hàm mọc lộn xộn. Bỗng tôi nghe thấy tiếng kêu thất thanh của một bà ngồi ở ghế gần đó. Bác sĩ nhổ lộn chiếc răng của tôi rồi! Phòng nhổ răng náo loạn một lúc rồi người ta đưa bà ra ngoài. Không biết họ giải quyết ra sao. Tôi không run một tí nào, vẫn hiên ngang ngồi chờ tới lượt mình. Bởi vì nha sĩ của tôi bữa đó là ông bạn của tôi. Tôi tin mắt ông rất tốt!

Có nhiều người bị lộn như bà Helen Church không? Vẫn theo bài báo của tờ *The Gazette* ở Montreal thì một cuộc nghiên cứu trên 20 bệnh viện vào năm 2004 do Ross Baker của Đại Học Toronto và Peter Norton của Đại Học Calgary thực hiện thì tỷ lệ nhầm lẫn là 7,5% trên toàn Canada, quy ra là 185 ngàn người, trong đó có khoảng 40% ca có thể tránh được.

Nhưng sự nhầm lẫn tai hại và xảy ra thường xuyên hơn là để quên các dụng cụ mổ trong bụng bệnh nhân. Trong mỗi ca mổ, người ta phải dùng khoảng từ 250 đến 300 dụng cụ y khoa. Ca mổ càng lớn dụng cụ cần dùng càng nhiều, có khi lên tới 600 loại. Thường thì các bác sĩ hay bỏ quên thứ chi trong bụng bệnh nhân? Thứ gì cũng có thể bị bỏ quên được. Từ dao, kéo, kìm, kẹp, dụng cụ điện tử đến ống hút, thước đo, khăn, vải thấm... Có những thứ nằm chình ình mà chúng ta nghĩ không có cách chi bỏ sót không lấy ra được, vậy mà cũng sót. Nguyên do là trong bụng lúc đó đầy máu me che khuất nên các nhà giải phẫu không nhìn thấy. Dụng cụ bị bỏ quên trong các ca mổ có nhiều không? Người ta không có con số rõ ràng. Phần vì phải mất một thời gian sau, những thứ bị bỏ quên này mới gây ra chuyện, phần vì có khi mổ ở nhà thương này nhưng do di chuyển chỗ ở nên nhà thương khác phải "dọn dẹp". Theo ước tính của cơ quan *U.S Department of Heath and Human Services* thì có vào khoảng từ 1/100 ca tới 1/5000 ca mổ bị quên đồ...lưu niệm trong bụng. Theo một báo cáo khác của *Annals of Surgery* thì khoảng 12,5% ca mổ.

Thứ chi hay bị bỏ quên nhất, chắc chúng ta cũng đoán ra, đó là các tấm gạc thấm máu. Mỗi ca mổ cần dùng nhiều tấm gạc này để chặn và thấm máu. Làm sao biết đã lấy ra hết. Trước kia người ta dùng cách đếm bằng miệng. Họ đếm bốn lần tất cả. Lần đầu khi sắp đặt dụng cụ mổ. Lần thứ hai khi bắt đầu mổ. Lần thứ ba khi mổ xong. Lần chót khi bắt đầu khâu kín vết mổ. Trong lúc vội vã vì các động tác khi mổ phải nhanh và chính xác, việc đếm không dễ dàng trúng. Có khi người này, có khi người kia đếm trật. Kết quả là còn sót trong bụng. Nhiều ca mổ khẩn cấp còn không có thời gian để đếm nữa.

Để cải tiến, người ta dùng máy. Dù sao máy móc cũng ít lầm lẫn hơn con người. Trên mỗi tấm gạc thấm, người ta may vào một miếng có ghi số *code*. Trước khi dùng, y tá dùng máy *scan* số *code* này. Vậy là có bao nhiêu miếng gạc thấm trong bụng bệnh nhân, máy ghi lại hết. Khi xong việc, cứ theo con số máy ghi để kiểm soát coi có miếng nào còn nằm vùng không. Từ khi áp dụng máy *scan* này, mấy miếng gạc hết đường nằm trốn trong bụng bệnh nhân.

Mổ hàm ý phải lấy dao rạch trên bụng một đường rồi banh bụng ra để các nhà giải phẫu làm việc. Quan niệm như vậy xưa rồi. Ngày nay người ta mổ theo phương pháp mới gọi là nội soi. Thay vì mở tanh bành bụng ra, người ta chỉ khoét một hoặc nhiều lỗ nho nhỏ rồi cho máy móc nhỏ vào làm việc. Văn minh hơn nữa, các bác sĩ, thay vì tự tay hành động trên người bệnh nhân, lại chỉ mổ trên máy *computer*.

Tác giả Giao Chỉ Vũ Văn Lộc tường thuật lại một cuộc biểu diễn mổ nội soi bằng *computer*: *"Lúc đó là 9 giờ sáng ngày 1 tháng 12 năm 2012 tại phòng giải phẫu của tổ hợp khoa học Seattle, buổi trình diễn bắt đầu. Bác sĩ đảm trách ngồi vào ghế trước màn hình của máy điện toán. Mắt đeo kính, hai tay điều khiển cuộc giải phẫu bệnh nhân qua máy. Cách xa một khoảng, bệnh nhân nằm trên bàn giải phẫu và bắt đầu cuộc mổ nội soi do Robot thực hiện. Hai tay Robot hoạt động theo hai cánh tay của bác sĩ trên máy điện toán. Bác sĩ mổ trên màn hình. Robot mổ thực sự trên thân thể bệnh nhân. Chỉ cần 1 lỗ soi duy nhất vào bụng. Qua lỗ soi này, một ống luồn vào trong người. Đó là máy quay phim xoay quanh toàn cảnh trong cơ thể, giúp cho bác sĩ nhìn thấy trên màn hình. Tiếp theo là hai ống đem dao mổ và dụng cụ vào bụng cũng do lỗ soi đã mở đường. Hai ống này làm tất cả mọi công việc. Tìm tòi, cắt vá. Tất cả thao tác trong bụng bệnh nhận hiện trên màn hình, đơn giản và huyền diệu như chuyện thần tiên. Chỉ cần một lỗ thủng trên bụng, khối ung hay túi mật sạn chết người được tìm thấy, cắt bỏ đem ra ngoài. Trong buổi giải phẫu trình diễn này có 50 y sĩ giải phẫu đến tham dự để quan sát và học hỏi. Các phương tiện truyền thông lại đem đến hình ảnh cho hàng trăm bác sĩ giải phẫu khác trên toàn thế giới".*

Ông Vũ Văn Lộc không phải là một chuyên gia dính dáng chi tới y học, vậy tại sao ông tường thuật lại vụ mổ biểu diễn này. Bởi vì người mổ biểu diễn là một bác sĩ người Việt Nam: Bác sĩ Nguyễn Thế Triều Huy, con của bạn ông, một Trung Tá trong quân lực Việt Nam Cộng Hòa khi xưa. Bác sĩ Huy tới Mỹ khi mới 13 tuổi, nay là một trong các bác sĩ bận rộn nhất ở Mỹ. Mỗi năm ông ra tay mổ khoảng 700 ca. Tính từ năm 1997 tới nay, ông đã có trên 20 ngàn bệnh nhân. Tốt nghiệp y khoa tại Iowa, ông đã đi vào chuyên môn và có văn bằng *osteographic medicine* của Đại học Kansas vào năm 1992 và văn bằng chuyên khoa giải phẫu *laparoscopic* tại Đại học New York. Khoa mổ nội soi đã đi những bước dài trong ngành giải phẫu, khởi đầu bằng đục bốn lỗ, tới bây giờ chỉ còn cần đục một lỗ. Bác sĩ Huy là một trong số những người hiếm hoi đi những bước tiên phong trong ngành mổ mới mẻ này.

Bác sĩ Nguyễn Thế Triều Huy dường như có khiếu thiên bẩm và có tinh thần khai phá nên ông đã vượt lên dẫn đầu trong việc hoàn thiện lối mổ nội soi. Ca mổ đầu tiên ông thực hiện ngay tại San Jose, nơi có nhiều người Việt cư ngụ. Ông thành công trong năm ca mổ tiếp theo và trở thành chuyên viên hàng đầu trong lãnh vực này. Từ đó ông đã được mời mổ biểu diễn tại nhiều nơi trên nước Mỹ. Ít năm trước đây, ông đã cùng với đoàn y sĩ Mỹ về giảng dạy mổ nội soi cho các bác sĩ Việt Nam tại Hà Nội, Sài Gòn và Cần Thơ. Rời khỏi nước từ năm 13 tuổi, tiếng Việt của ông hầu như rơi rớt hết theo những năm học bằng tiếng Anh. Nhưng nhờ hành nghề tại San Jose, bệnh nhân người Việt nhiều nên ông đã học lại được tiếng mẹ đẻ nơi những bệnh nhân đồng hương này. Bởi vậy, khi giảng dạy tại Việt Nam, ông đã dùng tiếng Việt khiến cho các bác sĩ học viên tại Việt Nam dễ dàng thu thập kiến thức ông truyền lại. Là con của một sĩ quan Việt Nam Cộng Hòa, ông không quên lồng vào bài giảng các ý niệm về tự do, dân chủ, hướng đi tất yếu của nhân loại.

Gia đình của Bác sĩ Nguyễn Thế Trần Huy là một gia đình di tản rất chịu khó học hỏi. Khởi đầu từ người cha, Trung Tá Nhảy Dù Nguyễn Thế Thứ. Khi di tản qua Mỹ vào năm 1975, Trung Tá Thứ đã ở lớp tuổi bốn mươi. Ông đã đi học lại từ đầu. Lấy được mảnh bằng tương đương Trung học, ông tiếp tục lên Đại học tới khi tốt nghiệp Bác sĩ Chỉnh Hình. Chưa hết, ông còn lấy thêm cái Tiến Sĩ Dinh Dưỡng nữa! Cha học như vậy, các con đâu dám lơ là. Cô con gái lớn lấy luôn hai bằng: Bác Sĩ Chỉnh Hình giống cha và Tiến Sĩ Luật. Ba cậu con trai đều trở thành bác sĩ giải phẫu. Đó là bộ ba Nguyễn Thế Triều Huy, Nguyễn Thế Thiện Năng và Nguyễn Thế Long Richard. Quý hơn nữa là ba anh em cùng chung nhau làm tổ hợp *Advanced Surgical Associates* và đều là các bác sĩ chủ chốt tại bệnh viện *Regional Medical Center* ở San Jose. Còn cậu út Nguyễn Thế Phan Daniel cũng vừa ra trường Luật. Cả một nhà khoa bảng. Bác Sĩ Huy, ngoài tài mổ nội soi đã được đài ABC quay thành phim, còn đang nghiên cứu áp dụng phương pháp xạ trị chống ung thư từ bên trong. Nếu thành công, thời gian xạ trị sẽ ngắn bớt nhiều và kết quả cũng rõ ràng hơn.

Mổ nội soi, tôi nghĩ tới một hệ quả khá vui. Mổ như vậy thì lấy cái chi mà quên ở trong bụng bệnh nhân được. Dao, kéo, kìm kẹp, vải gạc thấm máu đi chỗ khác chơi hết. Bệnh nhân chẳng còn ôm trong bụng những thứ rác rưởi mà các nhà giải phẫu quên vứt vào thùng rác. Đúng là bất chiến tự nhiên thành!

Ngành giải phẫu vẫn cứ phom phom tiến tới miền… hoang tưởng. Cứ như chuyện Tây Du! Cô Jamie Hilton, 36 tuổi, cựu hoa hậu tiểu bang Idaho. Gặp nạn trong khi đi câu cùng chồng ở Hell's Canyon vào mùa hè năm 2011 vừa qua. Cô bị té lăn chiêng xuống một chỗ sâu gần bốn thước, đầu va vào đá. Cô kể lại: "Tôi không nhớ được chi nhiều. Tôi nhớ chồng tôi ném dây câu rồi đưa cho tôi cái cần câu. Tôi nhớ có con cá ở đầu dây và tôi cố kéo nó lại. Chỉ có thế. Tôi không nhớ lúc bị té và không nhớ lúc bị lăn xuống". Tai nạn làm não bị sưng lên. Các bác sĩ vội cắt phần não này, khoảng một phần tư não bộ, và đặt trong bụng cô, dưới lớp da. Họ làm vậy vì khi phần não này nằm trong cơ thể của cô, nó sẽ không bị nhiễm trùng và được nuôi dưỡng cho tới khi có thể nối lại với phần não trên đầu. Bác sĩ Ted Schwartz, chuyên về thần kinh tại Trung Tâm Y Khoa *Presbyterian Weill Cornell* ở New York giải thích với ký giả báo *Today*: "Kiểu giải phẫu này gọi là *hemicraniectomy*. Khi não bộ bị thương tổn, nó sẽ sưng lên trong hộp sọ. Hộp sọ là một vật kín nên áp lực tăng cao gây nên nguy hiểm". Cô Hilton đã nằm hôn mê suốt 42 ngày. Sau đó, cô được lắp ghép lại hộp sọ. Trên *blog* của họ, cặp vợ chồng này kể lại: "Họ mổ lấy lại phần sọ và não được chôn trong bụng Jamie và nối lại với phần sọ trên đầu. Họ gắn bằng những miếng vá *titanium*, mỏng như tờ giấy, và vài chiếc đinh vít rất nhỏ cũng bằng *titanium*. Chúng gắn chắc khiến Jamie không cần mang niềng nữa!".

Nếu không có những bức hình chụp đi cùng bài báo, có lẽ chúng ta nghĩ đây là tin…tưởng tượng. Làm chi có chuyện mổ thần kỳ như vậy. Nhưng đó là sự thực. Chuyện mổ dưới đây cũng là sự thực.

Các bác sĩ "giết" bệnh nhân rồi cho hồi phục lại. Cuộc mổ thử nghiệm được tiến hành tại Trung Tâm Y Khoa, Đại Học Pittsburg. Người ta gọi đây là một cuộc giải phẫu vượt khỏi ranh giới một cuộc giải phẫu quy ước. Kinh nghiệm cho thấy người bị rớt xuống hồ nước đông giá hay chui vào trong khoang bánh xe của máy bay, cơ thể của họ tiếp nhận rất ít hoặc đôi khi không có *oxygen* để thở nhưng họ vẫn sống. Nguyên do là vì thân thể của họ được giữ lạnh. Ca mổ áp dụng với các bệnh nhân bị đâm hoặc bị bắn. Ở thân nhiệt bình thường, 37 độ C, các bác sĩ chỉ có không tới năm phút để phục hồi máu huyết lưu thông trong cơ thể bệnh nhân bị mất quá nhiều máu, trước khi não bắt đầu hư hại. Trong tình huống này, cơ may cứu sống bệnh nhân chỉ được 10%. Muốn có nhiều thời gian để thực hiện ca mổ hơn, các bác sĩ sẽ làm lạnh cơ thể bệnh nhân. Họ xả hết máu trong cơ thể bệnh nhân ra rồi bơm vào một thứ nước muối lạnh. Tim không đập, não bộ ngưng hoạt động, bệnh nhân coi như đã chết lâm sàng. Từ lúc này, các bác sĩ mới thực hiện ca mổ. Đó là cách họ mua thời gian để có thể hoàn tất các thao tác giải phẫu. Họ bơm ngập hệ tuần hoàn của nạn nhân bằng dung dịch *saline* lạnh, đưa thân nhiệt của bệnh nhân xuống còn 10 độ C. Với thao tác "giết" bệnh nhân này, các bác sĩ có một tiếng đồng hồ làm việc trước khi não bệnh nhân bị hư hại. Thời gian cách biệt giữa 5 phút và 1 giờ, tính ra là 55 phút, các nhà giải phẫu tha hồ có thời gian để mổ.

Đây là một kiểu mổ mới, khá gian nguy. Có nhiều người không muốn chết, dù là chết...tạm. Lỡ từ tạm thành thật thì sao, nghe ra cũng teo chứ! Vì vậy nên Trung Tâm Y Khoa này có tặng miễn phí một cái lắc đeo tay trên đó có ghi rõ ràng là nếu phải đưa vào phòng giải phẫu cấp cứu thì không thực hiện theo lối "giết" này. Những người nhát gan thường có chiếc lắc này đeo ở cổ tay!

Ở trên, khi nói tới gia đình khoa bảng của ông Nguyễn Thế Thứ, tôi đã cố tình bỏ quên người vợ, người mẹ của gia đình này. Bác sĩ Nguyễn Thế Thứ tâm sự với ông bạn nhà binh Vũ Văn Lộc:

"Tụi nó làm như thế là vừa có tiếng vừa có tiền. Nhưng nếu nói chúng nó chỉ vì tiền và chỉ vì tiếng thì khó nói. Thực sự mấy đứa này thuộc về loại say mê công việc. Anh xem chương trình khám khám mổ mổ của chúng nó liên tiếp dường như không còn thì giờ để hưởng tiền bạc và danh tiếng. Chúng nó không có thì giờ để dành cho cuộc sống của người bình thường. Trước đây tôi và nhà tôi khuyên các con cố học. Tốt nghiệp rồi đi làm. Rồi chúng tôi phải khuyên các cháu làm bớt đi. Nhưng tôi biết rõ, các cháu có nỗ lực thầm

kín ganh đua để dành cho niềm kiêu hãnh Việt Nam. Nhà tôi lúc còn sống hết sức hãnh diện vì các con. Bà muốn sống để thấy cháu út ra trường, nhưng không kịp. Bây giờ nhà tôi mất rồi. Chẳng có ai để chia sẻ niềm hãnh diện các cháu thành công. Tôi chỉ còn chờ thôi".

Phần các con đã xong, với tuổi đời chồng chất, Bác sĩ Nguyễn Thế Thứ nghĩ tới những ngày còn lại của mình. Trong câu trả lời trên, ông nói: "Tôi chỉ còn chờ thôi". Ông chờ cái gì? Ông thổ lộ: *"Tôi sẽ trở về Sóc Trăng. Nơi tôi gặp nhà tôi vào thời kỳ 1950. Khoảng 60 năm trước. Anh biết đấy, nhà tôi gốc Hà Nội, vào Nam từ nhỏ. Nội trú trường nhà trắng Sóc Trăng, tôi đóng quân ở Bãi Xầu. Gặp nhau rồi cưới nhau ở Sài Gòn. Bằng bác sĩ của tôi ở Mỹ là công một nửa của vợ. Đám con 5 đứa tốt nghiệp, tất cả bằng cấp nào cũng là một nửa của nhà tôi. Tiền bạc và danh vọng ở tuổi mình không còn nghĩa lý gì. Mình cũng chẳng còn gì để khuyên bảo các con. Chúng nó chỉ nhìn mình sẽ ra đi để mà suy ngẫm về cuộc sống".*

Tác giả Vũ Văn Lộc là người thân tình với gia đình này. Ông hỏi Bác sĩ Nguyễn Thế Trần Huy: "Ba cháu nói nửa bằng cấp là của mẹ, cháu nghĩ sao?". Bác sĩ Huy trả lời ngay: "Ba con nói không đúng! Tất cả là của mẹ hết. Bằng cấp nào cũng là của mẹ!".

Người vợ, người mẹ này tên là Ngô Xuân Phương!

02/2015

NHỘN

Theo tạp chí *Atlantic* thì tới cuối thế kỷ này tuổi thọ trung bình của con người là chẵn một trăm! Bản nghiên cứu cho biết, vào đầu thế kỷ 19, tuổi thọ của con người thay đổi rất chậm, nhưng từ năm 1840 thì tuổi thọ tăng đều mỗi năm khoảng ba tháng. Quốc gia chú ý nhiều tới việc nghiên cứu về tuổi thọ con người là Thụy Điển. Năm 1840, tuổi thọ trung bình của các bà ở Thụy Điển là 45. Nay là 83. Dân Mỹ cũng tăng tuổi thọ như vậy. Đầu thế kỷ 20, tuổi thọ trung bình của dân Mỹ là 47. Nay là 79. Nếu chúng ta cứ tiếp tục làm con tính cộng thêm mỗi năm ba tháng sống thêm thì tới giữa thế kỷ này tuổi thọ của dân Mỹ sẽ là 88. Và tới cuối thế kỷ sẽ chẵn chòi 100.

Vậy là câu chúc "sống lâu trăm tuổi" mà chúng ta lập đi lập lại mỗi dịp Tết đến đang từ một "ước muốn" trở thành một "thực tế". Thực tế ngày nay trăm tuổi chưa trở thành một con số trung bình nhưng đã có nhiều cụ đã đạt tới và còn đang vượt xa hơn. Mỗi ngày tôi thường hay theo dõi bản tin buổi sáng của đài NBC. Họ có một mục mà chúng ta có thể tạm gọi là "chúc thọ". Họ chúc sinh nhật của các cụ đạt tới 100 tuổi trở lên mà ngày sinh nhật trùng vào ngày hôm đó. Ngày nào họ cũng chúc thọ khoảng trên dưới chục cụ. Họ đưa hình ảnh, tên tuổi, quê quán của từng cụ. Đó mới chỉ là số cụ mà tôi đoán là người nhà gửi tên tuổi tới đài để chúc mừng. Không biết còn bao nhiêu cụ âm thầm mừng thọ trăm tuổi ngày đó mà đài truyền hình không được thông báo. Lại nữa, đó mới chỉ là ở Mỹ, còn biết bao nhiêu cụ ở các quốc gia khác.

Nhật Bản là nước mà ai cũng biết là có nhiều cụ cao tuổi nhất. Ngày 20 tháng 8 vừa qua, tổ chức *Guinness World Records* đã trao chứng chỉ cụ ông cao tuổi nhất thế giới cho cụ Sakari Momoi, một nhà giáo nay đã về hưu. Cụ sanh ngày 5 tháng 2 năm 1903 tại Fukushima, tính ra nay được 111 tuổi thêm một số tháng lẻ. Cụ Sakari kế vị cụ Alexander Imich ở Nữu Ước vừa lìa đời vào tháng 6 với số tuổi 111 năm 164 ngày. Buổi lễ trao chứng chỉ đã được truyền hình trực tiếp. Nhìn hình thấy cụ mặc com-lê ngồi nơi một chiếc bàn làm việc trông rất bảnh chọe. Đó là mục trình diễn. Thực ra cụ đã ngồi xe lăn nhưng cụ có thể tự đứng lên từ xe lăn, tiến tới ngồi trên ghế mà không cần ai giúp đỡ. Vậy là cũng còn gân chán! Được các ký giả hỏi cảm tưởng, cụ Sakari ước muốn sống lâu hơn nữa. Kể ra cũng hơi tham lam! Hỏi cụ muốn sống thêm bao lâu nữa, cụ thổ lộ: "Khoảng chừng 2 năm nữa"! Không biết cụ có kế hoạch gì mà cần thêm hai năm nữa.

Cụ bà thọ nhất thế giới cũng không ngoài một cụ người Nhật. Đó là cụ bà Misao Okawa, hiện sống ở Osaka. Cụ "Mì Sào" này năm nay được 116 tuổi.

Đó là hai kỷ lục thọ mà Nhật Bản ăn trùm thế giới. Tôi nghĩ Nhật Bản có lợi thế giữ được các kỷ lục này lâu dài vì con số các cụ từ trăm tuổi xấp lên ở Nhật hiện nay là 54 ngàn cụ. Ngoài ra dân Nhật hiện có tuổi thọ trung bình cao nhất thế giới với 80.21 tuổi cho các cụ ông và 86.61 tuổi cho các cụ bà.

Nhưng các cụ Nhật đừng ngồi rung đùi thú vị. Các cụ đang có đối thủ là các cụ Việt Nam. Việt Nam chúng tôi hiện đang có tiềm năng ở tất cả các *categories* sống lâu. "Bộ môn" hai chị em ruột sống lâu có hai cụ Nguyễn thị Đẹp, sanh năm 1910, và cụ Nguyễn thị Tề, sanh năm 1911. Tính ra tuổi thì năm nay một cụ 104 tuổi và một cụ 103 tuổi. Hai cụ hiện sống với con cháu tại ấp 4, xã Quy Đức, huyện Bình Chánh, Sài Gòn.

Về cặp song sinh cao tuổi nhất có hai cụ Vi thị Các và Vi thị Đắc, sanh năm 1911, hiện ngụ tại thôn Cam Chú, xã Đồng Cam, huyện Cẩm Khê, tỉnh Phú Thọ. Tính ra năm nay hai cụ đã thọ tới 103 tuổi. Hai cụ vẫn tự làm được chuyện vệ sinh thường ngày và trí nhớ còn minh mẫn.

Category hai vợ chồng trăm tuổi đều còn sống có cụ ông Huỳnh văn Lạc, sanh năm 1901, và cụ bà Nguyễn thị Lành, sanh năm 1905. Tính ra cụ bà nay đã 109 tuổi và cụ ông nay 113 tuổi. Hai cụ kết hôn vào năm 1929, nay đã được 85 năm bên nhau. Cả hai cụ hiện sống tại Quận 12, Sài Gòn. Hai cụ có tất cả 4 con, 24 cháu và 41 chắt.

Với số tuổi thọ 113, cụ Huỳnh văn Lạc ăn đứt cụ ông Sakari Momoi, người đang giữ kỷ lục thế giới Guinness với số tuổi thọ chỉ 111 tuổi. Sao bất công vậy hè! Phía cụ bà cũng vậy. Cụ Nguyễn thị Trù, ngụ tại xã Đa Phước, huyện Bình Chánh, Sài Gòn, sanh năm 1893, tính ra đã 121 tuổi, vía hơn bà cụ người Nhật Misao Okawa chỉ mới 116 tuổi. Vậy mà cả hai cụ chỉ nhận được kỷ lục của "Sách Kỷ Lục Việt Nam". Còn *Guinness* vẫn làm lơ. Vì đâu nên nỗi? Tôi đoán là vì giấy tờ hộ tịch ở Việt Nam không rõ ràng nên *Guinness* không xác minh được. Tôi chỉ đoán vậy vì suy ra từ giấy tờ hộ tịch của chính tôi. Tôi chưa tới trăm tuổi mà cũng chỉ có giấy "Thế Vì Khai Sanh" chứ không có giấy khai sanh gốc. Lý do là vì chiến tranh, sổ hộ tịch bị thất lạc hoặc tiêu hủy nên sau này chính phủ phải làm giấy thế vì khai sanh để có giấy tờ hộ tịch đi học. Ông cụ tôi là người thật thà nên cứ có sao khai vậy nhưng nhiều người đã khai sụt tuổi cho con cái để dễ dàng theo học. Kể ra cũng chẳng phải là gian dối nhưng có nhiều bạn bè tôi ngày đó, tản cư về những vùng quê không có trường học, mất dăm ba năm lêu lổng là chuyện thường. Tới khi đi học, phải khai sụt tuổi để có thể theo học những lớp dưới, bù lại những năm thất học nơi thôn dã. Tôi còn nhớ, ngày học lớp Đệ Tứ tại Hà Nội, tôi mới 16 tuổi nhưng bạn học cùng lớp có những anh đã có vợ!

Tôi nghĩ các cụ Huỳnh văn Lạc và Nguyễn Thị Trù chắc giấy tờ hộ tịch còn bê bết hơn tôi nên mới không được *Guinness* công nhận. Kể cũng có khi oan ức cho các cụ! Nói cho vui, nếu trời cho tôi sống thọ nhất thế giới chắc cũng chẳng được *Guinness* công nhận. Lúc đó chắc phải ngẩng mặt lên trời mà khóc vì chỉ có trời biết!

Nghe tôi ví dụ như vậy, mấy ông bạn tôi đã nổi máu ghen tương, xúc xiểm tức thời. Một ông sẵng giọng: "Này, sống trăm tuổi, cứ như cái xác chưa chôn, vui chi mà ví với chẳng dụ!". Chẳng nên đôi co với những người đang mờ mắt vì lòng ghen. Trăm tuổi bây giờ đâu có tệ như vậy. Các cụ còn quậy tưng bừng, nhộn nhịp hết biết.

Nói có sách mách có chứng liền một khi. Tôi đưa chuyện của cụ bà Nguyễn thị Hiệp ra chứng minh ngay. Cụ năm nay được 110 tuổi. Nhìn hình không thấy sức nặng của hơn một thế kỷ trên người cụ. Với mái tóc cắt ngắn như phái nam, nét mặt ngổ ngáo và những lời đối đáp ngang bằng xổ phẳng, cụ đã được gán cho chữ *tomboy* rất thời thượng. *Tomboy* để chỉ người nữ mà tính tình như người nam. Hỏi cụ về chị em, cụ đáp ngay: "Vì ba trời ba đất nên chết hết rồi!". Rồi cụ kể lại là người chị tên Nguyễn thị Nào hay "goánh" cụ bằng gáo dừa u hết cả đầu, cô em Nguyễn thị Tròn cũng hay bắt nạt chị. Quê cụ ở Kontum, mẹ chết sớm, ở với dì ghẻ. Gặp cảnh mẹ ghẻ con chồng, cụ không được đi học. Khi bị mẹ ghẻ bắt ra chợ bán hàng, cụ bỏ nhà ra đi ở đợ cho người ta. Trước khi đi, cụ tung hê cho *free* hết hàng hóa. Đi ở đợ bị chủ xử ác, cụ quậy mấy đứa trẻ con chủ rồi lại trốn đi làm cho Tây. Cụ kể lại, tay chém xuống sau mỗi câu nói, trông rất linh hoạt: "Không mắc chi mà sợ ai, gặp cà chớn là quậy lại!".

Trí nhớ của cụ hết xảy. Tên tuổi, ngày sinh của cụ, cụ nhớ vanh vách đã đành, đến tên họ cha mẹ, anh chị em cùng các con, cụ cũng đọc rành mạch. Tới số nhà, phường khóm nơi con ở cụ cũng làu làu! Chuyện xưa mà cụ nhớ như mới xảy ra ngày hôm qua. Khi cụ đi làm cho Tây, có nhiều "thằng cà chớn" gửi thư tình nhưng cụ xé hết. Cụ…lập trường: "Ưng nhau cưới hỏi đàng hoàng còn chưa ra gì, huống chi mấy thằng cà chớn!... Lấy chồng phải có bố mẹ đàng hoàng, *chồng cha vợ mẹ thì hơn / chồng đường vợ xá, ai làm nấy ăn*". Cụ không ăn nhiều nhưng ăn thì phải ngon. Cụ chê phở của nhà bếp nấu dở òm, không ăn. Vịt quay nhiều mỡ, "ớn lắm". Không ăn thịt xay, không ăn cháo vì "tao còn răng mà". Tính ra cụ có 12 người con, 8 người đã qua đời vì… già! Cụ có cả thảy 18 cháu, chắt đếm không xuể, và đã có một chít.

Già như cụ Nguyễn thị Hiệp là già…nhộn. Thế giới của những bậc trăm tuổi không buồn bã như chúng ta tưởng. Trong một tài liệu được viết vào năm 2011, cụ bà Sensei Keiko Fukuda lúc đó chỉ còn hai năm là đạt tới mức trăm tuổi. Vậy mà cụ vẫn mỗi tuần ba buổi dậy nhu đạo cho phụ nữ tại một võ đường ở San Francisco. Cụ có đai đen đệ thập đẳng do USA Judo cấp, đó là cấp bậc tột đỉnh trong nhu đạo. Cụ là một trong bốn người có "huyền đai đệ thập đẳng" còn sống. Trong lịch sử nhu đạo thế giới, từ trước tới nay chỉ có 16 người đạt được đẳng cấp này. Đó là cụ đã bị kỳ thị. Hồi đó trong các võ đường nhu đạo có lệnh cấm không cho phụ nữ được lên quá đệ ngũ đẳng. Vậy là cụ ôm cái đệ ngũ đẳng trong suốt ba chục năm. Tới năm 1972, khi phân bộ phụ nữ nhu đạo được thành lập, cụ mới được lên đệ lục đẳng. Cụ mất vào ngày 9 tháng 2 năm 2013, thọ đúng trăm tuổi.

Cụ Từ Ích Khanh ở Thiểm Tây, Trung Quốc, lại rất theo kịp thời đại. Cụ khởi viết *blog* trên mạng *internet* vào năm

2011, khi cụ đã 103 tuổi. Ngày nào cụ cũng lên mạng để trò chuyện với con cháu và các bạn già trẻ khác. Ngày đầu tiên lên thế giới ảo, chẳng ai vào trò chuyện, cụ buồn: "Chán quá! Lập *blog* đã hai ngày rồi mà chẳng có ai chú ý tới mình!". Vậy là dân chơi *blog* nườm nượp vào *blog* của cụ, có ngày tới vài trăm lượt. Cụ viết rất dễ thương, chẳng hạn khi viết cho cháu: "Sao cháu không đến, ông nhớ cháu nhiều lắm! Tuần sau cháu nhớ đến nhé, ông sẽ làm một món ăn ngon cho cháu".

Tôi đưa ra hai hình ảnh của hai cụ trăm tuổi, một múa võ bằng tay chân, một chơi *blog* bằng đầu óc để chứng tỏ thế giới của các cụ còn nhộn nhịp lắm. Nhưng cái nhộn nhịp nhất từ muôn đời vẫn là nhịp đập của con tim. Khi trẻ nhịp đập nhộn nhịp kiểu khác, khi già nhộn nhịp cách khác. Cách của cụ Dana Kackson, chẵn chòi trăm tuổi, là lấy chồng. Cụ bà quê quán ở Kentucky, Mỹ, lên xe hoa vào ngày 6 tháng 2 năm 2012. Chú rể là cụ Bill Stauss, chưa tới trăm tuổi, chỉ mới 87, bạn cùng trong một viện dưỡng lão với cô dâu, viện *Rosewood Health Care Center* ở Bowling Green, tiểu bang Kentucky. Đám cưới dĩ nhiên diễn ra trong viện. Gần xịt nên không cần xe hoa. Hai cụ, mỗi cụ ngồi trên một chiếc xe lăn, được đẩy vào phòng cưới. Dù cụ bà đã mặc áo cưới ba lần, lần đầu tiên khi mới 15 tuổi, và cụ ông cũng đã một lần qua đò vào 55 năm trước, đám cưới của họ vẫn tươi rói. Cũng áo cưới trắng muốt, cũng tấm voan che mặt, cũng trao nhẫn cưới, và cô dâu cũng tung bó hoa cho các thiếu nữ. Người dành được bó hoa cưới là cô con gái đầu của cô dâu! Cụ... dâu hân hoan: "Tôi không nghĩ là mình trăm tuổi, tôi cảm thấy như chỉ 50!". Xóa đứt đi được nửa thế kỷ! Hai người sẽ được chuyển vào sống chung trong một căn phòng!

Mấy ông bạn tôi là loại chuyên chọc gậy bánh xe. Một ông cười hô hố: "Bày đặt! Chung hay không chung phòng thì cũng chỉ vãn cảnh vậy thôi!". Một ông khác hỏi lại: "Sao ông biết?". Câu trả lời bật ra tức khắc: "Cứ suy bụng ta ra bụng người khắc biết". Tôi nghĩ mấy ông này tào lao. Bụng mỗi người mỗi khác, suy sao được mà suy. Ý nghĩ của tôi có cơ sở đàng hoàng. Theo một nghiên cứu mới đây của một tạp chí y học Anh thì 40% cụ ông 85 tuổi vẫn còn thích tù ti. Cụ ông Bill Stauss vừa lên xe hoa mới 87 tuổi, vượt ngưỡng có hai năm thì ăn thua chi. Ăn thua là sức khỏe từng người. Ông bạn "suy bụng ta ra bụng người" của tôi vô tình thú nhận sự yếu kém của mình. Không khảo mà khai!

Để cho các ông bạn tôi lên tinh thần, thiết nghĩ không gì bằng kể chuyện "thần thoại" của cụ Trần văn Thuận. Cụ Thuận sanh năm 1921, người Hưng Nguyên, Nghệ An, năm nay được 93 tuổi. Cụ bà bỏ cụ về với tổ tiên vào năm cụ được 87 tuổi. Đã 87 tuổi, cụ chẳng nghĩ chi tới chuyện bước thêm bước nữa. Chân chồn gối mỏi rồi. Cụ có nghề nấu cao. Trong một lần đi mua xương động vật ở xã Tân Kỳ, cụ gặp chị Nguyễn thị Nhung, sanh năm 1971. Chị có chồng nghiện ngập lại hay đánh vợ để khảo tiền đi hút xách. Năm 2002, chị ly hôn, một mình tần tảo nuôi đứa con gái. Ông Thuận xúc động trước hoàn cảnh đáng thương của chị nên có giúp đỡ. Dần dà mối tình giữa ông già 90 và bà trẻ 30 lớn dần. Ông Thuận rất tự tin khi nghĩ là tuy tuổi cao nhưng ông vẫn còn khả năng làm chồng. Vậy mà ông không dám hỏi cưới chị Nhung vì sợ chòm xóm dị nghị. Cuối cùng, cụ phải chiều con tim của mình và mang trầu cau tới gia đình chị Nhung. Y boong! Xóm làng chê cười "già mà còn chơi trống bỏi". Ngày cưới họ tới xem như trảy hội vì chuyện thế gian ít có. Thời gian sau đó, vì xấu hổ, chị Nhung không dám bước chân ra khỏi nhà. Năm 2010, chị Nhung mang thai! Tiếng xầm xì của chòm xóm còn lớn hơn nữa. Ngay những đứa con của ông Thuận cũng nghĩ rằng bố mình lấy vợ cho vui thôi chứ chuyện gối chăn là chuyện bất khả, huống chi nay lại còn để cái thai cho vợ trẻ nữa. Đủ ngày đủ tháng, cái thai ra đời. Đó là một bé trai nặng trên 3 kí, bụ bẫm, rất dễ thương. Mặc dầu đứa bé có nhiều nét giống cụ Thuận nhưng mấy con của cụ vẫn không tin chuyện ông bố già làm...phép lạ. Họ nhất định không tin. Cực chẳng đã, cụ phải chấp nhận thử ADN. Kết quả đứng về phía cụ Thuận: cháu Trần Nhật Quang đích thị là sản phẩm của cụ!

Chẳng cần phải đoán, các bạn cũng biết là mấy ông bạn tôi cứ há hốc miệng ra mà nuốt từng chi tiết về thành tích oai phong lẫm liệt của cụ Thuận. Nghe xong ông nào ông nấy mặt cứ vểnh lên. Hình như các ông ấy chỉ vểnh được có mỗi cái mặt!

10/2014

NÓNG

Ông nào hay bắt nạt vợ, nóng giận với vợ thì có cơ đi ngủ với giun nhiều gấp hai lần rưỡi những ông khác trong vòng 10 năm. Tính ra số lượng thì cứ trong 100 ngàn ông thì có tới 315 ông chết thêm mỗi năm.

Tôi không dại chi mà viết ra như vậy. Phiền lắm! Đó là kết quả một cuộc nghiên cứu của Đan Mạch vừa được phổ biến trên tập san *Journal of Epidemiology & Community Health*. Cầm đầu cuộc nghiên cứu là Bác sĩ Rikke Lund của Đại Học Copenhagen. Nếu ông nào muốn đôi co chuyện chi thì cứ tìm tới ông tu bíp này mà…mắng mỏ!

Sở dĩ tôi phải lòng vòng thanh minh thanh nga như vậy là vì bạn bè tôi có nhiều ông mặt mày lúc nào cũng phừng phừng đỏ au, giọng nói mang nặng tính cà khịa. Những ông này được gọi là con cháu của Trương Phi. Ông Trương Phi thì tôi biết. Tôi gặp ông ấy ở nhà ông Luân Hoán. Ông bạn Luân Hoán của tôi là người rất chịu khó trưng bày tranh tượng.

Vào nhà, chưa thấy ông Luân Hoán đâu thì ông Trương Phi đã đứng lù lù ngay bên ghế sa-lông với bộ mặt đen sì, đầu con báo, mắt tròn, râu hùm, hàm én, tay nắm chặt cây xà mâu. Biết là biết vậy thôi, chứ muốn biết tỏ tường thì phải đọc Tam Quốc Chí. Đọc thì tôi đã đọc từ khuya rồi nên tới nay quên gần hết. Ngày nay, thời buổi văn minh, ngại đọc thì có thể coi phim *video,* không phải thấy ông Trương Phi dẹp lép trong trang giấy mà múa may quay cuồng như đóng tuồng trên sân khấu. Nhưng ngồi coi vài trăm hồi trong bộ phim chắc không có tôi. Tôi vốn ít kiên nhẫn. Nhưng những gì còn sót lại trong tôi về ông Trương Phi nóng như lửa này là một đoạn mà tôi muốn kể ra đây. Ai cũng biết cái ông… lò lửa này là người hữu dũng vô mưu. Ông đi đánh nhau với Tào Tháo. Một ông chỉ biết có sức mạnh của bắp thịt đối nhau với một ông đa nghi thì dù có thắng đi chăng nữa, phe ông Trương Phi cũng sẽ tổn thất nhiều quan quân. Nhưng may cho Trương Phi là có Khổng Minh bên cạnh. Khổng Minh là bậc thầy mưu mẹo. Trước khi Trương Phi ra trận, Khổng Minh đưa cho Trương Phi một phong thư bên trong có chứa đựng bí kíp. Ông nói với Trương Phi là trận chiến sẽ diễn ra trên một cây cầu lớn, khi nào quân binh của Tào Tháo tiến tới hai phần ba cây cầu thì mới được mở thư ra đọc và cứ theo chiến thuật trong thư mà thi hành. Trương Phi coi Khổng Minh như thánh nên không thắc mắc chi cả. Ngoài trận tiền, khi thấy quân của Tào Tháo tiến tới hai phần ba cây cầu, Trương Phi mới mở phong thư ra đọc. Thư trắng bóc không có một chữ nào cả! Trương Phi nổi giận vì cho là Khổng Minh đã chơi ác đưa ông vào chỗ chết. Càng ngẫm nghĩ càng tức giận. Tại sao mình không làm điều chi để Khổng Minh buồn mà ông thánh này lại hãm hại ta? Tức quá, Trương Phi hét lên một tiếng lớn. Dưới cầu có con cá kình ngàn năm tuổi rất lớn, hoảng sợ vì tiếng hét của Trương Phi, liền nhảy lên cầu làm cây cầu gẫy thành nhiều khúc. Phần Trương Phi, hét xong liền bỏ chạy vì thấy lực lượng của mình yếu, nếu đối đầu sẽ tổn thất lớn. Vừa bỏ chạy, Trương Phi nghe tiếng cây cầu gẫy bèn quay lại nhìn. Quân của Tào Tháo rơi xuống sông chết đầy kín mặt nước. Lúc đó Trương Phi mới biết là Khổng Minh đã tiên liệu tất cả tình huống. Vì tiếng thét giận dữ của Trương Phi mà ông bỗng dưng thắng trận!

Cơn giận dữ của Trương Phi đã tạo nên tiếng hét làm kinh động con cá kình. Đó là phản ứng của anh mặt sắt. Cứ giận là giận, chẳng cần biết chi cả. Ông Trương Phi trong phòng khách của ông Luân Hoán đứng dang hai chân, ngẩng cao khuôn mặt gân guốc, như sẵn sàng…hét. Tôi không hiểu sao ông Luân Hoán lại khoái ông Trương Phi. Có lẽ vì trông tướng dềnh dàng võ biền nhưng ông Trương Phi lại có máu văn nghệ. Ông viết chữ rất đẹp, vẽ giỏi, nhất là vẽ các mỹ nhân. Thì ra vậy, ông Luân Hoán tìm tới ông Trương Phi như tri kỷ, tôi đoán vậy! Hỏi có phải không, ông ấy *meo* cho tôi một bài thơ. Tôi trích ra hai đoạn:

sở hữu thân hình bự
dung mạo thật oai phong
giỏi cả văn lẫn võ
chữ đẹp như phượng rồng

nhà nghèo đi bán rượu

thường xỉn mà không say
thành ra ông họa sĩ
mỹ nhân họa tối ngày

Ông Luân Hoán thờ ông Trương Phi nhưng chẳng bén gót được ông thần này. Chưa bao giờ thấy ông ấy hét, nói chi dám hét với vợ!

Các bà vợ có hét không? Có bao nhiêu ông bạn tôi thì có bấy nhiêu cái đầu gật lấy gật để. Nhưng theo tôi thấy thì các bà cần chi phải hét. Họ có cái mà chữ thời thượng ngày nay gọi là "quyền lực mềm". Quyền lực mềm này được công nhận từ khuya. Nếu không sao chúng ta vẫn cứ ra rả: "gậy ông không bằng cồng bà". Chuyện cái cồng này kinh lắm, quên đi cho nhẹ người!

Tôi nghĩ các bà khôn thấy mồ khi ít biểu lộ sự giận dữ. Bởi vì giận dữ có hại cho…sắc đẹp. Cáu giận sẽ làm cho máu rủ nhau chạy tíu tít lên đầu, vì vậy lượng *oxy* trong máu sẽ giảm đồng thời làm tăng các chất độc và lượng *carbon dioxide*. Các độc tố sẽ kích thích nang lông, làm viêm khu vực quanh nang lông. Kết quả là làm da xấu đi! Xấu da nghĩ ra chỉ là chuyện nhỏ so với các tác hại khác cho sức khỏe do giận dữ mà ra. Nhưng với các bà đó là chuyện không nhỏ vì phải tốn tiền mua mỹ phẩm.

Hại cho tim là cái hại to lớn hơn nhiều. Một nghiên cứu của Đại học Harvard được công bố trên tạp chí *European Heart Journal* cho biết là trong vòng 2 giờ sau cơn giận, nguy cơ bị đau tim tăng lên 5 lần, đột quị tăng 3 lần. Tại sao bốc máu Trương Phi lại làm mệt con tim như vậy? Các chuyên gia người Anh thuộc Quỹ *Doireann Maddock* nhận xét: "Không rõ điều gì gây nên tác hại này. Có thể nó có liên quan đến những thay đổi sinh lý học mà cơn giận tác động lên cơ thể chúng ta". Các chuyên gia còn lo ngại là mối tương quan giữa sự nóng giận và sức khỏe đang nhanh chóng trở thành một hiểm họa của thế kỷ 21!

Nóng giận còn tác động đến tuyến thượng thận, làm tăng lượng đường trong máu khiến các nhà máy sản xuất năng lượng tại các tế bào phải liên tục đốt đường và các chất béo để cung cấp đầy đủ nhu cầu cho cơ thể. Đồng thời quá trình này lại sinh ra nhiều gốc tự do gây hại khắp cơ thể.

Gốc tự do là cái chi chi? Đó là những phân tử bị mất đi một điện tử và sinh ra trong quá trình trao đổi chất trong cơ thể. Phiền một cái là khi bị mất một điện tử, gốc tự do lại như tên ăn trộm rình rập để chôm chĩa điện tử ở các phân tử lân cận và làm sản sinh ra hàng loạt gốc tự do khác. Tiến Sĩ Sharma, Giáo sư bệnh lý học và phòng chống ung thư tại Đại Học Y Khoa Ohio State đã ví gốc tự do như những "đội quân hung hãn" gây tổn hại cho hầu hết các cấu trúc trên con người, dẫn đến rối loạn chức năng và làm chết tế bào. Nó là thủ phạm gây lão hóa và cả trăm thứ bệnh khác, đặc biệt là các bệnh ở não! Gốc tự do làm rối loạn chức năng của các tế bào não dẫn đến trí nhớ suy giảm, kém tập trung và là đầu mối của *stress*. Nhẹ ra thì gốc tự do cũng làm động mạch não hẹp lại khiến giảm lượng máu lưu thông, gây nên các chứng đau đầu, mất ngủ, chóng mặt. Toàn những thứ các bà kỵ cả!

Tục ngữ Việt Nam có câu: "No mất ngon, giận mất khôn". Khi giận con người như bị bịt tai bịt mắt, làm chuyện chi cũng loạng quạng, vỡ đổ. Tôi trích lại đây câu chuyện thật của tác giả Ngọc Lâm như một minh chứng: " *"Chồng tôi và tôi sở hữu và điều hành một công ty vận tải container đường biển, và chúng tôi có một biệt thự trên một hòn đảo. Cùng với hàng xóm, chúng tôi là những cư dân duy nhất trên đảo, và chúng tôi chia sẻ một con đường tư nhân chung. Bởi vì con đường đang trong tình trạng hư hại nặng, chúng tôi đã đề nghị san sẻ phí tổn để cùng sửa chữa nó, nhưng họ đã từ chối và chúng tôi không còn cách nào khác ngoài việc tự mình làm. Chúng tôi không bao giờ tưởng tượng được rằng nhà thầu sửa chữa con đường đã vô tình để lại một đống đá giữa đường, và làm phiền người hàng xóm sử dụng chung con đường với chúng tôi. Họ tức giận nghĩ rằng chúng tôi đã hành xử hấp tấp và làm nó với một mục đích. Do đó, họ đã đóng cửa vào khu đất của họ, nơi là lối tắt thường dùng để vào biệt thự của chúng tôi. Rồi chúng tôi phải lái xe thêm vài dặm nữa để vào nhà chúng tôi! Chồng tôi bắt đầu nói về nó, sử dụng những ngôn từ thô lỗ, và tức giận cắt đường cấp nước. Chúng tôi đã lắp hệ thống cấp nước, và nhà hàng xóm đã nối vào nó để tiết kiệm tiền. Họ gần như phát điên, và xây lên một đống đá ở chính giữa con đường, từ đó hoàn toàn chặn đứt con đường vào nhà chúng tôi. Chỉ bởi 2 nghìn đô-la tiền sửa đường, chúng tôi đã hoàn toàn trở thành kẻ thù không thể hàn gắn. Hơn hết, điều quá quắt nhất là cả hai bên phải tìm kiếm sự trợ giúp pháp lý, và kết thúc với chi phí 2 triệu đô-la! Trong 3 năm qua, chúng tôi đã không thể sống trong căn biệt thự ấy được nữa. Và hàng xóm chúng tôi cũng không thể sống trong căn nhà của họ nữa. Xung đột giữa chúng tôi giờ đã trở thành một cuộc chiến sống còn. Do tòa*

án đã không đưa ra phán quyết, chúng tôi không thể bán căn
biệt thự, và cũng không thể sống ở đó trong khi vẫn phải duy
trì ngôi nhà..."

Chỉ vì nóng giận mà 2 ngàn đô phồng lên thành 2 triệu
đô. Vậy mà chẳng cứu vớt được tình xóm giềng lại còn phải
bỏ cửa bỏ nhà. Lỗ nặng! Muốn không lỗ thì phải biết kiềm
chế sự giận dữ. Trong kinh Phật có ba thứ được coi là độc:
tham, sân và si. Chuyện này chúng ta ai cũng đã nghe biết.
"Sân" được chỉ mặt là thứ độc nhất. Vì "sân" là gốc rễ ăn
sâu trong tâm thức con người nên được liệt vào thứ căn bản
phiền não. "Sân" còn là thứ cùng sinh ra với con người, ai
trong chúng ta, khi lọt lòng mẹ đều đã có "sân". Khi gặp
nhân duyên thích hợp thì "sân" tác oai tác quái. Nếu con
người càng huân tập nhiều hạt giống sân hận thì chúng càng
được nuôi dưỡng, tiếp sức để có điều kiện sinh khởi. Nếu các
hạt giống sân hận này được thường xuyên gieo trồng, tưới
tẩm, chúng sẽ trở thành thói quen mà kinh Phật gọi là "tập
khí". Những "tập khí" này tạo nên tính cách, cá tính của con
người: nóng giận, đầy sân hận, cộc cằn, thô lỗ, thích bạo lực,
manh động! Kinh Di Giáo viết: "Sân hận còn hơn lửa dữ,
thường phải đề phòng không cho nó xâm nhập. Giặc cướp
công đức không gì hơn giận dữ...Nếu trong tâm có những
con rắn độc tham, sân, si thì phải mau trừ bỏ, nếu không sẽ
bị chúng làm hại".

Trừ bỏ tính nóng giận, không dễ. Nhưng tôn giáo nào
cũng khuyên các tín đồ nên hỉ xả. Chúa Giêsu phán nếu bị
tát vào má trái hãy đưa má phải ra cho người ta tát. Đức
Phật dậy : lấy oán báo oán, oán nghiệp chập chùng; lấy ơn

báo oán, oán nghiệp tiêu tan. Đức Đạt Lai Lạt Ma đã phán: "Sự tức giận không thể chế ngự bằng sự tức giận. Giả sử có người nổi sùng lên với bạn và bạn cũng sừng sộ lại với người đó, hậu quả sẽ rất tai hại. Trái lại, nếu bạn biết kiềm chế sự giận dữ và tỏ lộ những thái độ tương phản như: yêu thương, chịu đựng, nhẫn nhục, như thế không những làm tâm hồn bạn bình an, thanh thản, mà còn làm sự tức giận của người khác cũng biến đi". Tục ngữ nước ta đúc kết lại : *một sự nhịn, chín sự lành.*

Nếu kiềm chế được máu Trương Phi trong người, nhịn nhục sự sân hận của người khác, thì thành...lạt ma! Chắc ít ai biết ông Phan Huy Quát là một lạt ma. Bác sĩ Phan Huy Quát sanh năm 1908 tại Nghệ Tĩnh, từng giữ nhiều chức vụ trong chính quyền Việt Nam Cộng Hòa. Chức vụ cao nhất là Thủ Tướng vào năm 1965. Ông còn là Chủ Tịch Liên Minh Á Châu Chống Cộng, phân bộ Việt Nam, cho tới ngày cuối cùng của Việt Nam Cộng Hòa.

Khoảng một tuần trước ngày 30 tháng 4, chính phủ Trung Hoa Dân Quốc ra lệnh cho Đại Sứ của họ tại Sài Gòn, nhân danh chính phủ, chính thức mời Bác sĩ Quát qua Đài Bắc tạm cư nếu như chính phủ Mỹ chưa mời. Lúc đó, Bác sĩ Quát chưa muốn ra đi nên chỉ cảm ơn và nói sẽ liên lạc sau. Ngày 28 tháng 4, phía Mỹ biết Bác sĩ Quát còn ở Sài Gòn nên liên lạc để mời hai ông bà qua Mỹ. Bác sĩ Quát cho biết ông chỉ đi khi cả gia đình 14 người của ông đều đi cùng với ông bà. Bên phía Mỹ ngần ngại nhưng cuối cùng cũng thu xếp được và cho ông một điểm hẹn. Điểm hẹn này sau bị lộ nên Mỹ không bốc gia đình ông đi được. Sau đó gia đình ông quyết định vượt biên. Con trai út của ông là Phan Huy Anh được một người bạn giới thiệu với một người tên Nguyễn Ngọc Liên. Liên tự xưng là một thành viên nòng cốt của một tổ chức chống cộng, nhận nhiệm vụ bắt liên lạc với bác sĩ Quát để mời gia nhập hoặc đưa gia đình vượt biên. Bác sĩ Quát bằng lòng vượt biên. Cuộc đào thoát bị đổ bể, cả gia đình, trừ Bác sĩ Quát và Huy Anh, bị bắt. Bác sĩ Quát và con trai út được Liên đưa vào trú ngụ trong một căn nhà kín đáo ở Chợ Lớn. Hai ngày sau, theo kế hoạch, tên Liên đưa hai người ra khỏi Sài Gòn. Khi xe tới một địa điểm vắng vẻ ở Biên Hòa thì đã có một xe khác đậu bên đường, nắp ca-pô mở sẵn theo mật hiệu. Xe chở Bác sĩ Quát dừng lại. Một toán người lập tức vây quanh xe và rút súng ra hăm dọa. Bác sĩ Quát biết mình bị lừa! Hôm đó là ngày 16 tháng 8 năm 1975.

Bác sĩ Quát bị giam trong khám Chí Hòa. Cùng bị giam với ông là ký giả Nguyễn Tú của báo Chính Luận. Ông Nguyễn Tú kể là trong một lần nói chuyện riêng với vài người tín cẩn, có người hỏi: "Có thật hay không, tiếng đồn có người đá ngầm anh khi có dấu hiệu anh trên đà xuống dốc?". Bác sĩ Quát chỉ trả lời: "Tôi đã có nhiều dịp gần cụ Trần Trọng Kim khi sinh thời của cụ. Tôi nhớ mãi một lời cụ dậy: sống ở đời phải cho nó chững. Tôi thường kể lại cho các con, cháu trong nhà nghe lời của cụ Trần, kẻo uổng".

Ký giả Nguyễn Tú kể lại những giây phút cuối cùng của Bác sĩ Quát. Lúc đó Bác sĩ Quát đã nằm mê man vì căn bệnh gan phát tác, khi cả phòng được ra ngoài tắm, ký giả Nguyễn Tú đã viện cớ bị cảm nên không muốn ra tắm, cốt để có dịp nói chuyện riêng với Bác sĩ Quát. *Tôi lắc mạnh*

hơn cánh tay bệnh nhân, cao giọng thêm: "Anh Quát! Anh
Quát!". Bệnh nhân vẫn lặng im. Phải làm thật gấp. Tôi xoay
nghiêng mình, tỳ tay xuống chiếu, ghé miệng sát tai Bác Sĩ
Quát, cố nói thật rành rẽ: "Anh Quát! Anh Quát! Nhận ra tôi
không?" Lần này đôi mi bệnh nhân hơi động đậy rồi dướn
lên, hé mở. Tôi thoáng thấy lòng trắng mắt vàng khè. Chẳng
cần phải học ngành y mới biết bệnh gan của Bác Sĩ Quát rất
nặng. Bệnh nhân vắn tắt thều thào: "Anh Tú!" Tôi hơi yên
tâm. Miệng ghé sát tai Bác Sĩ Quát, tôi nói: "Anh mệt lắm
phải không?" Đầu bệnh nhân hơi gật gật. Không hiểu lúc
đó linh cảm nào xui khiến, tôi cố rót vào tai Bác Sĩ Quát,
giọng hơi nghẹn: "Anh có nhắn gì về gia đình không?" Bệnh
nhân cố gắng lắc đầu, mắt vẫn nhắm. Dưới sân không còn
tiếng xối nước nữa. Có tiếng các buồng trưởng dục anh em
tập hợp để điểm số lại trước khi lên buồng. Chỉ còn độ hơn
một phút. May lắm thì hai phút. Tôi dồn dập bên tai Bác Sĩ
Quát: "Ai đặt bày, lừa bắt anh? Ai phản anh? Thằng Liên
phải không? Nói đi! Nói đi!" Đôi môi bệnh nhân như mấp
máy. Tôi vội nhổm lên, ghé sát tai tôi vào miệng bệnh nhân.
Một hơi thở khò khè, theo sau là vài tiếng khô khốc, nặng
nhọc như cố trút ra từ một chiếc bong bóng đã dẹp hơi đến
chín phần mười: "Thôi! Anh Tú ạ." Tiếng guốc, dép, tiếng
cười, nói ồn ào đã bắt đầu từ chân cầu thang. Tôi chưa chịu
buông: "Nói đi! Anh Quát! Nói đi!" Một hơi thở một chút
gấp hơn, như làn hơi hắt vội ra lần chót! "Thôi! Thôi! Bỏ
đi!" Tiếng guốc, dép, tiếng cười, nói ồn ào đã tới quá nửa
cầu thang. Tôi vội nhổm dậy, bước nhanh về chiếu mình,
nằm thẳng cẳng, vắt tay lên trán". Bác sĩ Quát sau đó được

mang đi bệnh xá và trút hơi thở cuối cùng vào ngày 27 tháng 4 năm 1979.

Thập niên 1970, cô con gái của Bác sĩ Quát cho xuất bản tuần báo Tìm Hiểu, tòa báo đặt ngay tại Trung Tâm Thí Nghiệm của Bác sĩ Quát trên đường Hai Bà Trưng. Ký giả Hà Túc Đạo làm Chủ Bút. Anh mời tôi cộng tác. Tôi giữ mục thường xuyên hàng tuần mang tên "Trà Dư Tửu Hậu". Tôi đặt ra mục này theo lối viết trào phúng của nhà báo trào phúng nổi tiếng người Mỹ đã từng đoạt giải *Pulitzer*, Arthur "Art" Buchwald, trên nhật báo *The Washington Post*. Tôi căn cứ vào những lời tuyên bố hoặc tin tức về những nhân vật nổi tiếng của Sài Gòn thời đó để tưởng tượng và viết lại bằng giọng văn vừa khôi hài dí dỏm vừa lố bịch hóa sự kiện. Tôi viết như thể tôi quan sát từ trong những chốn riêng tư của những nhân vật này. Một bữa, ký giả Hà Túc Đạo cho tôi biết là Bác sĩ Quát hỏi anh là làm sao tôi có được những tin tức trong phòng kín như vậy. Anh Hà Túc Đạo cho biết đây là một mục trào phúng có pha châm chích chứ không phải những sự kiện có thật. Bác sĩ Quát khuyên không nên viết như vậy. Tôi bỏ ngay mục này và nghĩ là Bác sĩ Quát ngại những hiểu lầm từ những nhân vật này. Nay đọc bài viết của ký giả Nguyễn Tú, tôi thấy chắc tôi đã nghĩ sai. Chắc Bác sĩ Quát khuyên tôi như vậy vì cái tâm của ông. Cái tâm lành!

07/2014

NÚI

Nhóm bạn già của tôi, hưu hiếc đã an vị, ăn xong chỉ tính chuyện chơi. Kể ra cũng chẳng có gì quá đáng. Ngày xưa, cụ Nguyễn Công Trứ, khi về già, cũng chỉ tính như vậy. *Cuộc hành lạc bao nhiêu là lãi đấy / Nếu không chơi thiệt ấy ai bù!* Chúng tôi không "hư" như bậc tiền bối. Cũng chơi nhưng chỉ là đi chơi. *Cuộc hành…cẳng bao nhiêu là lãi đấy/ Nếu không đi thiệt ấy ai bù!* Cụ Nguyễn chơi thì hao người, chúng tôi chơi chỉ hao cẳng. Chân cẳng là thứ sẽ không phục vụ chúng ta suốt đời. Tới một lúc nào đó chúng đình công. Vậy thì đi mau kẻo chiều hôm tối rồi.

Bàn bạc với nhau chán chê mới nảy ra một cuộc…đổi mới. Đi biển đã nhiều nay tại sao không đi núi? Ừ nhỉ! Cứ chơi riết với anh Thủy Tinh chắc anh Sơn Tinh cũng buồn lòng. Vậy thì có "thủy" có "sơn" cho vui vẻ cả làng. Chúng tôi chọn cây nhà lá vườn, đúng ra là núi nhà, rừng nhà. Canada có rặng *Rockies Mountain* đẹp nổi tiếng thế giới, đi đâu xa cho hại cẳng. Vậy là *mỏi gối chồn chân cũng phải trèo*.

Nói "trèo" nghe có vẻ vất vả chứ ngày nay xe cộ ê hề, trèo chi cho hại cẳng! Chúng tôi tham lam, nếm đủ thứ: xe lửa từ Montreal tới Edmonton, xe hơi dọc theo núi tới Vancouver, về lại Montreal bằng máy bay. Máy bay bay nhanh, tiện, đỡ mệt nhưng đi xe lửa lại có cái thú khác. Cái thú nhẩn nha. Từ Montreal tới Edmonton, máy bay chỉ tốn có vài tiếng đồng hồ, xe lửa chơi tới ba ngày ba đêm! Chi dữ dzậy? Đó là vì Canada chưa có xe lửa siêu tốc như bên Nhật hay bên Âu châu. Vẫn cứ ì ạch trên hai đường rầy được các phu phen mộ từ bên Tầu qua đổ mồ hôi dựng từ thuở…hồng hoang. Đường rầy này nay thuộc quyền sở hữu của hãng tàu hỏa chuyên chở hàng hóa *CN*. Đường rầy chỉ có một đường duy nhất cho tàu xuôi ngược hai chiều chứ không có hai đường song song phân biệt đường đi lối về. Thỉnh thoảng có những chỗ tránh có hai đường rầy song song. Hãng *Via Rail* chở hành khách phải mượn đường rầy này. Thân đi mượn nên phải nhường nhịn. Khi nào có tàu *CN* chạy ngược chiều là *Via Rail* cun cút đậu nơi chỗ tránh để nhường đường cho tàu *CN*. Vậy nên cứ đi được một quãng là *Via Rail* chở hành khách lại dừng lại nghỉ ngơi! Khổ một nỗi là tàu chở hàng *CN* chạy nườm nượp, chuyến nào chuyến nấy dài dằng dặc. Ngồi trên tầu chờ, rảnh rỗi, tôi đã thử đếm xem tàu chở hàng có bao nhiêu toa. Không có chuyến nào dưới một trăm toa! Có những chuyến có tới trên hai trăm toa. Đợi mệt nghỉ. Bò tới ba ngày ba đêm chẳng phải là chuyện lạ. Tầu bò như vậy rất đúng ý những chàng và nàng "hưu" như chúng tôi. Cứ tưởng tượng nếu tàu chạy vùn vụt vài trăm cây số một giờ như bên tây bên Nhật, thú chi nữa!

Được cái trên tàu có đầy đủ tiện nghi. Ghế ngồi rộng rãi và thoải mái hơn ghế trên máy bay, tha hồ ngả ra nằm mà không phiền người phía sau. Nước nóng lúc nào cũng có miễn phí. Toa hàng ăn tương đối rẻ, 15 đô cho bữa ăn tối gồm khai vị, món chính và tráng miệng. Toa hàng "tạp hóa" bán đủ thứ cần thiết: cà phê, *chocolate* nóng, trà nóng 3 đô một ly; mì gói 3 đô một tô; bánh mì kẹp 5 đô một ổ; đồ ăn vặt thì tùy thứ đắt rẻ khác nhau. Mấy ông bạn tôi khoái nhất là cái vòm kính trên toa tạp hóa này. Vòm toàn bằng kính trong suốt, nhô lên khỏi toa tầu, có ghế nệm ngồi êm ái. Ngồi uống cà phê nóng, ngắm cảnh quên thời giờ. Cảnh từ Montreal tới Edmonton không phải là cảnh núi. Cũng hay. Cảnh đồng bằng của vùng *Prairie* nằm nơi khúc giữa Canada như là một món khai vị cho đoạn đường núi sau đó. Những cánh đồng thẳng tắp, cò bay mỏi cánh, chỗ xanh rì, chỗ vàng như

một tấm thảm khổng lồ của ruộng *canola* mà chúng ta chỉ biết khi những tán hoa màu vàng này đã thành dầu nấu ăn! Có những đàn bò thảnh thơi nhá cỏ. Đàn thì vàng chóe, đàn thì loang lổ đen trắng, đàn đen tuyền, đàn vàng pha trắng. Những cỗ máy của nhà nông, cỗ lớn cỗ nhỏ, dị dạng khiến những con mắt chỉ thấy xe hơi phải ngỡ ngàng thích thú. Cảnh những cỗ máy quấn cỏ khô thành từng khối tròn dành làm thức ăn cho bò vào mùa đông cũng lạ lẫm với dân tỉnh thành. Chúng tôi hầu như vui thú với cảnh quê mà qua thời gian. Thực ra thì thời gian bị chúng tôi giết nhanh hơn bằng môi bằng miệng đấu láo ngày đêm.

Lịch kịch cũng tới Edmonton. Thành phố này có một công trình nổi tiếng thế giới là *West Edmonton Mall*. Tôi đã nghe danh cái *mall* này từ lâu vì có cả một khu tắm biển bên trong. Trong trí tưởng của tôi cái *mall* này chắc lớn lao lắm. Nhưng khi tới nơi, thấy tòa nhà không lớn lắm lại thấp lè tè. Vào trong mới thấy *mall* chỉ có hai tầng. Các cửa hàng không khác các *mall* khác. Điều đặc biệt là người ta đã nhét được vào tòa nhà cả một sân trượt băng lớn bằng sân chơi *hockey*, một hồ nước có con tàu lềnh bềnh trên mặt nước như thật với cảnh các tên hải tặc đang rời những chiếc thuyền nhỏ để leo lên tàu, một sân khấu nhỏ cho hải cẩu làm xiếc. Khu biển khá lớn với bãi cát , những chiếc ghế ngả có dù chúng ta thường thấy trên các bãi tắm. Bãi tắm khá lớn, người trong các bộ áo tắm lội xuống tắm khá đông. Những đợt sóng xô nhau tràn lên bãi cát làm cho người ta có cảm tưởng như đang tắm biển thật. Ông bạn tôi nói trong tiếng sóng. Bảo là đi núi hóa ra lại thấy biển…giả!

Thôi thì đi núi! Thuê xe từ Edmonton, bảy người chúng tôi trực chỉ Jasper. Đoạn đường 362 cây số này là khúc dạo đầu của con đường được chọn là con đường đẹp nhất thế giới. Đoạn đường đẹp tới nín thở chạy từ Jasper tới Hồ Louise dài trên ba trăm cây số đã từng lúc treo hồn tôi. Có những đoạn núi lẩn vào mây như tranh vẽ. Có những đoạn núi sừng sững như muốn bao che chiếc xe đang chạy từ từ trước cảnh đẹp mê hồn. Hầu như không có xe nào chạy nhanh. Thiên nhiên như níu vòng quay của bánh xe. Những cây thông vươn cao không biết tới bao nhiêu chục thước như những con hươu cao cổ đang cố ngóc đầu lên bên đường. Đường nằm tít trên cao, thông mọc từ dưới chân núi. Nhìn xuống, thông như từ ngục tù tăm tối vươn lên. Những dòng suối nho nhỏ chảy như vẽ từ trên đỉnh núi xuống. Nhưng nơi đâu là đỉnh núi, con mắt tôi không nhìn thấy. Núi dăng dăng dắt tay nhau chạy dài suốt cả vài trăm cây số. Mỗi cảnh là mỗi bức họa của thiên nhiên. Núi cả đấy nhưng không có núi nào giống núi nào. Núi nằm dài tiếp nối nhau. Khi xanh sậm, lúc xanh nhạt, lúc nâu nâu, lúc phớt hồng…Tạo hóa như một họa sĩ đầy sáng tạo. Mỗi vòng quay của bánh xe lại đưa con người tới một cảnh giới khác. Có nhiều đoạn xe phải ngừng lại, nép sát lề đường để no nê con mắt. Chưa bao giờ tôi được ngắm thiên nhiên phóng khoáng phô trương hết vẻ đẹp như vậy.

Banff là một công viên lớn nằm trên con đường số một thế giới này. Nằm trong công viên là một thị trấn nhỏ, cổ kính, với những căn nhà có kiến trúc riêng của vùng này. Thực ra thị trấn này chỉ có một con đường lớn mang tên đường Banff, với những nhánh đường nho nhỏ nằm ngang tiếp nối vào đường chính. Đường Banff gồm những nhà trọ, khách sạn, tiệm ăn và tiệm bán đồ kỷ niệm. Nhỏ nhưng Banff là thứ bé hột tiêu. Đi du lịch vùng này du khách thường nói là đi Banff. Thoạt đầu tôi cũng tưởng Banff là tên cả vùng núi đồi thơ mộng này. Kể cũng lạ. Chắc đây là thị trấn được thành lập sớm nhất chăng. Thập niên 1880, đường xe lửa của hãng *Canadian Pacific Railway* được lắp đặt tại vùng này. Ngay từ năm 1884, Chủ Tịch của hãng, ông George Stephen, đã đặt tên vùng này theo tên nơi sinh quán của ông, Banff, ở bên Tô Cách Lan. Năm 1985, Liên Hiệp Quốc công nhận vùng này là di sản của thế giới. Qua đêm, tại Banff là ngủ với núi, được núi ôm quanh người.

Núi không chỉ có cây rừng mà còn có hồ có suối. Hồ nổi tiếng của vùng núi non này là hồ Louise. Bà Louise nào nằm trên núi đây? Nhắc tới bà là khơi lại trong tôi sự cấn cái. Tôi vốn không khoái chuyện một quốc gia độc lập tiên tiến như Canada lại đội trên đầu một vị quốc trưởng là vua của nước Anh. Đó là chuyện lịch sử của đám di dân Anh ngày xưa. Bà Louise này đích thị là một thành phần của hoàng gia Anh. Đó là bà công chúa, con thứ tư của nữ hoàng Victoria, tên đầy đủ là Louise Caroline Alberta, sinh năm 1848 và mất năm 1939. Hóa ra tên của hồ Louise là tên bà mà tên của cả tỉnh bang Alberta cũng là bả nốt! Bà này dang tay dang chân dữ! Làm sao bà ở tuốt nước Anh lại nằm kềnh càng ở đất Canada này như vậy? Vì chồng của bà, ông John Campbell, là Thống Đốc Canada từ 1878 đến 1883.

Nhan sắc bà Louise ra sao tôi không rõ nhưng hồ Louise này đẹp hết biết. Người ta nói hồ Louise đẹp toàn thời gian.

Sáng có cái đẹp của sáng, trưa có cái đẹp của trưa, chiều có cái đẹp của chiều. Chúng tôi tới *Lac Louise* vào lúc xế trưa. Mặt trời không soi rõ được xuống mặt hồ vì núi non cao vút bao quanh. Nước hồ xanh biếc. Ngồi trên ghế phía trước hồ ngắm mặt hồ phẳng lặng xanh biếc người như thấy lắng đọng, yên ắng. Mọi phù du của cuộc đời như tan biến trong làn nước. Tôi ngồi lặng trước hồ. Người ta khó có thể tưởng tượng hồ nằm trên núi cao. Trước khi tới hồ, chúng tôi đã ngồi trong những chiếc hộp nhỏ cho dây cáp kéo lên ngọn núi phía bên kia hồ. Từ ngọn núi này, tôi *zoom* trên máy quay *video*, nhìn qua hồ. Hồ trong máy tôi nhìn thấy như một vũng nước nhỏ nằm cheo leo giữa bốn bề là núi. Cái vũng nước đó được coi là viên ngọc của miền núi non này *"Diamond of Wilderness"*.

Cái hộp nhỏ kéo chúng tôi lên núi được gọi là *gondola*. Lúc đầu tôi bỡ ngỡ với chữ *"gondola"* này. Tôi cứ tưởng người ta chỉ có *gondola* trên sông nước ở Venise bên Ý thôi. Đi núi mới biết có thứ *gondola* kéo mình lên trời nữa. Đó là những chiếc hộp bằng kim loại, chung quanh là kính trong suốt cho du khách nhìn rõ cảnh vật. Mỗi chiếc hộp chứa được 6 người ngồi trên hai hàng ghế quay mặt vào nhau. Anh nhân viên điều khiển khách vào *gondola* tếu với tôi: "Nếu may mắn ông sẽ thấy gấu trên núi, nếu không may mắn ông sẽ thấy...dấu chân gấu!". Bữa đó tôi may mắn. Ngồi trong *gondola,* tôi đã thấy được một chú gấu đang phơi nắng trên triền núi. Núi vùng *Rockies Mountain* là nhà của rất nhiều loại thú vật hoang dã. Chỉ không thấy nói tới hổ báo. Ông bạn tôi buổi sáng sớm đi trên đường phố chính của Banff đã bắt gặp một chú nai xuống dạo chơi phố phường. Trên đường đi gặp hươu nai vơ vẩn gặm lá cây bên đường là sự thường.

Con người khai thác núi khá kỹ. Rất nhiều món ăn

chơi quyến rũ du khách. Chúng tôi đã hưởng đủ tam khoái của vùng Banff. Ngoài *gondola* còn có *Glacier Skywalk, Glacier Adventure. Glacier Skywalk* là một công trình đáng nể mới chỉ được khánh thành khoảng một năm nay. Từ triền núi cao, người ta dùng thép tạo ra một hành lang nhô ra đứng chơ vơ giữa trời trên độ cao 280 thước. Vòng cung ngoài cùng được lắp toàn mặt kính trong veo dưới sàn cũng như lan can khiến con người đứng trên có cảm giác như đang đứng chông chênh giữa trời cao núi rộng. Tôi tiến bước từ khung thép ra vòng kính một cách dè dặt. Tay vịn vào lan can, những bước đầu tiên trên sàn kính nghe run run bàn chân. Cảm giác như đi giữa chân không. Một lúc sau mới dám nhìn xuống. Núi nằm dưới chân. Một chập cũng quen đi tuy người vẫn nổi gai với ý nghĩ mình có thể rơi xuống bất cứ lúc nào. Như vậy có thể được coi là… chì. Có những người bên cạnh tôi bò lê bò càng, chân cẳng nhũn ra không đứng lên nổi. Có những thân người ngả nghiêng xiêu vẹo, húc người

này, dựa vào người kia. Có người đưa tay ra cố nắm vào bàn tay của người đi bên cạnh dù quen hay không. Những tiếng rú tiếng cười tiếng hét vang lên ầm ỹ. Người nào như cũng thích thú trong nỗi sợ hãi. Cái sợ phải mua bằng tiền. Bao nhiêu? Hai mươi bốn đô chín mươi chín xu!

Món ăn chơi thứ ba là *Glacier Adventure*. Đúng là... *adventure*. Món này là những chiếc xe lớn như xe buýt, chứa được khoảng năm chục người. Nói là xe buýt nghe có vẻ hiền lành nhưng đây đúng là xe...tăng. Thân xe dày dặn như những chiếc *hummer* khổng lồ. Dàn bánh xe mới kinh hoàng: đường kính chắc phải tới trên thước rưỡi. Tôi thấy một người đứng chụp hình với bánh xe, người và bánh cao ngang nhau! Du khách được xếp vào ngồi trong xe, không có thắt lưng an toàn. Ông tài xế đội mũ sắt mở máy xe nghe ầm ầm như tiếng thác đổ. Xe leo lên núi. Có những chỗ dốc đứng làm đứng tim hành khách. Ì ạch một hồi, xe tới một bãi tuyết trắng xóa. Tuyết thì chúng tôi chẳng lạ chi. Montreal có khối! Nhưng tuyết giữa nắng hè đổ lửa quả là chuyện lạ. Xe ngừng lại cho du khách xuống chơi tuyết. Ông tài xế dục mọi người lấy chai nước uống hứng nước tuyết tan ra từ trên đỉnh cao hơn chảy xuống.

Nước tuyết tan có chi mà ham. Tôi đứng nhìn đoàn người xếp hàng lấy nước...thánh với cặp mắt ngạo mạn. Nghĩ lại, thấy mình chỉ biết mình. Đám du khách này có thể đến từ những vùng chẳng bao giờ có một vẩy tuyết thì chỉ nội việc được nhìn thấy tuyết cũng là một thú vị để đời, huống chi lại được nếm nước tuyết!

Núi dăng dăng trên suốt đoạn đường chúng tôi tiến về Vancouver. Vẫn dằng dặc những rừng thông đứng reo giữa trời. Lại nhớ cụ Nguyễn Công Trứ. *Kiếp sau xin chớ làm người / Làm cây thông đứng giữa trời mà reo*. Giữa rừng thông gồm rất nhiều loại thông, chẳng biết cụ đứng nơi nao. Cầu mong cụ không đứng giữa rừng thông cháy rụi bên đường. Đọc báo thấy có những vụ cháy rừng. Nghe vậy biết vậy. Nhưng mắt nhìn thấy cả một rừng thông cháy vàng trơ ra những thân cây khẳng khiu như những hồn ma thì lại khác. Xe chạy bon bon trên đường. Rừng thông cháy cũng chạy theo. Chục cây số này tới chục cây số khác như một bãi tha ma. Cứ tính mỗi cây thông bán trong các cửa hàng mùa Giáng Sinh bạc chục bạc trăm mà tiếc hùi hụi!

Hình như tôi khoái leo núi bằng *gondola*. Đã hai lần… leo: một tại Jasper, một tại Lac Louise, vậy mà khi thấy cái *gondola* mới khánh thành ở Squamish, gần Vancouver, tôi lại leo. Có lẽ thứ của mới, leo khoái hơn chăng? Khoái thật vì mọi thứ đều còn *gin* mới tinh. Những sợi cáp còn óng màu kim loại. Khoái hơn nữa vì đây là loại *gondola* leo thẳng đứng, có độ dốc nhất. Ngồi trong lồng kính mà tưởng như có thể rơi bất cứ lúc nào. Cáp leo dài 1920 thước đưa lên đỉnh núi cao 885 thước trên mặt nước biển, mất 10 phút. Mười phút treo người bên triền núi kể cũng teo. Nhưng teo thì teo vẫn cứ phải trèo.

Ngắm núi, trèo núi, sống với núi tôi mới cảm thấy cái

đẹp của núi. Thảo nào ông nhà thơ Nguyễn Đức Sơn mới miệt mài với núi. Ông sinh năm 1937, năm nay đã thất thập thất, đã từng theo học tại Đại Học Văn Khoa Sài Gòn nhưng bỏ dở vì, như ông nói: "Nếu trường Đại Học Văn Khoa sản sinh ra được một nhà văn nhà thơ nổi tiếng, tôi xin chịu chặt đầu!". Thơ ông tàng tàng không giống ai. Bài thơ được nhiều người biết đến là bài "Cây Bông": *Đụ mẹ / Cây bông / Hắn không / Lao động / Ai trồng / Chật chỗ / Mày nhổ / Xem sao / Máu trào / Thiên cổ.*

Bài thơ được làm sau khi cộng sản xâm chiếm miền Nam. Mỗi câu thơ chỉ có hai chữ chắc nịch. Năm 1979, ông dẫn vợ con vào ở hẳn trong rừng Phương Bối ở Lâm Đồng. Từ đó ông mang biệt danh là Sơn Núi! Ngoài biệt danh này ông còn được gán cho danh hiệu "lão thi sĩ vạn thông" vì ông trồng được một vạn cây thông trong rừng.

Khi thấm mệt tôi đi luồn ra núi
Cuối chiều tà chỉ gặp cỏ hoang sơ
Bước lủi thủi tôi đi luồn vô núi
Nghe nắng tàn run rẩy bóng cây khô
Chân rục rã tôi đi luồn ra núi
Hồn rụng rời trước mặt bãi hư vô.

Một buổi chiều tà, tôi ngồi ngắm cảnh trên bãi biển Kitsi-lano ở Vancouver. Biển nằm sát chân núi. Núi và biển giao nhau. Bóng núi lồng trên mặt biển. Biển và núi thân thiết như đôi tình nhân. Khi đi chơi chuyến hè này tôi nghĩ mình đã bỏ biển lên núi, bỏ anh Thủy Tinh để chơi với anh Sơn Tinh. Nhưng tôi đã nghĩ với cái tâm nhân gian. Biển và núi không xa cách nhau như vậy. Cả hai dắt tay nhau tạo nên những cảnh giới kỳ thú trên mặt đất. Hóa ra lòng người thì chật hẹp qua phân, lòng thiên nhiên bao la rộng mở. Chừng nào lòng người mới bao la?

08/2014

PASSWORD

Một bóng người tiến tới cổng ngoài hàng rào một trại lính lúc tối trời. Lính gác hô lớn: "Ai? Đứng lại!". Bóng người đứng lại la lớn: "Hạ sĩ Thiệt!". Lính gác: "Quang Trung!". Bóng người đáp lại: "Đống Đa!". Nhác thấy chai rượu trên tay Hạ sĩ Thiệt, lính gác ra lệnh: "Hạ sĩ Thiệt vô. Chai rượu đứng lại!".

Hạ sĩ Thiệt được vô vì biết mật khẩu. Chai rượu không được vô vì không hô lên được mật khẩu. "Quang Trung – Đống Đa" là mật khẩu của đêm hôm đó. Mật khẩu là ám hiệu mà tất cả người trong một trại lính phải biết để lính gác có thể nhận diện được bạn, thù. Mật khẩu thay đổi mỗi ngày. Thường mật khẩu phải ngắn gọn cho dễ nhớ. Hai chữ là dễ nhớ nhất. Chuyện mật khẩu mà những ai đã đọc Tam Quốc Chí đều thuộc nằm lòng là mật khẩu của Tào Tháo khi hành quân qua cửa ải Tà Cốc. Có trong tay cả chục ngàn quân mà Tào Tháo không vượt qua được cửa ải này vì địa hình hiểm trở. Tào Tháo buồn phiền vô hạn. Đã có những thuộc cấp đề nghị rút lui nhưng Tào Tháo vẫn phân vân chưa quyết định được. Một buổi tối, khi viên quan trực đêm bước vào xin mật khẩu, Tào Tháo đang gặm cục gân gà dai nhách nên miệng lẩm bẩm "kê cân, kê cân". "Kê cân" nghĩa là gân gà. Trực quan tưởng đó là mật khẩu bèn báo cáo với quan tham mưu Dương Tu. Dương Tu bèn ra lệnh cho quân sĩ thu dọn rút lui. Nửa đêm khó ngủ vì lo lắng, Tào Tháo dậy đi một vòng trong trại, thấy quân sĩ đang thu dọn rút quân, giận dữ hỏi ai ra lệnh. Biết đó là lệnh của Dương Tu, Tào Tháo trách mắng, Dương Tu bình tĩnh trả lời: "Thừa Tướng đã ban mật khẩu "kê cân", mà kê cân thì dai nhách có ăn được đâu, chi bằng vứt quách cho xong!".

Mật khẩu hai chữ là thường tình, nhưng mật khẩu của một điệp viên phức tạp hơn nhiều. Đã có lần tôi nói tới cuốn hồi ký "Thép Đen" của điệp viên Đặng Chí Bình, người đã từ miền Nam đột nhập vào miền Bắc cuối thập niên 1960. Một trong những nhiệm vụ của anh Bình phải thi hành là trao tài liệu mật cho một vị bác sĩ còn ở lại làm việc tại bệnh viện Phủ Doãn ở Hà Nội, bác sĩ Hoàng Đình Thọ, bí danh Z-5. Trong khi huấn luyện, anh Bình được cho coi tấm hình cỡ nhỏ 4x6 chụp bán thân của bác sĩ Thọ. Anh được cung cấp một giấy giới thiệu đi khám tim ngụy tạo và, dĩ nhiên, mật khẩu!

Mật khẩu đã được bác sĩ Thọ biết từ lâu khi nhận nhiệm vụ ở lại trong lòng địch. Câu anh Bình phải nói: "Nhờ bác sĩ chữa bệnh tim nhịp đập một trăm hai mươi". Đúng 12 chữ. Câu bác sĩ Thọ phải trả lời: "Tôi chỉ chữa tim nhịp đập một trăm ba mươi". Đúng 10 chữ. Chuyện sắp đặt là như vậy, nhưng khi vào đất địch, thi hành cuộc gặp gỡ mới trăm vạn chuyện khó khăn và bất ngờ. Chúng ta nghe chính đương sự kể lại cho thêm phần...tình báo. Sau khi dùng giấy tờ giả vào được bệnh viện, anh Bình lơ ngơ đi tìm Z-5. *"Tôi chỉ biết Z-5 là bác sĩ nội khoa ở Phủ Doãn, tức Việt Đức ngày nay, chứ chưa rõ chuyên trách về môn gì: ruột, gan, tim, phổi...Tôi đang ngồi ngẩn ngơ suy nghĩ, tính toán, chợt tai tôi nghe thoáng: "Bác sĩ Thọ có ở trong phòng không?". Thót người, tôi liếc nhanh về phòng trực. Thì ra một nam y sĩ hỏi cô y tá. Tôi chỉ thấy cô gái gật đầu và người y sĩ mở cửa bên ra hàng hiên. Phản xạ cấp thời, cân nhắc tình thế, lợi dụng một đám đông, chỗ góc gần hàng hiên, tôi lẩn vào và đi theo ông y sĩ ngay. Cả một dẫy dài, bao nhiêu cửa phòng. Đến một cửa phòng, ông y sĩ mở cửa, tôi đi thoáng qua, liếc vào, phòng số 8. Tôi như bị điện giật. Dù nhìn rất nhanh qua cánh cửa vừa đóng lại, tôi đã thoáng thấy bộ mặt của một người mặc áo "blouse" trắng, đeo kính trắng, ngồi ở một bàn giấy to, trong một phòng rộng. Tuy đầu đã bạc, nhưng đúng hình dáng với tấm ảnh 4x6 mà Cục đã đưa cho tôi xem ở Sài Gòn...Từ buồng số 8, ông y sĩ lúc nãy đẩy cửa bước ra. Thời cơ ngàn năm một thuở, tôi phải liều. Tôi đẩy cửa bước vào. Người đeo kính trắng đó ngửng lên nhìn tôi, mắt ngạc nhiên. Tôi thấy trong phòng còn ba bàn giấy nữa, hai bàn có người, một bàn không. Hai người kia cũng ngửng lên nhìn tôi. Tôi nói cố ý cho họ cùng nghe: "Thưa bác sĩ! Mẹ cháu vẫn cứ sốt, vì vậy....". Đúng lúc ấy, hai người kia lại cúi xuống sổ sách. Tôi hạ giọng: "Nhờ bác sĩ chữa bệnh tim nhịp đập một trăm hai mươi". Trong lúc hồi hộp, tôi chả nhớ là bao nhiêu chữ. Ông nhìn tôi, đôi mắt mở to, bàn tay ông đang cầm bút rung lên. Mặt ông lộ vẻ hết sức xúc động. Tôi lo quá. Ông này làm sao thế! Ông không đọc lại mật khẩu. Nhanh trí, tôi hiểu ngay là ông bị đột ngột quá. Có thể từ bao nhiêu năm nay ông mong chờ, ông đã sống với cuộc sống bình thản, giờ đây bất chợt quá chăng? Nếu đúng tình trạng đó, để lâu không lợi. Tôi vội cảm ơn bác sĩ rồi đi ra. Khi ra đến cửa, tôi cố ý quay lại đóng cửa, thế nào ông cũng nhìn theo. Đúng như vậy. Lúc đó hai người kia không nhìn thấy tôi, tôi giơ tay vẫy nhẹ, và mắt cũng làm hiệu là ra theo tôi. Khi tôi đi tới cuối hành lang, cửa phòng số 8 mở và ông đi ra. Tôi quay lại, ông đi về phía tôi. Thái độ và nét mặt ông lúc này đã bình tĩnh, tuy mắt vẫn đăm đăm nhìn tôi. Tôi coi như không nhìn thấy và đi trở lại phía ông. Ngang qua ông, tôi mới tươi nét mặt nhìn và để một tay lên cánh tay ông, nhẹ giọng: "Nhờ bác sĩ chữa bệnh tim nhịp đập một trăm hai mươi". Ông mỉm cười: "Tôi chỉ chữa tim nhịp đập một trăm ba mươi". Tôi nhẹ người, liếc nhanh hai đầu hành lang, cho tay vào túi quần lấy tài liệu, nhét vội vào tay ông. Ông định cất tiếng hỏi điều gì nữa, nhưng tôi bỏ đi ngay ra phía phòng đợi, không cần nghe gì thêm".*

Mật khẩu thời *internet* đích thị là *password*! Hãy nói tới cái mật khẩu thông thường nhất mà tất cả mọi người, dù không dính dáng chi tới *internet*, nếu có tí tiền bỏ nhà băng đều có. Đó là mật khẩu cho thẻ rút tiền bằng máy tự động. Chỉ việc đút cái thẻ vô một khe máy là tiền tự động thời ra ở một khe khác, nếu không có *password* thì tiền thất thoát hết mất tiêu! Vậy là phải…mật khẩu. Đối với những người già cả, trí nhớ còm cõi, thì việc nhớ được một hàng số coi bộ khó khăn. Mà không bấm được hàng số bí mật chỉ mình mình biết thì…mậu dậu! Máy không chịu nhả tiền ra. Vậy là các cụ tìm giải pháp dễ dãi: cứ ngày sinh tháng đẻ làm mật khẩu. Dễ người dễ ta. Rủi mà các cụ đánh rơi ví hoặc cái bóp bị kẻ trộm nâng mất thì tất cả các thẻ tùy thân đều vào tay kẻ trộm. Ngày sinh tháng đẻ rành rành ra đó, tên trộm ngu chi mà không tới máy thử con số dễ nhớ này, tiền chạy ra ngay lập tức. Vậy là khánh tận! Các giới chức ngân hàng khuyên chúng ta không bao giờ dùng ngày sanh tháng đẻ làm mật khẩu trong các thẻ rút tiền.

Cái thẻ nhà băng hay thẻ tín dụng cất trong túi còn phiền phức vì mật khẩu như vậy, chuyện *password* trên mạng ảo thập phần rắc rối hơn. Nhớ, mùa hè năm 2009, nhà thơ Nguyễn Đức Bạt Ngàn từ Edmonton qua Montreal chơi với anh em cầm bút ở đây. Bạt Ngàn vốn…bạt mạng nên hồi đó chê anh em chúng tôi ở Montreal quê. Thơ mà cứ chăm chăm in sách, xưa rồi. Thơ ngày nay phải được "phóng lên trời". Thơ của anh cứ như vệ tinh, bay lên trời tuốt. Bàu trời rộng lớn như thế, thơ chắc chìm lỉm mất tiêu. Không, thơ phóng lên cũng có nhà có cửa đàng hoàng chứ đâu phải lê la ngoài trời. Mà đã có nhà thì phải có khóa chứ trống hốc trống hang thì thơ bị trộm cắp vào chôm hết. Ổ khóa chính là *password*. Ai muốn vào thưởng thức thơ phải được chủ nhà cho biết mật mã để mở cửa. Từ năm đó đến nay, đã 5 năm trôi qua, trời đất mịt mù những thứ do con người phóng lên. Ai cũng có nhà, thứ mà tiếng tây tiếng u gọi là *website*. Nếu nhà chỉ có thơ thì chẳng cần bày đặt khóa khiếc làm chi cho tốn công. Cứ mời vào, ra vô thong thả, vậy mà có khi mời mỏi miệng chẳng ai thèm vô. Nhưng nhà có cất tiền cất bạc thì phải có *password*. Chỉ chủ nhân mới mở được khóa để vô, thiên hạ xin chịu khó đứng ngoài. Đó là những chương mục riêng của từng người do một ngân hàng nào đó quản trị. Chỉ chủ nhân mới có khóa vào.

Có những căn nhà không có tiền bạc chi nhưng có những thứ riêng tư mà chủ nhân không muốn cho người ngoài biết. Đó là các hộp thư điện tử của từng cá nhân. Những thứ này cũng cần phải giữ bí mật nên chủ nhân phải tạo ra *password*, một thứ chìa khóa, để mỗi khi muốn vào đọc thư của bạn bè hay thân thuộc, nhân tình, nhân ngãi phải có chìa khóa mở để vào. Bây giờ, với sự phổ biến của *computer, laptop, tablet* và các loại điện thoại thông minh *smartphone*, hầu như người nào cũng có hộp thư riêng, ngay cả chồng hay vợ cũng không được biết *password* để vào đọc. Vậy đây là cõi kín đáo của mỗi người. Tựa như cuốn nhật ký riêng chúng ta vẫn giữ kín. Nhưng máy móc ngày nay có khi vô tình phản chủ, kỹ cũng có khi toang hoang ra. Một trường hợp tôi biết. Hai vợ chồng có *computer* riêng, địa chỉ hộp thư riêng, không ai đụng tới ai, mỗi người một cõi riêng. Nhưng cái máy in *printer* thì trong nhà chỉ có một cái, cả nhà dùng chung. Một bữa cái máy in này bị hư. Bà vợ in nhưng máy không in ra giấy. Kêu thợ sửa. Khi chiếc máy in hoạt động lại thì nó thật thà in lại tất cả những thứ được ra lệnh in mà chưa in ra. Vậy là ông chồng bắt được tờ giấy in cái thư riêng do ông bồ của bà vợ gửi cho bà. Vậy là chuyện ăn vụng của bà vợ bị vỡ lở. Kết quả: anh đi đường anh, tôi đường tôi! Chỉ vì cái máy in mẫn cán hoàn thành tốt nhiệm vụ, không bỏ sót một tờ nào cả. Cửa nẻo khóa kỹ bằng *password* mà chỉ vì vô ý nên tá họa ra.

Vùng trời ngày càng mở rộng, người dùng đã nhiều mà kẻ trộm cũng lắm, càng ngày người ta càng phải dùng các loại khóa xịn hơn. Nhiều người lười suy nghĩ nên, như nói ở trên, dùng ngày sinh tháng đẻ của mình làm *password*. Có nhiều người, ngại nhớ hơn, cứ thuận tay đánh hàng số 123456 chẳng hạn làm *password*. Đây là thứ khóa chắc mua ở tiệm *OneDollar!* Kẻ gian dễ mở ra nhất. Vậy mà, theo báo cáo của *SplashData* phổ biến vào ngày 21 tháng 1 năm 2014, thì trong năm 2013, đây là mật khẩu được sử dụng nhiều nhất trong năm và kẻ trộm trên trời, thường được gọi là tin tặc, thử tìm ra trước nhất. Hạng nhì là mật khẩu *"password"*. Đây là một sản phẩm của những kẻ lười biếng. Người ta bảo tạo ra một *password* liền chơi ngay nguyên con chữ này cho khỏi nghĩ ngợi tìm kiếm lôi thôi. *SplashData* đã phổ biến tới 25 mật khẩu dễ bị tin tặc tìm ra nhất và khuyên không nên dùng chúng. Để cảnh báo những vị không chịu động não nghĩ ra mật khẩu, tôi xin ghi lại một số trong 25 thứ khóa… dởm này: *iloveyou, sunshine, abc123, 111111, monkey, princess, letmein…* vân vân.

Password quả là chuyện đau đầu vì chúng ta đâu có chỉ một *password.* Ngày nay cái *computer* tạo ra cho chúng ta rất nhiều cửa. Cửa nào cũng cần khóa. Đâu chỉ có *password* của *e-mail* không mà còn trăm thứ bà dằn khác. Tôi cứ lấy mình ra làm ví dụ. Hiện tôi phải nhớ *password* của từng này thứ:

Aeroplan, Visa Online, Paypal, E-bay, Ipad App ID, Telus, Facebook, Hydro Quebec, Skype, Future Shop, Thi Viện, Amazon, Target, Bell, Microsoft, Royal Bank và *password* của nhiều trang tiếng Việt khác để vào đọc. Càng trẻ, giao tiếp nhiều, càng nhiều *password*. Hai cô sinh viên ngồi học trong một quán cà phê ở Montréal là Lucie Goyette, 24 tuổi và Catherine Bergeron, 22 tuổi, cho biết mỗi cô có khoảng trên một tá *password*. Như vậy cũng cỡ như tôi thôi. Nói một cách lạc quan hơn thì tôi cũng…trẻ như hai cô sinh viên này! Làm sao mà nhớ? Cô Goyette cho biết là cũng dễ nhớ vì "chúng chỉ là biến đổi nhỏ của cùng một chữ". Nói xong, cô thú nhận thêm: "Tôi nghĩ là tôi dễ bị tin tặc tấn công lắm!". Theo chuyên viên về an ninh trên mạng Terry Cutler thì mỗi người có khoảng từ 20 đến 50 *password!* Để nhớ được từng đó…khóa không phải là chuyện dễ. Tôi biết thân biết phận trí óc nhập nhoạng nên nhất định không nhớ một *password* nào hết. Tôi đánh tất cả *password* trên một trang, giữ chúng trên một *hardisk* rời để tránh việc tin tặc đột nhập vào máy tính. Khi nào cần một *password* nào thì mở ra coi. Cũng hơi lích kích nhưng khỏe cái đầu.

Ông Bruce Hulley, đã quá bát tuần, chuyên chỉ dẫn về *computer* và *internet* cho các vị cao niên cho biết có nhiều cụ chỉ vì phải nhớ *password* nên đã *bye bye* chiếc *computer* luôn! Cụ cho biết: "Chúng tôi sống cả đời chỉ cần nhớ địa chỉ, số phôn và số an sinh xã hội. Bây giờ phải nhớ cả chục cái *password* nữa làm chúng tôi điên cái đầu và quên tuốt luốt một cách nhanh chóng". Trước thực tế phũ phàng nhưng phải thỏa hiệp này, ông Bruce Hulley đành phải giúp các cụ tạo ra những *password* dễ nhớ như tên các con các cháu, ngày sanh tháng đẻ của mình, tuy dễ bị tin tặc tìm ra nhưng như vậy còn hơn là bắt các cụ không dùng *internet* nữa!

Tin tặc ngày càng thông minh nên *password* cũng phải ngày càng rắc rối. Như trò chơi đánh đố. Ai thông minh hơn thì thắng. Mật khẩu nào càng khó đoán thì càng an toàn hơn. Thường thì bây giờ một *password* tốt phải bao gồm 16 chữ bằng chữ thường, chữ hoa, số và nhiều dấu hiệu linh tinh khác. Thí dụ dùng chữ *password* làm mật khẩu có thể biến thiên ra như sau: P4sswOrd#. Coi bộ thay đổi hình hài như thế này khiến mấy anh tin tặc phải đứng ngoài cửa, nhưng nhớ được mật khẩu rắc rối này lại là chuyện...rắc rối khác! Ông chuyên viên về *password* Terry Cutler khuyên như thế này: "Cách tốt nhất là lấy một câu nhạc mình thích rồi đổi một vài chữ thành chữ hoa, một vài chữ khác như chữ *"a"* chẳng hạn thành chữ *"@"*.

Như vậy đã yên đâu! Một ngày đẹp trời nào đó, có một chàng *virus* lảng vảng vào đất nhà mình, vậy là phải đổi *password*. Đau cái đầu biết nhường nào! Muốn thoát ra khỏi tình trạng có hại cho cái hộp sọ, một ông phiếm nhại câu từ chối *password* cho vui cửa vui nhà: "Xin lỗi, *password* của bạn cần có một chữ hoa, hai con số, hai dấu, một chữ trùng và...máu của trinh nữ!".

Một ông khác cứ phải loay hoay đổi *password* hoài nên nổi cục. Ông thử nhiều *password* khác nhau nhưng đều bị từ chối khi thì vì không đủ chữ hoa, khi thì vì không đủ dấu, khi thì vì không đủ con số. Tức khí, ông đánh vào một câu chửi thề: "Con khẹc tao!". Lập tức ông nhận được câu từ chối:

"Không đủ dài!".

07/2014

PHÒNG

"Phòng bệnh hơn chữa bệnh", khẩu hiệu này treo đầy đường phố, tôi đọc được từ hồi còn nhỏ. Ngày đó đánh vần như vậy chứ chẳng hiểu chi nhiều. Lớn lên mới thấy chẳng nên dính vào bệnh, càng phòng được càng tốt. Muốn là như vậy nhưng làm có được như vậy không, khó mà ngăn cản được bệnh tật tất tả ào vào thân xác.

Bệnh tôi muốn nói tới là bệnh riêng của mấy anh đực rựa, các bà có muốn cũng chẳng có được. Nhưng tạo hóa rất công bằng, lại cho các bà một căn bệnh khác, bệnh mà mấy anh đực rựa có muốn cũng chẳng có được. Chẳng hiểu hôm nay nhằm ngày chi mà tôi ăn nói ỡm à ỡm ờ, nghe tức anh ách. Ngoài trời xám xịt một màu ảm đạm dù đang là buổi trưa. Mùa đông đã gõ cửa, tuyết đã tới đầu nhà, cái lạnh thấu da đã vội vã ào tới. Phải chăng vì cảnh mà miệng mồm ú ớ chăng!

Hai thứ bệnh đều tấn công vào cơ quan chiến lược của

mỗi phái. Đó là bệnh ung thư tuyến tiền liệt và ung thư tử cung. Theo thống kê thì ung thư tuyến tiền liệt chiếm 33% các bệnh ung thư của các ông và ung thư nơi cơ quan thiết yếu của các bà có hai loại: ung thư cổ tử cung chiếm 6% và ung thư buồng trứng chiếm 6% các bệnh ung thư nơi các bà. Cộng cả hai thứ lại cũng chỉ có 12%. Vậy là ông trời vẫn nịnh đầm. Chẳng ai ngạc nhiên vì ai cũng biết tính trời. Đã gọi là "ông" thì tới ông trời cũng dzậy thôi! Thôi thì đám mày râu chúng ta tự lực cánh sinh, nói chuyện của chúng ta cho chắc ăn.

Có nhiều ông bạn tôi không biết cái tuyến tiền liệt ngự nơi mô. Thiệt! Của mình mà không biết. Có ông trả lời qua quít: "Thì nó nằm trong bụng chứ nơi mô!". Bụng bia rộng như biển Đông, biết nơi mô mà kiếm cái tuyến ni. Thôi thì nói cho rõ. Chính xác nó nằm gọn thon lỏn giữa bàng quang và trực tràng. Nói nôm na thì giữa bọng đái và ruột già. Nó dài khoảng 3 phân và nặng khoảng 20 gram, có nhiệm vụ sản xuất và lưu trữ tinh dịch. Tuyến này cần có kích thích tố nam để hoạt động. "Nhiên liệu" này được gọi chung là *androgen*. *Androgen* bao gồm : *testosterone* được sản xuất trong tinh hoàn, *dehydroepiandroaterone* được sản xuất tại các tuyến thượng thận, và *dihydrotestosterone* được chuyển đổi từ *testosterone* trong chính tuyến tiền liệt. Khi tuyến tiền liệt bị bệnh, nó giở chứng sưng lớn lên. Đó là bị phì đại tuyến tiền liệt. Vì nằm trong xó kẹt nên khi sưng nó chiếm thêm chỗ, ép bàng quang khiến việc đi tiểu khó khăn, việc tác xạ của súng cũng khó khăn luôn. Các bác sĩ, khi khám lâm sàng coi tuyến này có sưng không, sẽ đút một ngón tay vào hậu môn để nắn coi. Nó sưng sỉa nhưng nếu chỉ sưng không thôi thì còn phúc. Có thể trị được bằng "hoàng cung trinh nữ".

Khốn nạn hơn là bị ung thư tuyến tiền liệt. Ở thời kỳ đầu, chúng ta chẳng thấy triệu chứng chi. Thường thì khi đi khám sức khỏe định kỳ, nếu thử máu thấy PSA cao, mới nghi là chính hắn. Tuy nhiên đôi khi chúng ta cũng cảm thấy một số triệu chứng như chạy vào *toilet* xoành xoạch, ban đêm thức giấc làm mưa nhiều, khó tiểu hoặc tiểu ngắt quãng, đau đớn khi mưa rơi. Quên, cần phải nói thêm, vì tuyến tiền liệt bao quanh một phần đường niệu đạo nên ung thư tuyến tiền liệt có thể gây ra rối loạn các chức năng và hoạt động tình dục, chẳng hạn như súng khó cương cứng hoặc khi súng nhả đạn chúng ta cảm thấy đau.

Bệnh ung thư vùng nhạy cảm này là thứ bệnh…hèn! Nó cứ các ông già mà tấn công. Nam giới dưới 45 tuổi ít khi bị nó hỏi thăm. Con người càng già càng dễ cho nó bắt nạt. Tuổi trung bình bị dính là độ tuổi 70. Được cái an ủi là bệnh này là bệnh…rùa. Nó tiến triển rất chậm. Thường khi người ta chưa biết mình bị dính bệnh thì đã đi ngủ với giun vì một chứng bệnh khác. Theo nghiên cứu khám nghiệm một số tử thi đàn ông Trung Quốc, Đức, Do Thái, Jamaica, Thụy Điển và Uganda bị chết vì các nguyên nhân khác, thì thấy trong các xác này có ung thư tuyến tiền liệt mà không biết. Nó tăng dần theo độ tuổi. Ở độ tuổi 50 là 30%. Nhưng lên tới độ tuổi 70 thì tỷ lệ này là 80%! Ngoài ra, nếu trong gia đình có người mắc ung thư tuyến tiền liệt thì có nguy cơ mắc bệnh cao hơn gấp đôi những người không có anh em hoặc cha mắc ung thư này.

Uống sữa và nguy cơ bị ung thư tuyến tiền liệt có liên quan với nhau không? Những người ngày nào cũng uống sữa trong thời gian dậy thì có nguy cơ bị bệnh nhiều hơn những người không uống thường xuyên tới 3,2 lần hơn. Đó là kết quả nghiên cứu của nhà dinh dưỡng học Johanna Torfadottir và một nhóm chuyên gia tại Iceland. Có 2200 người tham gia cuộc khảo sát này. Họ được sinh ra trong thời gian từ 1907 đến 1935. Vào năm 2009, nhóm này công bố kết quả trên tạp chí chuyên ngành *American Journal of Epidemology*. Trong số 2200 người này có tới một nửa bị ung thư tuyến tiền liệt. Nhóm nghiên cứu chia họ thành hai tốp. Tốp thứ nhất gồm 1800 người mà ở tuổi *teen* ngày nào cũng uống sữa. Tốp thứ hai gồm 462 người uống sữa dưới một lần mỗi ngày. Nguy cơ bị ung thư tuyến tiền liệt ở tốp thứ nhất là 3% trong khi ở tốp thứ hai chỉ là 1%. Tại sao vậy? Nhóm nghiên cứu cho rằng ở tuổi dậy thì, lúc tuyến tiền liệt bắt đầu phát triển nhiều, việc uống sữa có ảnh hưởng. Bà Johanna Torfedottir nói với phóng viên hãng Reuter: "Chúng tôi tin rằng số liệu của chúng tôi rất vững chắc và chỉ rõ vai trò của tuổi dậy thì như một "thời kỳ bén nhạy" cho việc phát triển ung thư tuyến tiền liệt. Tuy nhiên chúng tôi vẫn còn rất thận trọng trong các diễn giải của chúng tôi. Không thể đưa ra kết luận với chỉ một cuộc nghiên cứu, vậy nên cần có thêm nhiều cuộc nghiên cứu thêm để xác nhận những tìm tòi của chúng tôi". Vì vậy nhóm nghiên cứu chưa đưa ra được một lời khuyên cho việc uống sữa ở độ tuổi dậy thì. Bác sĩ Matthew Cooperberg, nhà tiết niệu học tại *University of California, San Francisco* rất đồng ý khi nói: "Còn quá sớm để nói uống sữa gây ra ung thư tuyến tiền liệt. Người ta có thể nói là có liên quan, nhưng khó có thể chứng minh sự kiện. Có rất nhiều ích lợi cho sức khỏe khi uống sữa trong tuổi *teen*".

Có một cách có thể biết trước được một người có thể dễ dính ung thư tuyến tiền liệt là nhìn vào đầu tóc của họ. Cái râu cái tóc là góc con người nhưng có tóc nhiều hay ít cũng dính dáng tới cái anh ung khó chịu này. Những người hói đầu từ độ tuổi còn trẻ, dễ bị anh ung này hỏi thăm khi về già. Chuyện này là chuyện khoa học chứ không phải kỳ thị các anh ít tuổi lại ít tóc đâu. Một nghiên cứu của Đại học Paris Descarte tại Pháp do Giáo sư Phillippe Giraud cầm đầu, với sự tham dự của 390 ông đang được điều trị ung thư tuyến tiền liệt và 280 ông khỏe mạnh cho kết quả là các ông sớm rụng tóc có nguy cơ bị bệnh gấp đôi so với các ông xum xuê tóc tai. Cũng cần nói rõ: chỉ những người hói đầu ở độ tuổi 20 mới có vấn đề, những người rụng tóc nhiều ở độ tuổi 30 hoặc 40 thì không sao.

Những chàng thanh niên ở độ tuổi 20 đã sớm lâm vào cảnh "rửa mặt thì lâu, chải đầu thì chóng" này nên phòng ngừa trước để an toàn khi về già. Phòng chống bằng cách dùng thuốc *Proscar* hoặc *Finasteride*, loại thuốc điều trị hai thứ một lúc, vừa ngừa bệnh phì đại tuyến tiền liệt, vừa chống rụng tóc. Hãng bào chế *Glaxosmithkline* cũng đã chế biến thành công một loại thuốc mang tên *Avodart* ở Mỹ.

Dân đầu tóc không thưa thớt chắc khỏi cần biết tới cách phòng chống bằng thuốc trên. Họ ưa kiểu phòng chống bằng cách tiêu thụ rau quả hơn. Thứ tôi thường thấy là cà chua. Dân Ý và Hy Lạp hình như khoái thứ này nhất. Nhìn vào vườn rau sau nhà của người Ý hay người Hy Lạp quanh khu ta ở, hình như khắp vườn đỏ au vì cà chua. Họ cho cà chua là nguồn chính phòng chống ung thư tuyến tiền liệt. Trong một dịp đi ăn tại một nhà hàng Ý cùng với hai nhà thơ Nguyễn Đức Tùng và Đỗ Quyên tại Vancouver, tôi chú ý tới những hũ cà chua được xếp sát nhau trên cả một bức tường. Có thứ cà chua ngâm với một dung dịch mà tôi chẳng biết là thứ nước chi, có lẽ là dầu *olive*. Có thứ cà chua sấy khô. Có thứ cà chua nát bấy rền rền trong hũ. Trong những món ăn của họ, cà chua hầu như ở một vị thế ăn trùm các thứ khác. Theo Bác sĩ Michael Roizen thì cà chua là thứ vũ khí hữu hiệu phòng chống ung thư tuyến tiền liệt và ung thư vú. Vậy là cả bà và ông, hai ta cứ cà chua mà chén! Các cuộc nghiên cứu cho thấy nếu dùng các món có cà chua 10 lần trở lên trong một tuần thì các ông giảm được 34% nguy cơ dính ung thư tuyến tiền liệt so với những người mỗi tuần chỉ đôi lần ăn cà chua, các bà giảm được từ 30% đến 50% nguy cơ ung thư vú. Bác sĩ chuyên về ung thư Marc Ganick nhắc tới một cuộc nghiên cứu của Đại học Harvard đưa tới kết quả là những người dùng món ăn có cà chua từ 10 lần mỗi tuần trở lên giảm được 45% nguy cơ, trong khi những người chỉ dùng từ 4 tới 7 lần mỗi tuần chỉ giảm được 20% nguy cơ. Cà chua tốt như vậy vì có chất *lycopene* là một chất kháng ung thư rất hữu hiệu. Vùng có tỷ lệ ung thư tuyến tiền liệt thấp nhất là vùng Địa Trung Hải, nhất là tại hai nước Hy Lạp và Ý, vì món ăn ở nơi đây căn bản thường có cà chua. Đó là trống đánh xuôi, còn kèn thổi ngược là của nhạc sĩ FDA. FDA là chữ viết tắt của Cơ Quan Quản Trị Thực và Dược Phẩm Mỹ

(Food and Drug Administration). Ông nhạc sĩ chơi kèn FDA phán là không tìm thấy sự liên quan giữa chất *lycopene* và sự giảm thiểu nguy cơ bị ung thư tuyến tiền liệt. Còn nữa, vẫn ông FDA này lại phán: chỉ tìm thấy "rất hạn chế" sự liên quan giữa việc tiêu thụ cà chua và sự giảm thiểu nguy cơ hạn chế ung thư tuyến tiền liệt.

Vậy là bù trất! Cà chua là đỉnh điểm của huyền thoại dùng rau quả để hạn chế sự tự tung tự tác của anh ung, vậy mà bị FDA chê lên chê xuống. Những thứ ăn theo huyền thoại khác như: cà rốt, đậu nành, rau xanh, hạt nho, rượu vang, trà xanh thì ăn thua chi. Vậy là "truyền thống" rau quả ngừa bệnh đi đoong!

Lại bàn tới các phương pháp khác để phòng ngừa sự sưng sỉa của anh tiền liệt tuyến. Lần này đánh ngay vào chỗ hiểm của các ông. Trước hết là thủ thuật cắt bao da quy đầu. Thường thì đây là trò bắt buộc của các trẻ em gốc Do Thái. Các em này bị miễn cưỡng phẫu thuật "mở mắt" trong vòng 1 năm sau khi sanh vì lý do tôn giáo. Theo một nghiên cứu ngay tại Montreal chúng tôi của Tiến Sĩ Marie-Élise Parent và trường Đại Học UQAM thì các bé cắt bao quy đầu trong vòng 1 năm sau khi sanh ít bị anh ung thư tuyến tiền liệt hỏi thăm hơn 14% so với trung bình. Cuộc nghiên cứu với hơn ba ngàn người tham gia, gồm 1590 bệnh nhân ung thư tuyến tiền liệt và 1618 người khỏe mạnh, còn cho thấy nếu cắt da quy đầu sau tuổi 35 còn giảm được nguy cơ mắc bệnh tới 45%! Nếu là dân da đen, giống dân thường bị thứ ung thư này hỏi thăm nhiều nhất, thì giảm được nguy cơ tới 60%. Theo bà Marie-Élise Parent giải thích thì việc cắt da quy đầu làm giảm nguy cơ nhiễm các bệnh lây qua đường tình dục, mà các bệnh này vốn được coi là một yếu tố gây ung thư tuyến tiền liệt. Mấy ông bạn tôi nghe tới đây thì cười ngất: đã 35 tuổi, biết tỏng tong mùi đời, còn cắt chi nữa. Mà tại sao cắt muộn lại hiệu quả hơn cắt sớm? Bà Parent cũng ú ớ: "Chúng tôi chưa rõ tại sao lại thấy có tác dụng hơn với nam giới cắt bao quy đầu sau tuổi 35. Có lẽ những nam giới này đã có bệnh ở bao quy đầu khiến họ phải cắt bỏ".

Nếu bảo là thủ dâm làm giảm nguy cơ bị ung thư tuyến tiền liệt, chắc có nhiều vị cười ngất. Cái thứ tự túc tự cường này thường là những hành động lén lút để giải tỏa sự bức bối, xưa nay vẫn bị kết án là một chứng tật có hại cho sức khỏe chứ tốt lành chi. Nghĩ như vậy là xưa rồi! Theo khoa học ngày nay thì đó chỉ là ngộ nhận. Thủ dâm không có hại nếu không bị lạm dụng. Cái chi mà làm quá đáng chẳng gây hại, cứ chi thủ dâm! Nhưng tại sao thủ dâm lại làm giảm nguy cơ mắc bệnh ung thư đặc thù của các ông? Các nhà khoa học giải thích như sau: thủ dâm làm hạn chế sự ứ đọng tinh dịch. Mà tinh dịch gồm các thành phần như: *potassium*, kẽm, *fructose, acid citric* (những người hút thuốc còn có thêm *3-methyl cholanthrene* nữa), đều là những chất có thể gây ra ung thư khi bị ứ đọng trong các ống dẫn của tuyến tiền liệt. Hành động "chơi cờ không cần đối tác" khiến cho lượng tinh dịch lưu thông trong các ống dẫn thường xuyên hơn khiến các chất trên ít bám dính gây tổn thương cho các tế bào của ống dẫn. Ngoài ra, sự xuất tinh có thể làm cho các tế bào tuyến tiền liệt trưởng thành đầy đủ hơn nên kém nhậy cảm để trở thành ung thư. Cho tới nay, việc suy diễn này vẫn chỉ là giả thuyết. Còn cần thêm những nghiên cứu bổ túc cho suy diễn này.

Cũng vẫn tại Montreal chúng tôi, cũng vẫn bà Giáo sư Marie-Élise Parent (không hiểu sao bà này chịu khó chăm sóc tới cái tuyến bé tí tẹo của đàn ông chúng tôi thế!), một cuộc nghiên cứu khác mà kết quả vừa được công bố vào cuối tháng 10 trên tạp chí chuyên ngành *Cancer Epidemiology*. Lần này toán nghiên cứu là của Đại Học Montréal và Viện Armand-Frappier. Có trên 4 ngàn quý ông tình nguyện tham gia vào cuộc nghiên cứu này. Kết luận của nghiên cứu nghe rất mát lòng. Nếu trong suốt đời một người đàn ông mà họ chơi cờ người với hơn 20 người đàn bà khác nhau thì nguy cơ bị ung thư tuyến tiền liệt giảm được 28%. Bà Parent nhấn mạnh là không phải trên 20 bà một lúc mà lai rai trong suốt cuộc đời. Chuyện chi kỳ vậy, các bà bạn tôi trợn mắt tức tối trông như sắp sửa đi đánh ghen! Bà Parent, người được mệnh danh là *"Madame Prostate"*, bình tĩnh giải thích: "Những cuộc nghiên cứu trước đây đã khẳng định là càng xuất tinh thường xuyên càng giảm nguy cơ bị ung thư tiền liệt tuyến. Nay nếu họ có một đối tác mới trong một thời gian nhất định nào đó thì phải giả thiết là họ vui thú hoạt động tình dục nhiều hơn. Vì vậy xuất tinh nhiều hơn. Đó là một giải thích cho các kết quả nghiên cứu của chúng tôi". Cũng theo cuộc nghiên cứu này thì những ông còn trinh trắng có nguy cơ bị bệnh gấp đôi những ông đã dày chiến trận.

Tôi tưởng là kết quả đáng phấn khởi này sẽ làm các ông bạn tôi nhảy cẫng lên. Hóa ra không phải. Mặt ông nào ông nấy rầu rầu như vừa đi đưa đám về. Tra hỏi cặn kẽ cho rõ nguồn cơn, tôi mới được các ông ấy thổ lộ tâm tình. Sao cái bà Marie-Élise Parent này sanh sau đẻ muộn vậy! Phải chi bà ấy đưa ra cái nghiên cứu khoa học đầy phấn khởi này khoảng nửa thế kỷ trước có phải hay không. Ngày nay, các ông bạn tôi đã thuộc diện "xuân thu nhị kỳ", vậy thì tới kiếp nào mới...phòng được bệnh!

12/2014

QUÊ

Trong chuyến công du thường niên lần thứ chín tới các vùng Bắc Cực vào cuối tháng 8 vừa qua, Thủ Tướng Canada đã làm một chuyện ngoạn mục: cấm các ký giả của các cơ quan truyền thông nhà nước Trung Quốc không được tháp tùng Thủ Tướng. Các ký giả bị cấm cửa này làm việc cho Tân Hoa Xã và báo Nhân Dân. Sao có chuyện lạ rứa? Phát ngôn viên văn phòng Thủ Tướng nói huych toẹt: vì trong thời gian qua, những ký giả này có thái độ hung hãn, thiếu lịch sự! Họ đã làm chi? Li Xue Jiang, trưởng phòng Ottawa của tờ Nhân Dân, năm ngoái, đã xô tùy viên báo chí của ông Harper là bà Julie Vaux rồi giật *micro* của một thành viên Hội Đồng Cơ Mật để đặt câu hỏi. Ba viên an ninh bảo vệ Thủ Tướng đã phải ôm lấy ông Tàu gây rối này và dẫn giải ra khỏi phòng họp. Để biện minh, ông Li cãi là bà Vaux xô ông ta trước. Ông Andrew MacDougall, Giám Đốc đặc trách truyền thông của Thủ Tướng, nói: "Dù đồng ý hay không về diễn tiến cuộc họp báo, việc một ký giả Trung Quốc có hành vi xô đẩy nhân viên của chúng tôi là điều không thể chấp nhận". Chính ông ký giả Li này cùng ký giả Zhang Dacheng của Tân Hoa Xã đã có hành vi gián điệp khi thường xuyên chụp hình và dò hỏi các nhà báo khác về phi cơ vận tải loại C-130J của Không Quân Hoàng Gia Canada. Năm 2012, ký giả Mark Bourrie, làm việc cho Tân Hoa Xã, cũng tiết lộ là trưởng phòng Zhang Dacheng đã yêu cầu ông ta dùng thẻ nhà báo để thu thập tin tức tình báo về những người biểu tình chống Hồ Cẩm Đào khi ông này đến Canada, và về các thành viên của Pháp Luân Công.

Vậy là hai anh ký giả gia nô này đã tạo thêm một thành tích quê một cục sau khi thế giới đã kinh hoảng vì những hành động không giống ai của đám du khách Hoa lục. Nếu cho là mỗi công dân của một quốc gia, khi ra ngoại quốc, là đại sứ của nước đó thì Trung Quốc đã cho xuất cảng những đại sứ tồi. Con cháu của bác Mao đã múa may ra sao khi ra nước ngoài, báo chí đã từng đề cập tới. Rất nhiều lần! Xin tóm tắt một số sự việc nổi bật nhất.

Nhà báo Gwynn Guildford viết trong trang mạng *Quartz*: tại viện bảo tàng Louvre có một bảng thông báo viết bằng tiếng Hoa cấm không được tiểu và đại tiện bừa bãi. Thói xấu không tôn trọng vệ sinh của đám du khách Hoa lục này tại Paris còn khiến cho một khách sạn mới toang, chỉ mới khai trương trong năm 2014, của Công ty Zadig &Voltaire đã nói huỵch toẹt là họ không tiếp nhận du khách Trung Quốc. Chuyện khách sạn khổ với du khách Hoa lục là chuyện dài nhân dân tự vệ. Đi tới đâu họ quậy tới đó. Trên báo *Der*

Spiegel của Đức, ký giả Stephen Vorte kể lại kinh nghiệm của ông với một đoàn du khách Hoa lục. Ông thuê phòng tại một khách sạn ở Bavaria, Đức, và được phát cho một thông báo khá ngộ nghĩnh: "Ngày mai, khách sạn chúng tôi sẽ đón một đoàn du khách Trung quốc. Chúng tôi hết sức xin lỗi nếu những tiếng gọi nhau ầm ỹ của họ làm phiền quý vị. Quý vị cũng đừng ngạc nhiên nếu thấy họ dùng tay không sờ nắn bánh mì, bốc thử đồ ăn hay khạc nhổ bừa bãi cũng như ăn uống thô lậu. Nếu quý vị muốn thưởng thức bữa ăn sáng trong yên tĩnh, quý vị nên tới phòng ăn sau 8 giờ 30 sáng. Một lần nữa chúng tôi xin lỗi quý vị. Mong quý vị thông cảm vì đoàn du khách Trung quốc đến từ một nơi có một nền văn hóa khác với chúng ta". Máu nhà báo nổi lên. Ông Vort nghĩ tại sao khách sạn lại có hành vi bất lịch sự với khách như vậy, ông bèn tự điều tra. Sáng hôm sau, mới 6 giờ, ông xuống phòng ăn để chờ đám du khách Trung quốc. Và đây là lời thuật lại của ông: "Hơn cả ngạc nhiên, tôi đã sững sờ. Họ dùng muỗng gõ vào từng ổ bánh mì rồi dùng tay ấn thử. Một cô gái còn cầm xúc xích lên ngửi rồi nhăn mặt vứt trả lại. Một người đứng ở đầu phòng gọi bạn ở cuối phòng. Họ vừa đi lại vừa nhai nhồm nhoàm. Họ hạch sách nhân viên khách sạn bằng những câu chỉ có động từ, tôi cố để ý nhưng không thấy một từ "làm ơn" hay "cảm ơn" nào thốt ra từ miệng họ". Tuy vậy, cũng máu nhà báo đã bắt ông tìm hiểu cho ra ngọn ngành tờ thông báo của khách sạn. Ký giả Vort hỏi chuyện ông quản lý khách sạn và được ông này giải thích: "Tôi biết làm vậy là không được lịch sự nhưng nếu tôi không làm như thế thì nhiều khách sẽ sốc và giận dữ. Tôi hy vọng mình thông báo trước thì khách sẽ thông cảm với khách sạn hơn". Ký giả Vort còn tìm tới một vài nhân viên khách sạn để hỏi chuyện. Ông ghi lại lời của một nhân viên phục vụ trong phòng ăn: "Sau khi họ đi, chúng tôi phải giặt lại toàn bộ thảm trải phòng, họ khạc nhổ khắp nơi. Họ rời khỏi nơi đây là chúng tôi thở phào!".

Khách sạn có lẽ là nơi chịu đựng đám du khách này nhiều nhất. Một số khách sạn tại Thái Lan cho biết quái chiêu thuê một phòng cho hai người nhưng kéo vào ở tới bốn hoặc năm người. Rồi chuyện xả rác bừa bãi, phơi quần áo trên ban-công, không xả nước khi dùng nhà vệ sinh, khạc nhổ tứ tung, gây ồn ào vào lúc đêm khuya, để trẻ em đi vệ sinh nơi hồ bơi công cộng. Đủ món ăn chơi!

Tại Chiang Mai, một địa điểm du lịch nổi tiếng của Thái Lan, các vị sư của nhiều ngôi chùa cho biết các du khách Hoa lục nghênh ngang mặc quần cụt vào chùa. Một vài người trong bọn biết lõm bõm tiếng Anh nhưng rất khó giải thích cho họ về việc tôn trọng nơi chùa chiền. Chuyện này do báo *The Nation* của Thái ghi lại. Tới nhà chùa cũng thày chạy!

Ngay tại Hồng Kông, cũng đất nước Tàu nhưng là một loại Tàu khác, dân chúng cũng không chịu nổi các du khách… đồng hương. Giám đốc của một công ty du lịch đã than van: "Họ muốn chen nhau thay vì xếp hàng để mua túi xách LV hoặc lên xe lửa. Nhiều người ở Trung quốc, sau một thời gian dài không đủ tiền để đi du lịch ngoại quốc, đột nhiên họ giầu có nên kéo nhau đi du lịch. Đối với những người này, mọi thứ đều mới mẻ…Quả thật là họ mang lại rất nhiều đô la du lịch nên mọi người phải cắn răng mà chịu!". Năm ngoái, có tới 83 triệu người Hoa lục đi du lịch ngoại quốc, chi tiêu tổng cộng 102 tỷ đô. Số tiền lớn hơn bất kỳ quốc gia nào khác trên thế giới.

Chuyện ồn ào của các du khách Hoa Lục là chuyện dĩ nhiên vì họ thuộc một dân tộc ăn to nói lớn. Mỗi lần vào một tiệm ăn Tầu là tội cho đôi tai. Chẳng lẽ đi ăn mà không có tay cầm đũa? Vậy nên hai tai không được bịt cho đỡ khổ. Đám du khách này lại là dân Tầu loại đặc biệt. Họ ỷ vào đồng tiền. Có lần một du khách người Hoa ở Thái Lan đã chỉ tay vào ngực nói một câu xanh rờn: "Vì tôi có tiền!". Đồng tiền làm ngực ưỡn miệng ngoác ra sao? Trên một số báo *The New York Times* vào năm 2005, một nhân viên bán hàng ở New York đã nói với phóng viên : "Trời ơi! Họ nói chuyện lớn đến nỗi tôi phải nói lớn theo làm đau cả cuống họng!".

Một trí thức Trung Quốc không cho biết tên đã phân tích cặn kẽ chuyện…điếc tai này: *"Còn như nói đến ồn ào, cái mồm người Trung Quốc thì to không ai bì kịp, và trong lĩnh vực này người Quảng Đông phải chiếm giải quán quân. Ở bên Mỹ có một câu chuyện tiếu lâm như sau: Có hai người Quảng Đông nói chuyện với nhau, người Mỹ lại tưởng họ đánh nhau, bèn gọi điện báo cảnh sát. Khi cảnh sát tới, hỏi họ đang làm gì, họ bảo: "Chúng tôi đang thì thầm với nhau". Tại sao tiếng nói người Trung Quốc lại to? Bởi tâm không yên ổn. Cứ tưởng lên cao giọng, to tiếng là lý lẽ mình mạnh. Cho nên lúc nào cũng chỉ cốt nói to, lên giọng, mong lý lẽ đến với mình. Nếu không, tại sao họ cứ phải gân cổ lên như thế?"*

Không chỉ đấu võ miệng, các du khách này cũng động

thủ tay chân cho giãn gân cốt.Theo tường thuật của truyền hình CNN thì hãng máy bay *Hongkong Airlines* đã phải cho các tiếp viên đi học võ để đối phó với các du khách Hoa Lục say xỉn! Hồi tháng 2 vừa qua, một nữ du khách Trung Quốc đã để cho con đái vào trong một cái chai ngay trước mắt các thực khách trong một nhà hàng tại Hồng Kông. Được nhắc nhở, bà này còn cự lại là bà chẳng thấy có chi sai trái trong việc này cả. Chuyện các du khách này chụp hình kỷ niệm cũng đáng nể. Họ chụp lia chia không biết nhường chỗ cho người khác. Họ kéo nhau hàng đàn hàng lũ, bất chấp các bảng nhắc nhở. Theo *blog* Koreabang thì khi vào chụp hình trong trường đại học nữ Ewha, họ bất chấp các bảng cấm, cứ thản nhiên leo lên các luống hoa bồn cỏ bấm lia lịa.

Đến một nước tưởng như không thể trách cứ chi được các du khách Hoa lục như Bắc Hàn mà chủ nhà cũng phải than phiền về hành động của các ông bà con trời. Ai cũng biết Bắc Hàn dưới mắt người Hoa lục là tay dưới cơ, nếu không muốn nói là một nước đàn em kém cỏi ngửa tay nhận viện trợ của Trung Quốc. Theo thống kê thì trong năm 2012 đã có 237.400 du khách Hoa lục tới Bắc Hàn. Nhiều người qua biên giới bằng xe hơi riêng. Tệ nạn bắt đầu từ đây. Người Trung Quốc đã vứt kẹo bánh từ trong xe ra cho các trẻ em xô nhau cướp. Đói thì có đói nhưng dân chúng Bắc Hàn rất bất mãn về thói lỗ mãng kẻ cả của các du khách này. Ngày 5 tháng 8 vừa qua, báo *South China Morning Post* đã viết: "Những người hoạt động trong ngành du lịch Triều Tiên có thể rất khinh thường những du khách lỗ mãng đến từ Trung Quốc, nhưng họ cũng đánh giá cao cách chi tiền vung vít của những người này". Không biết tờ báo Hoa lục này tự hào hay muốn nhắc nhở dân nước họ. Từ một nước nghèo khó, nhờ chính sách mở cửa, chịu khó làm thuê cho các nước với giá rẻ mạt, họ đã trở thành một nước có nền kinh tế thứ nhì thế giới, trở thành một thứ trọc phú làm trò cười cho quốc tế khi họ tung tiền ra mua sắm trong các chuyến du lịch. Một hướng dẫn viên du lịch Triều Tiên đã mô tả với vẻ khinh miệt một nhóm du khách Trung Quốc điển hình như sau: "Một trăm người lẽo đẽo theo một lá cờ, tất cả đều đội mũ lưỡi trai, xuống từ xe buýt đến các cửa hàng bán đồ lưu niệm".

Từ chuyện hai ông ký giả giỏi đánh võ bị cấm theo đoàn công tác của Thủ Tướng Canada Stephen Harper, tôi vui tay "tố" các du khách hơi kỹ. Kể cũng tội cho họ. Từ năm 1949, khi Trung Cộng chiếm được toàn cõi Hoa lục, đuổi quân Tưởng Giới Thạch ra đảo Đài Loan, họ sống dưới chế độ cộng sản. Nếu ngày đó, họ biết chạy theo quân Tưởng qua Đài Loan thì bây giờ họ và con cháu họ đã không quê như vậy. Đài Loan ngày nay là một nước tân tiến, kinh tế phát triển, đời sống người dân ổn định. Và trên hết, họ là những con người biết phải trái, hòa nhập được vào đời sống văn minh của các cường quốc trên thế giới, không quê mùa như đám du khách Hoa lục bị mọi người khinh thường. Đó là hậu quả của một chính quyền không ra chi. Thượng bất chính hạ tắc loạn, chính tiền nhân Trung Hoa đã dậy như vậy. Bạo quyền cộng sản ngày nay phe lờ những lời dậy của tổ tiên để đi tới tận cùng của "bất chính". Cứ nhìn cách hành xử mới đây của họ thì biết. Tác giả Nguyễn Tuân, hiện sinh sống ở Úc, đã vạch ra những "đức tính" của nhà cầm quyền Trung

Quốc ngày nay.

Trước hết là tính nham hiểm. *"Chúng chọn thời điểm bất lợi nhất của VN để tấn công VN vào năm 1979. Đến lần này, họ chọn thời điểm mà thế giới đang bận tâm đến tình hình bên Ukraina, họ đem giàn khoan đến vùng đặc quyền kinh tế của VN để xâm lấn. Ngoài biển thì vậy, còn trong đất liền thì chúng ra sức chiếm các hợp đồng xây dựng, cho thương lái vào mua vét nông sản, hải sản của VN. Họ còn cho công nhân của họ sang VN giả bộ (?) làm việc, nhưng sau đó thì định cư luôn, lấy người VN và sinh con đẻ cái để tạo nên một thế hệ người Tàu mới ở VN. Do đó, khi có chiến tranh, đây là một lực lượng nội địa đáng kể của họ".*

Tính tráo trở. *"Tính tráo trở của Tàu thì phải nói là quán quân trên thế giới. Họ là những kẻ có thể biến đen thành trắng (và trắng thành đen). Họ cho tàu quân sự hay bán quân sự của họ húc thẳng vào tàu VN, thế nhưng họ lên báo chí tuyên bố rằng tàu VN đâm vào tàu họ. Mặc dù có những video clip chứng minh phát biểu của VN là đúng với thực tế, nhưng các quan chức Tàu vẫn nói ngược lại. Tính tráo trở của họ làm cho chúng ta không tin bất cứ điều gì họ tuyên bố. Còn cuộc chiến 1979 thì họ xâm lược và chiếm đóng VN, vậy mà họ nói đó là chiến tranh tự vệ! Thật chưa thấy một chính quyền nào trên thế giới mà tráo trở, trơ mặt như chính phủ Tàu cộng. Sự trơ tráo và đổi trắng thay đen của họ làm cho cả thế giới phải lắc đầu khinh bỉ. Nhưng hình như họ chẳng còn biết khinh bỉ có nghĩa là gì".*

Tính tiểu nhân. *"Tính tiểu nhân của Tàu thì quá nổi tiếng. Giới quan sát quốc tế xem Tàu là một nước lớn, nhưng chính quyền Tàu là một chính quyền tiểu nhân. Hành động tiểu nhân hiển nhiên nhất là việc cho tàu vào biển VN để cắt cáp tàu VN. Cách Tàu cộng đối xử với ngư dân VN ngoài biển chỉ có thể mô tả là hành động của những tên cướp biển. Hành động cho tàu đâm vào tàu người khác cũng là việc làm của kẻ tiểu nhân và lưu manh. Họ không dám đối đầu VN tay đôi, mà dùng chiến thuật "lấy thịt đè người", cho hàng ngàn tàu cá (?) xuống chiếm biển VN. Oái ăm một điều là văn hoá Trung Hoa đề cao tính quân tử, nhưng trong thực tế nhà nước và đảng CS Tàu hành xử rất tiểu nhân, đặc biệt là tiểu nhân với VN. Tính tiểu nhân của Tàu làm cho Tàu mãi mãi là một tiểu quốc".*

Tính lưu manh. *"Tính lưu manh của Tàu cộng hình như mang tính di truyền. Các quan chức Tàu công khai bàn về cuộc chiến với những lời lẽ [như thường lệ] rất... vô giáo dục. Họ vẫn xem VN như là một tên học trò mà họ từng dạy hồi nào đến giờ. Cái gien kẻ cả, với đặc tính lưu manh vô giáo dục này đã qua cả ngàn năm mà vẫn chưa đột biến. Thử đọc qua những văn bản vua chúa Tàu viết cho vua chúa ta thì biết cái tính vô giáo dục này nó đã có rất lâu đời. Những kẻ cầm quyền hiện nay cũng chỉ thừa hưởng cái gien đã có từ thời ông cha của họ trong các triều đình phong kiến. Ấy thế mà phía VN không có một lời phản ứng. Sự lưu manh của các quan chức Tàu cộng nổi tiếng đến nỗi Philippines phải cấm cửa đại sứ Tàu không cho tiếp xúc với Tổng Thống Philippines".*

Nhà cầm quyền mà nham hiểm, tráo trở, tiểu nhân và lưu manh, nếu cần có thể thêm: tàn bạo, ngoan cố, ác độc, thì "thượng bất chính" đứt đuôi, mong chi thần dân của họ không "tắc loạn", bị khinh rẻ khi ra ngoại quốc.

Nói cho ngay, chúng ta cũng dư thừa những chuyện... quê của du khách từ nội địa Việt Nam đi du lịch thế giới. Hình như cũng có những thứ quê mùa y chang. Tôi thử theo dấu những vết quê mùa này. Vào *google*, chỉ cần đánh hàng chữ "du khách Việt Nam" là cả một đống bài xếp hàng chờ. Tôi lựa ra một bài. Bài của tác giả Việt Văn đăng trên báo Lao Động. Tôi cứ trích nguyên văn vài đoạn cho trung thực.

"Khách nước ngoài họ rất có ý thức ứng xử văn minh, giữ gìn trật tự, vệ sinh, bảo vệ môi trường nơi tham quan du lịch, trong khi khách người Việt thì thường tùy tiện, bừa bãi. Du khách người Việt đi đâu là gây ồn ào (nhiều khi ngay trong thang máy), ở những chỗ đông người bắt buộc phải xếp hàng thì lại thích "chen ngang". Đã có lần, tôi ngạc nhiên khi thấy du khách Việt chen bật cả khách Tây để lên xe bus ra đường băng sân bay!...Nhưng cũng chính vì muốn có những tấm ảnh để khoe, du khách Việt đã "tận dụng" tối đa tất cả thời gian và cảnh quan để chụp. Khi mọi người đang cần một sự tĩnh lặng vừa phải để chiêm ngưỡng một di vật hay cảnh quan nào đó, thì người Việt cứ thế tự nhiên nói cười ồn ào lộn xộn, kéo nhau chụp ảnh, chẳng cần để ý đến những biển báo quy định về việc xâm phạm hiện vật hay cấm chụp ảnh (vì không có tiếng Việt nên không cần hiểu!), có khi còn chắn ngang cả tầm mắt người khác, thậm chí đôi lúc còn chổng cả mông vào người ta để chụp một bức ảnh kỷ niệm...Chuyện đi vệ sinh cũng là một chuyện tế nhị, và với du khách người Việt thì phải luôn có sự nhắc nhở "giữ vệ sinh chung", như

nhắc trẻ mẫu giáo, nhưng cũng chỉ là "nước đổ lá khoai",
họ cứ thẳng tiến "vào", và đi "ra" tự nhiên, để người đến
sau phải nhăn mặt bởi những gì người đi trước để lại. Đã có
những chuyện cười ra nước mắt ở Châu Âu, du khách Việt bị
nhốt trong toilet, bởi muốn cửa mở ra thì phải có động tác
giật nước xả!".

Y chang như du khách Hoa lục. Anh em cả mà! Thắm
thiết như trong thơ Tố Hữu: *Bên ni biên giới là mình / Bên*
kia biên giới cũng tình quê hương! Nhà cầm quyền cộng sản
hiện nay ở nước ta cũng cùng một duộc với thứ cộng sản
đang ngồi trên ngồi tróc bên Tầu. Trên đã vậy, dưới cũng
phải vậy. Không giống mới là chuyện lạ!

09/2014

·

ROI

Ông Tú Xương là một người khôn lỏi. Ông nghe lóm người ta chúc nhau trong ngày tết để lợi dụng thời cơ buôn bán. Người ta chúc nhau sống lâu, ông dọa đi buôn cối giã trầu. Người ta chúc nhau thăng quan tiến chức, ông dọa đi buôn lọng.

Lẳng lặng mà nghe nó chúc nhau
Chúc nhau trăm tuổi bạc đầu râu.
Phen này ông quyết đi buôn cối
Thiên hạ bao nhiêu đứa giã trầu

… … … … … … … …

Lẳng lặng mà nghe nó chúc sang:
Đứa thì buôn tước, đứa mua quan.
Phen này ông quyết đi buôn lọng,
Vừa bán vừa la cũng đắt hàng.

Hồi học lớp Đệ Nhị tại trường Chu Văn An, tôi được học thơ của ông Tú Xương và rất khoái lối thơ…bá ngọ đời này.

Khoái đến nỗi khi chúng tôi làm báo, tôi cũng thơ thẩn kiểu ông Tú, và làm như là hậu duệ có môn bài của nhà thơ sinh sống vào thế kỷ thứ 19 này, tôi lấy bút hiệu là Tú Sứt! Những bài thơ thời học sinh này, nay tôi quên béng hết. Thiệt đáng tiếc! May mà một ông bạn cùng lớp ngày đó là ông Phạm văn Quảng còn nhớ được một bài. Ông từ Toronto phôn lên đọc bài thơ bốn câu cho tôi nghe. Mừng muốn khóc! Bài này có tên là "Đi Chợ Tết".

Tí vàng tí đỏ lại tí xanh
Tí hồng tí trắng chạy lanh chanh
Thiên hạ đua nhau đi chợ tết
Có đếch gì đâu chỉ lấn quanh!

Nghe ra cũng có giọng của cụ Tú. Chẳng những giữ được giọng, ngày nay tôi còn giữ được cái kiểu khôn. Vậy nên, nếu ngày nay tôi qua làm ăn buôn bán tại các xứ theo Hồi Giáo, chắc tôi sẽ đi buôn…roi.

Roi là một dụng cụ dùng để giữ gìn an ninh trật tự rất cần thiết. Cứ hơi một chút là người ta đét đít. Chuyện roi là chuyện quen thuộc của chúng ta hồi nhỏ. Ai trong chúng ta ngày xưa chưa được nếm mùi roi thì không phải là thứ con… yêu! *Yêu cho roi cho vọt / Ghét cho ngọt cho bùi.* Vui một điều là roi dùng ở các xứ sở mà đàn bà con gái mỗi khi ra đường phải quấn kín mít từ đầu tới chân, không phải là đặc sản dành cho con nít mà là cho chính các phụ nữ kín mít này. Roi đã được lên cấp, không phải giao du với những chiếc mông tanh tưởi của con nít mà leo lên những cái mông mịn màng hơn nhiều. Mừng cho chiếc roi. Nhưng vải vóc kín mít như bức tường Bá Linh dày dặn có thể là một trở ngại lớn cho việc thăm thú của chiếc roi nếu các bà này cũng khôn lỏi như chúng tôi hồi nhỏ.

Hệ thống chống roi của chúng tôi ngày nhỏ rất tùy tiện. Tiện đâu vớ đó. Bởi vì chịu đòn là một chuyện không thể tiên đoán trước. Cứ hứng lên là cha mẹ thày cô ra tay. Vậy nên cứ nhanh tay nhanh mắt làm chuẩn. Trong lớp học là cuốn tập vở trong tầm tay hoặc những thứ mà bạn bè nhiều lòng thương vội thảy cho. Tại nhà thì chiếc quạt hay bất cứ thứ gì vừa mỏng vừa cứng để không bị lộ. Nhưng tiếng roi phát ra là một tên phản bội đáng ghét. Chiếc roi đập vào mông có tiếng khác chiếc roi đập vào một vật cứng khác. Khác một cách lộ liễu. Vậy là công cuộc phòng thủ không những thành công cốc mà còn bị tăng số roi vì thêm tội gian manh trí trá. Các bà bị phạt roi kín từ đầu tới chân chắc nhiều lợi thế hơn chúng tôi ngày xưa khi vẫn còn chịu ách thống trị của người lớn. Kín mít như vậy biết đâu mà mò. Nếu các bà ăn gian được thì mừng cho các bà. Đồng hội đồng thuyền thường có những cảm thông. Đồng…roi còn thông cảm nhau hơn nữa. Nhất là những cái mông chịu nạn không giống những cái mông của chúng tôi hồi nhỏ. Toàn thứ xịn!

Chuyện mới đây nhất. Tháng 4 năm 2014, nữ tài tử nổi tiếng quốc tế người Iran, Leila Hatami, bị đối mặt với án tù và hình phạt đét đít. Bà năm nay 41 tuổi, từng theo học Đại học tại Thụy Sĩ và Pháp, có chồng và hai con. Bố của bà là một đạo diễn điện ảnh nên từ nhỏ bà đã tham gia trong các phim của thân phụ bà. Tuy nhiên đó chỉ là những vai phụ, chắc đóng chơi cho vui, kiểu cây nhà lá vườn. Năm 1996, khi bà 24 tuổi, vừa học xong và về nước, bà đã được chọn đóng vai chính trong phim *Leila*. Lập tức tên bà nổi như cồn. Dân Iran rất tự hào về nữ diễn viên trẻ đẹp này. Bà nhận được nhiều giải thưởng. Chính khi đóng phim này, bà gặp nam tài tử Ali Mosaffa. Ba năm sau, họ kết hôn. Tuy rất nổi tiếng nhưng bà chỉ được biết trong phạm vi Iran. Mãi tới năm 2012, khi bà đóng vai chính trong phim *A Separation*, bộ phim đã đoạt giải Oscar về phim ngoại quốc hay nhất, giới điện ảnh quốc tế mới biết tới bà. Tháng 4 năm 2014, bà Leila được mời vào ban giám khảo trong Đại Hội Phim Ảnh Cannes. Khỏi cần nói, chắc ai trong chúng ta cũng đã nghe tới cái đại hội xi-nê nổi tiếng này. Dễ dầu gì mà được ngồi vào một trong những chiếc ghế…vàng của ban giám khảo. Chính trong vinh quang bà đã gặp nạn. Cái nạn lảng xẹc! Trong buổi gặp gỡ với Giám Đốc Đại Hội Gilles Jacob, theo phong tục Pháp, bà đã hôn trên má ông này. Vậy là từ quan đến dân bên Iran phẫn nộ. Họ lên án đòi phạt roi và giam giữ bà theo luật Hồi Giáo.

Nghe mà thấy giận tràn hông! Luật chi mà…ti tiện! Chẳng là tôi đã được coi hình nữ diễn viên Leila Hatami này. Người như vậy mà bị đè ra quất cho vài chục roi thật phí của. Bởi vậy nên tôi tức khí tìm hiểu xem luật này ra sao mà máu nhuộm bãi Thượng Hải như vậy.

Nguồn gốc luật này từ trong cuốn thánh kinh của Hồi Giáo là kinh Coran. Bộ kinh này gồm 6237 câu thơ chia thành 30 quyển, 114 chương. Các chương dài ngắn khác nhau, chương dài nhất có 286 tiết, chương ngắn nhất chỉ có 3 tiết. Trình tự các chương không được phân loại theo nội dung mà cũng không theo thứ tự thời gian. Các chương được ban hành ở Mecca được gọi là chương Mecca chiếm khoảng ba phần tư bộ kinh. Các chương được ban hành ở Madina được gọi là chương Madina chiếm khoảng một phần tư còn lại. Trong số trên sáu ngàn câu thơ chỉ có khoảng 200 câu có liên quan đến pháp luật, trong đó đề cập đến các nguyên tắc pháp luật; các quy định điều chỉnh các quan hệ dân sự và hôn nhân gia đình; các quan hệ hình sự; các quan hệ tố tụng; các quan hệ thương mại, tài chánh và quan hệ quốc tế. Ngoài bộ kinh Coran còn có bộ Sunna đề cập tới các phong tục tập quán truyền thống. Hai bộ này là nguồn luật chính của luật Hồi Giáo.

Có ba loại tội phạm theo mức độ nặng nhẹ. Loại 1 có tên là *Hudud* là loại tội chống lại Chúa, bao gồm 7 tội: ngoại tình, vu cáo, uống rượu, trộm cắp, cướp đường, phản đạo và vi phạm kinh thánh. Ba tội đầu là ngoại tình, vu cáo và uống rượu sẽ bị hình phạt roi. Hai tội tiếp theo là trộm và cướp bị phạt đóng đinh hoặc cắt tay chân. Hai tội chót là phản đạo và vi phạm kinh thánh sẽ bị hình phạt chặt đầu!

Loại 2 có tên là *Quesas* gồm các tội giết người do cố ý hay vô tình, gây thương tích và cưỡng dâm. Hình phạt là tử hình hoặc chuộc bằng tiền và tài sản.

Loại 3 có tên là *Taazir* gồm các tội ăn thịt heo, man khai, hối lộ, làm gián điệp, nói năng tục tĩu, ăn mặc khiêu dâm, vi phạm luật giao thông. Loại tội này nhẹ hơn hai loại trên và thường chỉ bị phạt tù và tiền.

Vậy thì cái tội ôm hôn xã giao của nữ tài tử Leila Hatami thuộc vào *category* nào? Tôi phân vân. Chẳng lẽ chỉ hôn lên má một người nam giữa thanh thiên bạch nhật mà bị coi là...

ngoại tình! Rắc rối tơ vò thiệt!

Tội của cô Tala Raassi, cũng người Iran, có vẻ rõ ràng hơn. Trong một tiệc sinh nhật của một cô bạn, nhóm bạn gái muốn thoát khỏi những cấm cản ngột ngạt nên rủ nhau ăn mặc theo ý thích. Bữa đó Tala chơi một chiếc váy ngắn. Buổi tiệc tưởng là kín đáo ai ngờ bị cảnh sát tôn giáo phát giác. Tất cả bị bắt giữ và chịu hình phạt. Tala bị phạt 40 roi. Bài báo trên tạp chí *Marie Claire* thuật lại theo lời kể của Tala: *"Tala đứng xếp hàng trong một hành lang dài và tối, tay bị khóa lại. Tất cả nhóm bạn run lẩy bẩy khi họ đứng đó và nghe tiếng kêu thét thất thanh kinh hoàng của hai người bạn khác đang phải chịu hình phạt bằng roi da. Họ đứng đó và chờ đợi tới lượt mình vào nhận hình phạt. Hai người bạn vừa chịu hình phạt bước ra, Tala nhìn thấy họ nước mắt đầm đìa, trang phục thấm đầy máu. Cô cảm thấy nghẹt thở khi nghe người ta gọi đến tên mình. Trong phòng phạt roi là hai người phụ nữ trung tuổi, mặt lạnh tanh, mặc váy dài màu đen truyền thống, họ tháo còng tay và để cô gái nằm úp mặt xuống giường. Họ dùng chiếc roi da dài, nhúng vào nước cho mềm để những cái vụt thêm đau. Tala quay lại và thấy người phụ nữ vung roi lên thật cao rồi quất vào người cô. Tala nhắm nghiền mắt lại vì kinh hãi. 40 roi khiến cô vừa đau vừa sốc. Khi đó, cô đang mặc một chiếc áo khoác. Tala nói rằng nếu phải nhận hình phạt đó, bạn sẽ ước gì mình đang không mặc áo bởi vết thương ứa máu sẽ càng đau hơn khi vải áo dính máu dán chặt vào da thịt. Điều khủng khiếp nhất là cha mẹ Tala khi đó đang ngồi ở phòng bên cạnh, buộc phải ngồi im nghe tiếng roi da vụt con mình. Sau khi nhận đủ 40 roi, cô được trả về cho gia đình".*

Tòa án tôn giáo đã kết án nhóm của cô Tala ba tội: ăn mặc không phù hợp, tiệc tùng với người khác giới và nghe nhạc phương Tây. Khi đó Tala Raassi mới vừa 16 tuổi. Bốn chục roi này đã ảnh hưởng nặng nề tới cuộc đời cô. *"Tala nhận 40 roi trong khoảng 10 phút, 10 phút đó đã thay đổi đời cô. Đường trở về nhà như dài vô tận. Người nhà đến đón cô chỉ im lặng, không ai nói gì với nhau. Về tới nhà, Tala vào phòng tắm và ở trong đó 6-7 tiếng, chỉ để xối nước ấm lên những vết thương. Sau khi tốt nghiệp trung học, cha mẹ Tala quyết định tốt nhất nên để Tala rời Iran vì sau sự việc đáng tiếc, cô trở nên khép mình, không giao du với bên ngoài và chỉ còn biết đến trường rồi về nhà. Tala liền sang Mỹ sống với họ hàng. Tại đây, cô được thấy những phụ nữ hoàn toàn tự do, họ mặc thứ gì mình thích và làm những gì họ muốn. Ngay lập tức, Tala biết rằng mình muốn trở thành nhà vẽ kiểu mẫu thời trang bởi đối với cô - một cô gái Iran - thời trang còn là sự tự do giải phóng bản thân".*

Tại Mỹ, cô xin vào làm việc tại một cửa tiệm bán quần áo thời trang. Tiến lên thêm một bước, cô mở cửa tiệm riêng chuyên bán quần áo do chính cô vẽ kiểu. Cô đặt tên cho mẫu quần áo của cô là *Dar Be Dar,* tiếng Iran có nghĩa là "Cánh Cửa Mở Ra Cánh Cửa". Cô trở thành một trong những nhà vẽ kiểu quần áo nổi tiếng nhất nước Mỹ. Năm 2012, tuần báo *Newsweek* đã vinh danh cô là một trong những phụ nữ can đảm nhất thế giới *"One of The Most Fearless Woman in World".*

Tôi nêu ra hai trường hợp roi vọt tại Iran không có nghĩa

là luật *sharia* chỉ có ở Iran. Bên Á châu chúng ta, Indonesia là một nước có đông dân chúng theo đạo Hồi nhất. Nhưng chỉ có ở khu tự trị Aceh, luật Hồi giáo mới được áp dụng triệt để. Vùng Aceh là vùng Hồi giáo du nhập vào từ thế kỷ thứ 13 và là vùng đầu tiên của Đông Nam Á theo đạo Hồi. Nhưng trải qua nhiều trăm năm, đạo Hồi không phải là quốc giáo tại đây. Cho tới đầu thế kỷ 21 này, chính xác là vào năm 2003, Hồi giáo mới lại thống trị trong các lãnh vực đạo đức và phong tục. Tại sao Indonesia lại cho mọc lên một hòn đảo tách biệt với cả nước như vậy? Theo nhà nghiên cứu Sydney Jones thì đây là một cuộc trao đổi. Chính quyền trung ương Indonesia để phần đất gồm 4 triệu dân này áp dụng luật *sharia* chỉ vì họ muốn mua chuộc phe nổi dậy chống lại quân đội Indonesia từ 25 năm qua để đòi ly khai.

Các tòa án tôn giáo được thiết lập. Roi vọt được dùng trong các trường hợp sau, có...giá đàng hoàng: uống rượu (40 roi), cờ bạc (12 roi), nam nữ gần gũi (6 roi), ăn mặc không thích hợp (từ 5 đến 6 roi). Lực lượng cảnh sát tôn giáo có khoảng một ngàn người. Chánh án là ông Armia Ibrahim. Trong một cuộc phỏng vấn của nhật báo Pháp *Le Figaro*, ông bênh vực roi. Theo ông thì các tổ chức nhân quyền phàn nàn về nạn đét đít là không đúng. Hình phạt chỉ diễn ra trong vòng mười phút, không có giam giữ, không mất tự do. Như vậy hình phạt này là nhân đạo! Cho tới nay, sau trên chục năm thi hành luật Hồi giáo, nhiều người đã thất vọng. Ngay cả "cha đẻ của luật sharia tại Aceh" là nhà luật học al-Yasa Abubakar cũng không dấu được vẻ thất vọng này. Ông này cho biết là, với luật Hồi giáo, ông hy vọng xây dựng được ở

Aceh một trật tự đạo đức, gắn liền với sự kiêu hãnh coi xã hội Aceh như một nơi thể hiện được những phẩm chất tuyệt vời của đạo Hồi. Nhưng theo ông nhận thấy thì cho tới nay, ông vẫn chưa thấy mô hình lý tưởng này được thực hiện mà chỉ thấy đạo Hồi bị lạm dụng. Các hào trưởng tại các địa phương đã sử dụng luật *sharia* cho mục tiêu chính trị với hàng trăm thánh đường được dựng lên và luật *sharia* được dán như những tờ quảng cáo trên khắp các góc phố!

Dù cha đẻ của việc áp dụng luật *sharia* ở tỉnh tự trị Aceh, nằm trên bán đảo Sumatra, thuộc Indonesia, có nói chi chăng nữa thì quốc vương xứ Brunei cũng bỏ ngoài tai. Ông vua của xứ dầu lửa giàu có này vừa quyết định áp dụng luật *sharia* bắt đầu từ ngày 1 tháng 5 năm 2014. Trong diễn văn ban hành luật, Quốc Vương Hassanal Bolkiah, 67 tuổi, tuyên bố: "Tôi đặt niềm tin vào Thượng Đế toàn năng và xin tạ ơn Ngài để thông báo từ ngày mai, thứ năm 01/05/2014, sẽ tiến hành giai đoạn đầu tiên của việc áp dụng luật *sharia*. Một số người cho rằng luật của Allah quá nghiêm khắc và bất công, nhưng chính Allah đã nói rằng luật của Ngài là công bằng".

Dân số xứ Brunei vỏn vẹn chỉ có 415.717 người, trong đó có 77% theo đạo Hồi, 13% theo Phật giáo và 10% theo Thiên Chúa giáo. Luật *sharia* mới ban hành chỉ áp dụng cho những người theo đạo Hồi. Đại khái thì bộ luật mới cũng phạt chặt tay chân tội trộm cắp, đánh bằng roi tội uống rượu hay phá thai, ném đá cho đến chết các tội khác. Nghe ra những roi cùng roi!

Tôi bỗng thấy mình phải phản tỉnh. Chuyện máu me không vui chi. Vậy nên tuy đã có thời tự nhận là Tú Sứt, hậu sinh của Tú Xương, nhưng cũng đành để tiền nhân muốn buôn cối hay buôn lọng tùy hỉ. Tôi nhất định không buôn roi chi hết. Sức mấy mà tôi tiếp...roi cho mấy anh râu ria rậm rạp hành hạ bàn tọa của những giai nhân cỡ như các nàng Leila Hatami và Tala Raassi. Cũng nên thương hoa tiếc ngọc. Tính tôi như vậy!

07/2014

TĂM

Một số nhà hàng ăn tại Montreal chúng tôi vừa bổ túc thêm một sản phẩm mới, không phải trong phòng ăn mà là trong phòng vệ sinh. Đó là gắn trên tường những hộp cung cấp chỉ nha khoa cho khách hàng. Cái hộp làm sạch này có tên là Oralgem do bà Marta Correia và ông Danny Filippone sản xuất ngay tại Montreal. Thực khách, sau khi no nê thịt thà bánh trái, có thể vào *toilet,* ngắt một đoạn chỉ nha khoa để làm sạch răng. Chỉ nha khoa là thứ mà hầu như ai cũng biết. Đó là một sợi chỉ, có loại được bôi sáp cho trơn, có loại được thêm vị bạc hà cho…mát, nhưng cũng có loại để mộc, tùy theo ý thích của mỗi người. Từ trước tới nay chỉ nha khoa này được bán từng tuýp nhỏ có thể bỏ vào túi để dùng bất cứ lúc nào. Cái mới của hai ông bà Marta Correia và Danny Filippone này là biến thứ chỉ để trong túi thành thứ bự tổ chảng treo trên tường cho mọi người dùng chung. Nhưng phải nói cho rõ: đây không phải là sáng kiến của hai ông bà này. Bà Marta đã kể lại: "Danny trông thấy loại chỉ này trong một nhà hàng tại Brazil vào năm 2010. Anh kêu tôi lại nói: "Anh nhìn thấy thứ hay ho này. Em coi kỹ coi!". Sau đó, hai chúng tôi, một người vẽ kiểu và một kỹ sư, quyết định nhào vào sản xuất". Công của hai người là cải tiến chiếc hộp từ một thứ như…pháo đài tại Brazil thành một thứ nhẹ nhàng, mỹ thuật và dễ dùng hơn. Bà Marta năm nay 40 tuổi, tốt nghiệp Đại Học Concordia, hãnh diện với sản phẩm của hai người: "Tôi yêu những gì mà chúng tôi đã đạt được vì sự độc đáo của nó. Đó là đứa con của tôi và tôi hãnh diện có nó. Mọi người có thể dùng nó trong tiệm ăn, khách sạn và phòng tập thể dục hay ngay tại *toilet* trong nhà. Đó là một vật dễ thương và là một thứ quà nho nhỏ cho các khách hàng, một thứ chứng tỏ là nhà hàng tôn trọng và chú ý tới thực khách của họ. Tôi biết có nhiều nhà địa ốc đã tặng chiếc hộp này làm quà cho khách hàng của họ khi ký xong giao kèo mua nhà". Hiện đã có khoảng năm chục nhà hàng tại Montreal và vùng phụ cận có gắn chiếc hộp chỉ nha khoa này. Tôi nghĩ không có nhà hàng Việt hay Hoa nào trong số này. Họ vẫn chỉ cung cấp tăm trên quầy thu tiền.

Hàm răng chúng ta có những kẽ hở giữa những chiếc răng. Khi ăn uống, những… tàn dư của thức ăn có thể bám vào những kẽ này để làm hại răng. Thường thì chúng ta hay dùng tăm để khều những thứ này ra nhưng dùng chỉ nha khoa ít làm hư hại nướu răng hơn. Sau này chỉ nha khoa được dùng nhiều hơn. Nghe vậy chúng ta dễ nghĩ đây là một thứ mới toanh thay thế cho cây tăm nhưng không phải, chỉ nha khoa có tại Mỹ từ thập kỷ 1800 lận! Năm 1882, chỉ nha khoa được sản xuất và bán cho khách hàng. Hãng đầu tiên làm chỉ này là hãng Johnson & Johnson. Thương hiệu này ngày nay vẫn còn! Năm 1898, hãng Johnson được cấp môn bài đầu tiên để sản xuất.

Hình như người Việt chúng ta mới biết tới loại chỉ này. Chúng ta có thói quen dùng tăm nhiều hơn. Theo tôi nhớ thì hình như tại Việt Nam trước đây không có loại chỉ này hoặc có mà quê mùa như tôi không biết! Chỉ từ khi chúng ta qua định cư bên đây mới quen dùng chỉ nha khoa. Có một ông rất tự hào là mình theo kịp thời khi dùng chỉ này. Ngồi ăn tiệc xong, mọi người dùng tăm, ông lôi sợi chỉ ra…gẩy. Gẩy như vậy dĩ nhiên có hậu quả là thức ăn thừa trong kẽ răng bắn ra gây…tai nạn cho những người ngồi quanh. Văn minh học đòi có cái giá của nó!

Tăm cũng có những tiến triển theo năm tháng.Từ những chiếc tăm tre, qua tăm gỗ đến tăm nhựa. Những ngày tôi còn nhỏ, ông nội tôi thường hay ngồi chẻ tăm tre. Ống tre tươi được cắt thành từng đoạn dài khoảng ba bốn chục phân, dùng dao mác, thứ dao có cái cán dài thoòng và lưỡi rất sắc, chẻ dọc ống tre ra thành nhiều mảnh. Dóc phần ngoài của đốt tre thường gọi là cật tre màu xanh, bỏ phần thịt trắng phía trong đi. Chẻ nhỏ phần cật ra tới khi nhỏ thành một cây tăm mới vuốt cho trơn tru rồi đem phơi nắng. Khi tăm khô bỏ vào ống dùng dần. Những chiếc tăm này thường có cạnh rất sắc, vô ý xỉa sẽ rách nướu chảy máu.

Tôi mới được coi một *video clip* cách làm tăm gỗ ở Mỹ. Nguyên một khúc gỗ cây, đường kính khoảng nửa thước, dài cũng khoảng đó, được cho vào máy, chạy qua nhiều công đoạn. Khúc gỗ lớn như vậy ở đầu vào, tới đầu ra thì thành những chiếc tăm nho nhỏ được khử trùng và đóng hộp.

Tăm nhựa tôi chỉ được thấy khi đã bày bán ở các nhà thuốc hoặc siêu thị. Một đầu nhọn, một đầu có những tua bao quanh. Đầu nhọn để chọc qua kẽ răng, đầu có…râu để vê những cặn bã cho sạch hết. Tăm nhựa bây giờ cũng rẻ rề, vừa vệ sinh, vừa mềm mại không làm hại răng và nướu.

Có sợi chỉ nha khoa tiện lợi tưởng rằng tăm sẽ biến mất nhưng số người dùng tăm vẫn nhiều, đủ để nuôi được kỹ nghệ làm tăm gỗ và tăm nhựa. Tăm tre hầu như không còn nữa. Tại sao người ta, nhất là người Á châu, vẫn khoái dùng tăm? Có lẽ vì cách dùng giản dị hơn dùng chỉ. Dùng chỉ phải vào chỗ có gương, vừa soi vừa khẩy trong khi tăm có thể dùng bất cứ nơi đâu, miễn là che chắn kín đáo một chút cho khỏi phiền những người chung quanh. Nhưng có những người không cần kín đáo, họ còn cố ý phô cây tăm trên đường phố. Dân ta cũng có nhưng dân Tầu coi bộ nhiều hơn. Đi du lịch bên Trung Quốc, chúng ta thấy cảnh dân chúng ngậm tăm đi nghênh ngang ngoài đường là cảnh không hiếm. Tính tôi hơi sắc mắc. Tại sao vậy? Chẳng có sử sách nào bàn tới chuyện nhỏ xíu này. Thôi thì tự mình lý giải, trúng hay trật cũng chẳng sao. Ngậm tăm ngoài đường phố một cách hãnh diện có lẽ là vì phong cách của dân tộc Hoa. Với số dân đông đúc, việc được ăn no hình như là việc đáng phô trương. Gặp nhau, câu chào hỏi của người Hoa là: "Ăn cơm chưa?". Việc có cơm ăn là việc hàng đầu. Vậy nên khi ngậm chiếc tăm cho mọi người thấy coi bộ là một cử chỉ đáng tự hào vì mình đã có cơm ăn.

Trong cuốn hồi ký *"Thuở Mơ Làm Văn Sĩ"*, nhà văn Nguyễn Thụy Long kể lại thời kỳ đói rách đến không có cơm ăn của những người sau này là những tên tuổi sáng chói trên văn đàn. Một bữa, đói mềm người, hai ngày chưa có chút chi vào bụng, nhà thơ chưa nổi tiếng Nguyễn Đức Sơn rủ nhà văn Nguyễn Thụy Long cũng chưa nổi tiếng đi ăn ở quán cơm xã hội Anh Vũ dành cho học sinh sinh viên ở đường Bùi Viện, Sài Gòn. Cơm ăn thả cửa, ba món ăn, giá chỉ có từ 3 đến 5 đồng một người. Vậy mà hai hàn sĩ này không có đủ mấy đồng bạc để ăn. Họ phải giở mánh. *Tôi từng nghe nói về quán cơm này nhưng đây mới là lần đầu tiên đến. Tôi thú thật với Sơn điều ấy. Sơn ra người sành sỏi ăn cơm Anh Vũ: "Vậy thì mi cứ nghe tao, tao làm gì mi làm cách đó". "Tao đủ thông minh miễn là không ăn giựt ăn chạy". "Không có đâu". Khi bước chân vào quán Anh Vũ, quán cơm đông khách, hầu hết là học sinh. Chúng tôi ngồi xuống một bàn trống. Những người khác ra quầy mua phiếu rồi đi ra một bàn khác tự do chọn thức ăn, giỏ cần xế cơm gần đó, ai muốn xúc bao nhiêu thì xúc. Tôi không thấy Nguyễn Đức Sơn làm điều đó, anh cắm một cây tăm lên miệng. Tôi ngơ ngác vì chúng tôi chưa ăn gì mà đã xỉa răng. Nguyễn Đức Sơn hối tôi: "Xỉa răng đi!". Tôi làm theo lệnh Sơn như cái máy. Hắn lại ra lệnh: "Đứng dậy đi theo tao!". Tôi đi theo Sơn vào bếp. Những cái chảo lớn nấu cơm. Cơm thì rỡ ra những giỏ cần xế khiêng ra ngoài nhà ăn. Những người nấu cơm dùng cái xẻng lớn cạy những tảng cháy to hất ra những cái thùng to. Có những người chạy đến bẻ một miếng. Sơn cũng tới bẻ một miếng, hối tôi: "Mi bẻ lấy một miếng đi,* mình ăn cơm rồi, bây giờ đét-se miếng cơm cháy cho thơm miệng". Tôi làm theo Sơn, và bây giờ tôi hiểu được việc làm của bạn. Tôi bẻ miếng cơm cháy hơi to, theo Sơn lên nhà ăn. Hai thằng ngồi đàng hoàng vào bàn ăn, rắc muối tiêu và xịt nước tương vào miếng cháy. Tôi ăn đến loáng hết miếng cháy mà vẫn còn thòm thèm. Sơn nhìn tôi cười: "Lần sau thì rút kinh nghiệm nhé, nhưng không sao, chiều mình lại đến. Bây giờ mày ra uống trà đàng hoàng cho nó nở ra là vừa bụng". Tôi uống một ca trà, người thấy dễ chịu. Hình như trong quán Anh Vũ không phải chỉ có hai đứa chúng tôi ăn uống theo kiểu này, mà nhiều. Tôi nghe tiếng la ở nhà bếp: "Thôi chứ các cha nội, lấy hết cơm cháy rồi nhà thầu cơm dư tới lại la tụi tôi không để cơm cho heo!".

Cây tăm cỏn con đã cõng được những bữa ăn chặt bụng cho những anh văn thi sĩ nghèo chưa ra giàng. Tăm được việc như vậy thì cần chi tới những sợi chỉ nha khoa mong manh dù chỉ có văn minh hơn tăm.

Tăm hay chỉ đều nhắm mục đích đánh bật những thứ nằm vùng rác rưởi trong kẽ răng. Chính những thứ giắt răng này làm tích tụ vi khuẩn gây ra các bệnh nhiễm trùng cho nướu răng, mô liên kết và xương ổ răng. Một khi bị nhiễm trùng thì bệnh nha chu sẽ tới hỏi thăm gây nên những thứ không dễ chịu chút nào như hôi miệng, tụt nướu, răng lung lay… Các viêm nhiễm quanh răng kéo dài có thể góp phần thúc đẩy vi khuẩn gây hại xâm nhập vào mạch máu, làm giảm hệ miễn dịch, gián tiếp gây ra các bệnh về hô hấp, tim mạch và tiểu đường. Thứ nào nghe ra cũng phát ớn!

Nhớ, hồi nhỏ chúng tôi đánh răng một cách hết sức trình

diễn. Chỉ đánh ở mặt ngoài răng, mặt giơ ra mỗi khi chúng ta cười. Đánh như vậy cũng như không vì hai mặt răng phía trong và phía trên cùng nướu răng vẫn nhớp như tinh. Nướu là phần mô quan trọng bao bọc xương ổ răng, bảo vệ chân răng khỏi sự tấn công của các vi khuẩn và độc tố gây hại. Vậy mà khi chăm sóc vệ sinh răng miệng, nhiều người đã quên hẳn anh chàng nướu này. Tới khi nướu sanh chuyện mới…tốn tiền! Khi đánh răng mà thấy có máu thường xuyên chảy ra ở chân răng là nướu đã đầu hàng. Tôi đã từng là một nạn nhân của bệnh nha chu này.

Cũng cả hai chục năm trước, mỗi khi đánh răng là có máu rỉ ra nơi chân răng, tôi đã vội tới phòng mạch nha khoa. Bản án: nướu bị viêm nặng phải lật ra kỳ cọ lại! Vậy là… máu nhuộm bãi Thượng Hải! Nha sĩ phải cắt lật phần nướu ra, *clean* thật sạch rồi may lại. Nghe nói thì nhanh nhưng đây là cả một tháng chịu tội dài dằng dặc của tôi. Nha sĩ chia mỗi nướu ra làm ba phần, hai nướu thành sáu phần. Mỗi lần cắt, lật nướu ra để làm sạch rồi may lại chỉ có thể làm với hai phần, ở nướu trên và nướu dưới ở cùng một vị trí. Như vậy tổng cộng phải làm ba lần: bên phải, chính giữa và bên trái. Không thể làm một lần được vì sẽ đau thấu trời xanh và không ăn uống được cho tới khi nướu lành lại. Mỗi lần làm là ê ẩm cả miệng. Chờ cho nướu lành lại đàng hoàng mới làm tới phần khác. Ròng rã hơn một tháng, miệng ôi là miệng! Ăn uống trệu trạo chẳng ra sao, người xuống kí, túi vơi đi một số khá khẳm. Hồi đó đã không dưới vài ngàn đô, giờ thì không biết bao nhiêu. Có lẽ phải mở một cái ngoặc ở đây. Người già thì răng cỏ bậy bạ chẳng ra sao. Cái thì rung rinh, cái thì ê ẩm, cái thì muốn bỏ ta mà đi. Vậy mà bảo hiểm của người già tại Canada chúng tôi lại không có cái vụ chữa răng. Mà phí tổn chữa răng đâu có rẻ, chỉ *clean* răng cũng đã tốn hơn trăm đô. Tiền già thắt thẻo chịu chi thấu. Vậy nên các ông bạn tôi tìm những nẻo ít tốn kém mà đi. Cứ đau cái nào nhổ phắt cái đó cho khỏi tốn tiền trám răng lôi thôi. Nhổ riết rồi hàm răng lỗ mỗ chỗ có chỗ không, vừa mất thẩm mỹ vừa trở ngại cho việc ăn uống lại vừa thều thào ăn nói khó nghe. Có những ông lưa thưa chỉ còn vài cái bèn nhổ hết để làm nguyên hai hàm răng giả cho xong nợ răng cỏ. Chỉ một lần tốn nhưng một lần là…trăm năm! Lại có thể vừa đánh răng vừa huýt sáo cho đời thêm vui! Một ông bạn tôi chơi hai hàm răng giả gặp bạn già nào cũng khuyên răn: "Chớ nhé! Còn vài cái răng cũng cố gắng giữ lại. Răng giả…toàn tập nhai cơm như nhai cỏ, chẳng biết ngon là cái chi chi". Chắc vậy nên mấy ổng mới phải về Việt Nam tìm cỏ non mà nhai cho đỡ hại răng!

Đánh răng không chỉ là đánh răng mà phải đánh…nướu nữa. Trong 24 tiếng đồng hồ của một ngày, vi khuẩn có thể phát triển trong miệng và hình thành các mảng bám trên răng. Để ngăn chặn, các nha sĩ khuyên nên đánh răng sau mỗi bữa ăn, tối thiểu cũng phải sau bữa ăn sáng và trước khi đi ngủ. Nhưng đánh quá nhiều lần hoặc đánh quá kỹ cũng không tốt vì men răng sẽ bị mòn.

Đánh răng như thế nào cho đúng…văn phạm? Đối với người lớn, hầu hết các vấn đề về răng bắt đầu ở nướu. Vậy nên đánh với một góc 45 độ và để bàn chải gần nướu răng. Điều khiển bàn chải theo một chuyển động tròn chứ không nên đánh qua đánh lại một đường thẳng như cưa gỗ vì sẽ làm hư men răng. Không nên đánh quá mạnh có thể làm hỏng men răng và gây kích ứng nướu. Bàn chải phải mềm, cứng quá sẽ gây tác hại cho răng. Cần thay bàn chải mỗi hai hoặc ba tháng để việc đánh răng có tác dụng tốt.

Lại nhớ, ngày nhỏ việc đánh răng khá tùy tiện. Bàn chải lâu ngày quăn tít nhưng chưa…gẫy là vẫn còn dùng. Thuốc đánh răng đâu có tân kỳ và phong phú như ngày nay. Vào đầu thập niên 1960, chúng ta vẫn còn dùng thuốc đánh răng dưới dạng cứng như cục xà bông. Tôi nhớ ngày đó thịnh hành nhất là thuốc đánh răng Gibbs màu hồng. Khi đánh răng phải nhúng bàn chải vào nước, quệt đi quệt lại trên bánh thuốc cho nổi bọt bám vào bàn chải. Tới khi có kem đánh răng anh chà và Hynos và kem Perlon đã là một bước tiến vượt bậc. Bây giờ thì đủ trường phái, nào Colgate, nào Crest, mỗi thứ lại gồm nhiều…tiết mục, chẳng biết đằng nào mà chọn lựa. Trong kem đánh răng ngày nay bao gồm các chất xà bông, chất làm sạch, chất tạo màu và hương liệu. Ngoài ra còn có các loại muối *amoni*, chất diệp lục, *fluoride* và đinh hương. Chất *fluoride* giúp ngăn cản bệnh mục xương. Trước khi đánh răng nên dùng chỉ nha khoa để chất *fluoride* trong kem đánh răng có thể xâm nhập được vào các kẽ răng.

Lợi ích của chỉ nha khoa đối với việc giữ vệ sinh răng miệng là chuyện không cần phải bàn nữa. Hiệu quả của nó đã rõ ràng. Vì vậy mà tôi đã la lớn lên là năm chục nhà hàng tại Montreal chúng tôi đã cung cấp chỉ nha khoa miễn phí. Có điều tôi chưa nói hết. Đó toàn là các nhà hàng Tây. Nhà hàng Tầu và Việt chưa có dịch vụ nên có này.

Giá của mỗi hộp chỉ nha khoa Oralgem dùng tại nơi công cộng khá phải chăng, chỉ có 39.95 đô! Khi hết chỉ, chỉ tốn thêm có từ 6.95 đô tới 9.95 đô một cuộn chỉ thay thế. Nếu muốn thì các nhà hàng Tầu, nơi các tổ chức và hội đoàn người Việt thường tổ chức những buổi tiệc, có thể trang bị chiếc hộp này dễ dàng. Nhưng tôi chắc họ sẽ không làm.

Không cắm cây tăm trên miệng ai biết mình vừa ăn no! Cây tăm rất tiện cho việc trình diễn, sợi chỉ èo uột sánh làm sao đặng!

12/2014

TẶNG

Tôi muốn kể một câu chuyện tình. Của ông Jim Nelson và bà Sharon Plucar. Hai cái tên lạ hoắc. Ngay cả người Mỹ cũng chưa hề nghe tới hai cái tên này và câu chuyện tình của họ, huống chi người Việt chúng ta. Nhưng cứ nghe chuyện đã. Họ gặp nhau vào năm 1970 tại Concordia ở tiểu bang Kansas. Lúc đó họ còn ở trong tuổi đôi mươi. Nơi họ gặp nhau lần đầu là tại một cuộc triển lãm nghệ thuật. Sau đó, họ thường cùng nhau đi nhảy *polka*. Nhưng cũng như những mối tình đầu, ít cuộc tình nào trọn vẹn. Họ không được gần nhau. Jim trở thành một nghệ sĩ và tới sinh sống ở Vancouver bằng nghề vẽ chân dung. Sharon vẫn ở lại quê nhà, làm tại một ngân hàng và lấy chồng.

Vài thập niên sau họ gặp lại nhau. Khi đó, Jim có công việc phải trở lại Concordia, Sharon đã thành góa phụ và làm bưu tá viên tại một vùng quê hẻo lánh. Một bữa, nghe tin người tình cũ đã trở về Kansas, Sharon điện thoại. Jim tới ngay với một chiếc bánh *chocolate* trên tay. Họ a vào nhau, nối lại tình xưa. Jim thổ lộ: "Tôi biết ngay là tôi đã bỏ lỡ cơ hội bằng vàng nhiều năm trước!". Họ cưới nhau vào năm 1992 tại trang trại của Jim ở Jewell County. Khỏi phải nói, họ không rời nhau một bước. Nơi họ thường hay la cà tới là một tiệm cà phê ở Lincoln. Bà chủ tiệm Marilyn Helmer ca tụng: "Họ là một cặp thành hôn muộn màng nhưng thật hoàn hảo!". Cho tới khi một người không hoàn hảo. Không phải lỗi của họ. Nhưng lỗi của ai bây giờ? Sharon bị ung thư xương! Lúc đó là năm 2007. Họ đã sống với nhau được đúng 15 năm. Tin chết người này làm Jim cảm thấy như bị một chiếc xe tải xô vào người. Một năm ròng ông đưa bà vợ Sharon đi làm hóa trị tại bệnh viện. Ung thư là một thứ bệnh ma lanh. Nó chơi trò trốn tìm làm bệnh nhân phát mệt. Chỉ một năm sau, nó làm *protein* tụ lại trong một trái thận khiến thận chỉ còn 13% hoạt động. Khổ nỗi là năm 2005, Sharon đã phải cắt một trái thận rồi. Giờ chỉ còn một trái bệnh hoạn ì ạch hoạt động. Họ phải tính tới chuyện xin một trái thận để thay. Jim bù đầu vào việc tìm hiểu và liên lạc với các nơi phụ trách việc hiến tặng các bộ phận cơ thể. Trong khi đó, Sharon phải lọc máu ba lần một tuần tại bệnh viện ở Concordia. Jim biến ghế sau của chiếc xe thành một chiếc giường nệm gối đàng hoàng để Sharon nằm. Jim ghi tên Sharon vào chương trình xin thận của người sống tại Mayo Clinic. Nơi đây có hai chương trình. Nếu muốn xin thận của người chết thì phải ghi tên vào danh sách chờ đợi hiện đã rất dài. Xin thận của người sống không phải ghi tên vào danh sách chờ nhưng tùy thuộc vào việc chính gia đình bệnh nhân trực tiếp xin thận của người bằng lòng tặng. Nghe ngóng tại bệnh viện, Jim được biết là có một người đàn ông ở Wisconsin dựng một tấm bảng xin thận và chỉ trong vòng hai tuần lễ đã nhận được thận. Vậy là Jim thực hiện theo cách đó. Tháng 12 năm ngoái, ông thuê được với giá rẻ một tấm bảng dựng bên lề quốc lộ I70, quãng gần Salina. Ông chất tất cả dụng cụ trên xe của ông và một mình lái xe tới kẻ chữ trên tấm bảng. Trên nền trắng, hàng chữ bằng sơn đen của ông kẻ rất vụng về và đơn giản. *"I need a Kidney. 785-428-3390"*. Con số theo sau là số điện thoại nhà ông. Trong các bức tranh của người họa sĩ chuyên nghiệp này có lẽ đây là bức vẽ cẩu thả nhất. Nhưng quan trọng nhất!

Quả thực tấm bảng đập vào mắt các người lái xe qua khúc đường này. Giới báo chí hùa vào. Tờ *Star* cho chạy câu chuyện của vợ chồng Jim và Sharon. Rồi đài truyền hình địa phương *KAKE* trình chiếu câu chuyện về tấm bảng. Rồi khi một hãng thông tấn ở Nữu Ước loan tin thì nhà của Jim và Sharon nhộn nhịp tiếng chuông điện thoại kêu tới. Điện thoại từ khắp nơi kể cả những nơi xa xôi như Hawaii! Người kêu thuộc đủ mọi thành phần trong xã hội. Đàn ông đàn bà. Trí thức lao động. Người nào cũng hỏi họ có thể giúp gì được. Nhiều người cho biết họ chỉ điện thoại để thăm hỏi và khích lệ tinh thần hai vợ chồng. Nhưng phần lớn tỏ ý muốn hiến thận của họ nếu tương hợp. Jim vui mừng tưởng trái thận đã để sẵn tại nhà ông. Trái thận chưa tới nhưng Sharon đã lên tinh thần, cười nói huyên thuyên trả lời các cú phôn tới tấp bay tới. Nhưng rồi ngày qua, tuần qua, tháng qua. Mặc dù thiện ý của mọi người có đó, nhưng chưa có chi cụ thể cả.

Luôn luôn có một trở ngại đứng ngáng đường. Người muốn tặng thận thì nhiều nhưng người thì trẻ quá, người thì già quá, người thì yếu quá. Có người còn cho biết muốn bán thận chứ không tặng! Cũng được đi, nhưng luật lệ ở Mỹ cấm bán nội tạng. Jim nghĩ ra cách viết thư cho các trường Đại học, các trung tâm nghiên cứu về thận để hy vọng nhận được những trái thận thí nghiệm. Vẫn không có kết quả.

Tháng 9 vừa qua, sức khỏe của Sharon đã tới hồi báo động. Bà bị sốt và lạnh, hai tuần không dứt. Tình trạng thật bết bát. Jim vội đưa vợ vào bệnh viện ở Salina. Đêm đó bà ngủ yên. Tưởng có hy vọng nhưng vào lúc 2 giờ chiều ngày hôm sau, Sharon trút hơi thở cuối cùng. Sharon sống trên đời được 73 năm. Vài tuần trước đây, Jim uể oải lái xe tới tấm bảng bên đường I 70, leo qua hàng rào, bắc thang trèo lên xóa trắng tấm bảng. Ông nghĩ phải chi vợ ông nhận được một trái thận thì bà có thể sống thêm với ông chục năm nữa! Nhưng nay mọi sự đã tới hồi kết cuộc, tấm bảng đã trở nên trắng xóa, vẫn có người phôn tới ông. Thiện chí thì nhiều nhưng trái thận vẫn chẳng bao giờ tới.

Theo thống kê của *Midwest Transplant Network* thì, vào năm 2013, tại tiểu bang Kansas và hai phần ba tiểu bang Missouri, nơi gia đình Jim và Sharon sinh sống, đã có 529 người chờ thay thận nhưng chỉ có 212 người được thay. Trên toàn nước Mỹ, theo *National Kidney Foundation*, có 96 ngàn ca cần thay thận nhưng chỉ thực hiện được dưới 17 ngàn ca!

Thận hay bất cứ nội tạng nào không phải là thứ bán ngoài chợ, người nào cũng có thể dùng được. Chúng kén người ghê lắm. Phải tương hợp hoàn toàn giữa người tặng và người nhận mới xài được. Thay nội tạng là một chuyện đậm tính chất…kỳ thị. Thường thì người gốc gác nào thì tương hợp với người gốc gác đó. Giống người da trắng gốc Caucase là sắc dân có nhiều cơ hội nhận được bộ phận thay thế nhất. Cơ may của họ là 75%. Trong khi đó sắc dân Á châu chúng ta chỉ chiếm tỷ lệ rất khiêm nhượng là 1% trong số những người hiến tặng. Vậy mà tỷ lệ người Á châu cần bộ phận thay thế lại cao vì giống dân chúng ta thường bị các bệnh như cao máu, tiểu đường và viêm gan nhiều hơn.

Thực ra dân Á châu chúng ta rất ngại việc hiến các bộ phận thân thể, dù khi chúng ta hui nhị tì, những thứ này chỉ làm mồi cho giun dế. Chẳng phải chúng ta tiếc nuối chi nhưng vì tín ngưỡng. Chúng ta tin là khi về với ông bà, chúng ta phải về với cơ thể nguyên vẹn như khi được sanh ra. Thiếu thứ chi là bất hiếu bất mục. Trong cuốn trường thiên tiểu thuyết "Mùa Biển Động" của nhà văn Nguyễn Mộng Giác, có một chi tiết liên quan tới niềm tin này. Một bà cụ có con là lính bị trúng mìn khi đi hành quân phải cưa một chân. Bà cụ quanh quẩn ngoài phòng mổ, nhờ hết người này tới người khác để xin cái chân bị cắt mang về. Bà muốn giữ cái chân để sau này, khi con về chầu tiên tổ, chôn cùng với thân xác con cho khỏi thiếu hụt.

Dân ta rất ngại việc hiến tặng các bộ phận của mình sau khi chết. Bởi vậy nên việc kêu gọi coi bộ khẩn cổ mà kết quả chẳng bao nhiêu. Tại California, có một người Việt Nam hoạt động trong tổ chức "One Legacy", một tổ chức chuyên kêu gọi mọi người hiến tặng các bộ phận cơ thể. Đó là cô Hồng Vân, một người năng hoạt động, vừa làm MC, vừa là một chuyên viên địa ốc, vừa là một nhà hoạt động xã hội năng nổ. Từ năm 2000, cô chỉ chuyên tâm vào việc làm từ thiện. *One Legacy* trực thuộc *Donate Life,* là một tổ chức bất vụ lợi có nhiệm vụ nối kết người cần và người hiến tặng các bộ phận cơ thể. Cơ quan này hợp tác với 225 bệnh viện, 14 trung tâm thay ghép và các tổ chức dân sự và cộng đồng hoạt động trong vùng Los Angeles, Kern, Santa Barbara, San Bernadino và Ventura. Cô Hồng Vân là người Việt duy nhất của *One Legacy*. Cô miêu tả công việc: "Mỗi khi được bệnh viện thông báo có người vừa qua đời, tôi phải đến để thông dịch cho gia đình nếu cần, và để giúp ổn định tâm lý cho họ. Nếu thân nhân chấp thuận việc hiến tặng cơ phận, tôi phải làm việc với bệnh viện để tiến hành những xét nghiệm và truy tìm người bệnh cần thay thế cơ phận phù hợp. Đây là một việc phức tạp nhưng đòi hỏi phải hoàn thành trong vòng vài tiếng đồng hồ để bảo đảm việc an táng cho người chết không bị trở ngại…Dường như có nghịch lý ở đây khi một cuộc sống được tái sinh từ một cuộc sống khác vừa tàn. Tôi nghĩ như vậy, nhưng làm cách nào đó mà có thêm một người có thể tiếp tục cuộc sống thì đó là niềm vui lớn nhất của tôi".

Nhưng thực ra không chỉ một người được tiếp tục sống mà rất nhiều người được tái sinh từ một cơ thể vừa mất sinh khí. Bởi vì tính ra các cơ phận hiến tặng của một người vừa qua đời, tùy từng tình trạng, có thể cứu mạng được 8 người khác và thay đổi khả quan đời sống của 50 người khác nữa. Sau đây là cửa hàng "thịt" mà mỗi người chúng ta có thể cung cấp: tim, ruột non, thận, gan, phổi, tụy tạng, xương, màng mắt, van tim, da, gân, tĩnh mạch. Cứ thứ chi trong người còn tốt thì có thể xài lại được hết.

Nghe thì thấy hữu lý nhưng quyết định hiến tặng coi bộ vẫn còn rụt rè. Thực ra gọi là hiến tặng chứ có hiến tặng chi đâu! Người hiến tặng chẳng mất mát chi vì khi đã nhắm mắt buông tay, chúng ta cần chi tới những thứ này nữa. Nhưng có nhiều cái ngại lắm. Các bộ phận trên người chúng ta thân thiết với chúng ta từ ngày cha sinh mẹ đẻ, chỉ nghĩ tới việc chia lìa với chúng đã là một khó khăn, lại còn bằng lòng cho người ta cắt chúng ra tanh bành, khó nghĩ quá.

Nhiều người có tính lo xa nghĩ rằng nếu bằng lòng hiến tặng, khi mình bị thương, bệnh viện sẽ không tận lực cứu chữa để họ có cơ hội lấy các bộ phận thì sao. Chuyện này nhất định không xảy ra vì điều tiên quyết của y khoa là cứu người chứ không phải giết người dù vì bất cứ mục đích chi. Chúng ta không ngại bị bỏ rơi khi vào bệnh viện. Có người lấy lý do tôn giáo ra để biện minh cho việc từ chối hiến tặng. Thực ra không có một tôn giáo nào ngăn cấm chuyện phúc đức này. Trái lại các tôn giáo còn khuyến khích chúng ta làm việc thiện nữa. *Dù xây chín bậc phù đồ / Không bằng làm phúc cứu cho một người.* Có người thắc mắc là nếu cho các cơ phận thì làm sao quan tài có thể mở cho mọi người tới nhìn tôi lần chót. Chuyện này có các chuyên viên mai táng lo, bảo đảm bạn vẫn có thể còn được ngắm nghía và chụp hình khi đã an giấc ngàn thu. Hiến tặng coi bộ giản dị nhưng chúng ta vẫn ngại ngần. Tâm lý chung của chúng ta là vậy. Ít người nghĩ là, với việc hiến tặng, chúng ta tiếp tục sống trong hình hài của người khác. Cái chết không chấm dứt được sự sống của chúng ta!

Thứ chúng ta không cần nữa lại là thứ cần đến sinh tử của người khác. Ngay tại thành phố Montreal chúng tôi vừa có một vụ hiến tặng nổi tiếng khắp thế giới liên quan tới một người Việt Nam chúng ta. Một bữa sáng dậy, tôi ra lấy tờ báo *The Gazette* trước cửa nhà. Liếc qua trang đầu của tờ báo theo thói quen thường ngày, tôi thấy tấm hình một người phụ nữ Á châu đầu trọc lốc. Đó là hình cô Dương Mai, người Việt Nam, ngụ tại thành phố Montreal. Dương Mai năm nay 34 tuổi, có một con gái 4 tuổi. Tháng giêng năm 2013, cô bị bệnh bạch cầu, khi đó cô đang có mang đứa con thứ hai được 15 tuần. Bệnh viện phải chấm dứt thai kỳ của cô để làm hóa trị. Cuộc trị liệu có kết quả nhưng 10 tháng sau, bệnh ung thư máu tái phát. Lần này phương pháp hóa trị không còn hiệu quả. Chỉ còn cách ghép tế bào gốc hoặc tủy xương. Nhưng kiếm đâu ra thứ hiếm hoi đó khi cô là người gốc Việt. Trong số 16 triệu người chịu hiến tặng trên khắp thế giới, chỉ có 1% là người gốc Á châu! Bác sĩ Silvy Lachance, Giám Đốc Chương Trình Tế Bào Gốc ở bệnh viện Maisonneuve-Rosemont cho biết: "Đại đa số các người hiến tặng đều có gốc Âu Châu nên đều là người da trắng. Vì vậy phần thiệt thòi là người gốc Á châu hoặc các sắc dân thiểu số khác".

Không chịu thua, gia đình cô lập ngay một mặt trận cầu cứu khắp nơi có người Việt sinh sống vì thời gian dành cho cuộc sống của Dương Mai chỉ còn 6 tuần lễ nữa. Ngoài miền Đông Canada, nơi Dương Mai cư ngụ, họ còn vận động tại miền Tây Canada và Nam California. Anh Dương Huy, một người anh họ của Dương Mai, nói: "Ngay bây giờ, cô ấy nằm trong danh sách quốc tế, và mọi người đang tìm kiếm một người phù hợp, hoặc ở đây, tại Hoa Kỳ hay ở bên Á Châu. Hiện giờ chưa có cá nhân nào phù hợp cả". Cộng đồng người Việt ở Montreal làm áp-phích, lập trang *Facebook* tìm người hiến tặng phù hợp để giúp Dương Mai. Đã có khoảng 500 tới 600 mẫu nhận được nhưng chưa có mẫu nào phù hợp. Tại bệnh viện, cô Mai vẫn lạc quan: "Trong căn phòng nhỏ của tôi ở đây, tôi thấy mọi người đang cố gắng giúp đỡ tôi. Tôi thấy cộng đồng của tôi đang cố gắng đẩy lui ranh giới".

Cuối cùng, như một phép lạ, một bà mẹ sanh con đã hiến tặng cuống rún cho cô Dương Mai. Tình trạng của cô được cải thiện ngay tức khắc. Cô gửi lời cám ơn: *"Tôi là Dương Mai, 34 tuổi, người gốc Việt Nam, mẹ của cháu Alice, 4 tuổi. Tháng giêng 2013, bác sĩ chẩn đoán tôi bị ung thư máu cấp tính. Tôi đã được điều trị và bình phục sau 7 tháng chiến đấu với bệnh tật. Tiếc thay, căn bệnh lại tái phát. Sau 2 tháng tìm kiếm người hiến tặng không thành, các bác sĩ của tôi quyết định sẽ ghép tế bào gốc từ cuống rún trẻ sơ sinh. Một bà mẹ đã hai lần cho cuộc sống: cho con bà và cho một bà mẹ khác. Tôi không đủ lời để cám ơn nghĩa cử cao đẹp của bà mẹ ấy! Trong tổng số 25 triệu người hiến tặng tế bào gốc, người Việt Nam hiến tặng dưới 1%. Tất cả những sắc tộc đều thiếu người hiến tặng: việc tìm kiếm tế bào gốc cho tôi lẫn những người bệnh khác (12 ngàn người) hết sức khó khăn. Đó là một vấn đề nan giải cho mọi quốc gia trên thế giới. Có 53 quốc gia đang đóng góp vào một danh sách hiến tủy quốc tế. Bất cứ người bệnh nào cũng có thể được cứu bởi danh sách này".*

Sau khi được ghép tế bào gốc, bệnh viện dự đoán phải tới lễ Giáng Sinh sắp tới Dương Mai mới có thể xuất viện về nhà. Nhưng bệnh tình của cô thuyên giảm nhanh chóng đến bất ngờ. Cô đã được về nhà để mừng lễ Halloween vừa qua với chồng con!

Cô Dương Mai may mắn hơn bà Sharon Plucar. Cô đã nhận được phúc phận của việc hiến tặng. Người Việt tại Montreal hân hoan chúc mừng cô. Hòa với niềm vui, tôi lại kể một câu chuyện tình. Một đôi vợ chồng trẻ rất yêu nhau. Họ đi dự một *party* và, trên đường trở về nhà, xe của họ bị tai nạn. Người vợ bị tử thương ngay tức khắc. Tại bệnh viện, người chồng đồng ý ký tặng các bộ phận cơ thể của người vợ để cứu những người khác. Vài năm sau, người chồng vào ăn tại một nhà hàng và gặp một cô tiếp viên rất xinh đẹp. Họ yêu nhau. Và cưới nhau. Trước ngày cử hành hôn lễ, ông tới nhà hôn thê và thấy một tấm giấy ghi nhận là cô đã được ghép tim tại bệnh viện mà ông đã hiến tặng các cơ phận của người vợ quá cố. Cô chính là bệnh nhân được ghép tim của người vợ cũ của ông!

Ông được hai người yêu, chỉ bằng một trái tim!

11/2014

TRỨNG

Phải công nhận Apple có tài khua động dư luận quần chúng để tự quảng cáo. Mỗi lần trình làng một sản phẩm mới, họ khua chiêng gõ mõ inh ỏi làm người tiêu thụ chóng mặt. Tôi vốn ưa kỹ thuật nên cứ ì à ì ạch theo trái táo khuyết tới bắt mệt. Nói là theo cho oai vậy thôi chứ cái túi tiền già không lấy gì làm nặng vẫn có khả năng kéo chân mình lại. Theo một cách riết ráo chỉ có giới trẻ. Mình ì ạch theo được là vui rồi. Lối theo của tôi là theo…đuôi! Như cái iPhone chẳng hạn. Mới đây, khi Apple ồn ào cho ra đời *iPhone 6*, tôi cũng ngóng cổ đọc coi cái iPhone mới này có chi hơn so với *iPhone 5* dù bây giờ tôi mới chỉ tiến tới *iPhone 4*. Trong lòng cũng gợn lên chút vui vui. Mình đã như vậy thì cánh trẻ chắc còn rộn ràng hơn nhiều. Quả vậy, *iPhone 6* đã vượt quá con số bán ước tính của Apple nhiều, vài chục triệu cái *order* đặt hàng chi đó. Nhưng trẻ rộn ràng theo trẻ. Chúng xùy ngay tiền ra đặt mua. Nhờ cái rộn ràng đó, những người không còn trẻ như tôi được ăn theo. Con cái mua cái mới, mình hốt cái cũ. Cũ người mới ta. Mình cứ theo hụt một bước nhưng an toàn cái túi tiền già. Chúng bắt cái *iPhone 6* có nghĩa là mình sắp ăn theo được cái *iPhone 5*. Vậy nên nếu nay mai tôi theo thời tiến lên *iPhone 5*, đừng có ai bỉ thử sự chậm chân của tôi. Còn khuya Apple mới vắt được xu của tôi. Thấy mấy ông bạn thay đổi điện thoại, hỏi ra mới biết đều là thứ ăn theo như mình cả. Vậy mà các ông ấy còn ba hoa cho là mình may mắn. Có nhiều ông thiếu may mắn hơn. Thay vì ăn theo con như chúng tôi, mấy ông này ăn theo vợ. Apple ra *iPhone 6*, họ cũng có *iPhone 5* y chang như chúng tôi. Cái *iPhone 6* mới tinh là của vợ. Đừng có xía vô. Điểm khác biệt là cùng hưởng sái nhị nhưng cái túi của chúng tôi bình an vô sự trong khi túi của các ổng bị thương tích!

Bây giờ Apple lại mới khua động dư luận nhưng không dính dáng chi tới điện tử cả. Họ mới ồn ào công bố một phúc lợi mới cho nữ nhân viên của họ: họ chi trả tới 20 ngàn đô cho mỗi người để làm đông lạnh trứng cho các nữ nhân viên. Các bà các cô làm cho Apple sẽ được hưởng phúc lợi này kể từ đầu năm tới. Chuyện hưởng phúc lợi này Apple không phải là công ty đầu tiên thực hiện. Họ bắt chước công ty Facebook. Facebook đã cho nữ nhân viên hưởng từ đầu năm 2014 vừa rồi. Vậy mà Facebook làm thì không ai biết, Apple làm theo thì ồn ào dư luận. Cái tài quảng cáo của họ ăn trùm thiên hạ là vậy.

Đông lạnh trứng là chuyện chi vậy cà? Mấy ông bạn của tôi thắc mắc. Có ông còn quê một cục khi hỏi là trứng gà hay trứng vịt! Khi được trả lời là trứng người, mồm miệng các ổng há hốc tưởng con sư tử có thể chui lọt vào được. Trứng người đông lạnh là cái chi chi?

Chỉ có các cháu gái của bà Âu Cơ mới có trứng. Đực rựa như mấy ông bạn tôi không thể có của hiếm đó được. Nhưng khác với bà Âu Cơ có cả bọc trứng, chị em phụ nữ chỉ được trời ban cho một số trứng cố định. Số trứng này nở rộ từ tuổi dậy thì cho tới ba chục tuổi. Sau tuổi ba chịch, số trứng được cơ thể sản xuất ít dần. Cho tới khi mãn kinh là hết trứng. Khả năng có thai ở lứa tuổi trên 40 chỉ bằng một phần tư ở lứa tuổi 20. Vậy thì nếu muốn có con thì lứa tuổi dưới 30 có nhiều khả năng nhất. Nhưng ngày nay, ở lứa tuổi này, nhiều phụ nữ còn mải mê sự nghiệp chưa muốn có con. Tại Mỹ, có khoảng 43% phụ nữ có nghề nghiệp vững chắc, tuổi từ 33 đến 46 vẫn chưa có hay không thể có con được. Quá lứa quá thì rồi. Nhưng bây giờ chí tiến thủ đã tạm lui để bản năng làm mẹ trỗi dậy, họ muốn có con thì lại tịt ngòi. Họ phải nhờ tới khoa học để thỏa ước mơ làm mẹ bằng cách đông lạnh trứng *(egg freezing)*. Muốn đông lạnh trứng thì tốt nhất là lấy trứng ra đông lạnh ngay từ hồi còn son trẻ, lứa tuổi từ 20 đến 30, khi chất lượng trứng còn tốt.

Kỹ thuật đông lạnh ra sao, Bác sĩ Hồ Ngọc Minh đã giải thích trong một bài viết: *"Bình thường lượng hormone mà cơ thể tiết ra trong mỗi chu kỳ kinh nguyệt chỉ đủ cho một cái trứng có thể lớn trong số 10 đến 20 trứng được tuyển chọn cho tháng đó. Vì thế để tăng hiệu suất, người phụ nữ muốn để dành trứng sẽ dùng thuốc hormone kích thích để có nhiều trứng cho một chu kỳ kinh. Sau đó toàn bộ số trứng sẽ được hút qua cửa mình. Những trứng tốt sẽ được cho đông lạnh bằng phương pháp "vitrification". Thử làm một thí nghiệm nhỏ, bỏ một quả trứng gà vào trong ngăn đá của tủ lạnh, bạn sẽ thấy quả trứng bị kết thành tinh thể đá và...vỡ tan. Ở đây, kỹ thuật "vitrification" được dùng để đông lạnh trứng người với một loại "thuốc ướp" đặc biệt và nhiệt độ đông lạnh được kiểm soát bằng computer, cho giảm dần tới nhiệt độ lý tưởng. Với kỹ thuật này trứng không thực sự đông thành... đá cục mà bên trong vỏ trứng chỉ đủ lạnh, nói cho dễ hiểu, sệt sệt như nước sinh tố. Khi cần dùng, trứng sẽ được cho "nguội" lại lên nhiệt độ bình thường, tiếp tục sống, và sẽ cho cấy trong ống nghiệm với tinh trùng bằng phương pháp thụ thai nhân tạo".*

Người ta chỉ mới làm đông lạnh trứng được khoảng chục năm gần đây thôi nên chưa biết trứng đông lạnh sẽ tươi tốt được bao nhiêu năm về lâu về dài. Nhưng trong vòng 10 năm nay, những trứng được đông lạnh, khi được xả đông để cho thụ tinh thì có khoảng từ 71% đến 79% xài được. Tỷ lệ cấn thai từ 17% đến 41%. Tỷ lệ mẹ tròn con vuông khi sanh là từ 36% đến 61%.

Đông lạnh trứng là cứu tinh cho những phụ nữ bị bệnh tật, nhất là bệnh ung thư phải điều trị bằng hóa trị hoặc xạ trị, trứng có thể bị hủy vì phản ứng phụ. Những người này, trước khi trị liệu, có thể lấy trứng làm đông lạnh để dành đó, giúp họ mang thai về sau. Người cho đông lạnh trứng nổi tiếng nhất là nữ minh tinh điện ảnh Angelina Jolie. Như chúng ta đã biết, vào tháng 2 năm 2013, Angelina đã quyết định cắt bỏ ngực để ngăn ngừa bệnh ung thư. Cô có *gene BRCA1* di truyền. Mẹ cô đã chết vì ung thư tử cung vào tuổi

56, bà ngoại cô cũng rứa và mất sớm hơn khi mới 45 tuổi, dì cô chết vì ung thư ngực vào năm 61 tuổi. Nay cô cũng có tới 87% nguy cơ bị ung thư. Sau khi thí cô hồn cho nguy cơ ung thư hai trái đào tiên, nguy cơ bị ung thư ngực của cô giảm còn 5%. Nhưng nguy cơ ung thư tử cung của cô vẫn ở mức 50%. Nay cô quyết định cắt buồng trứng để giảm nguy cơ chết vì ung thư. Thôi thì cũng được đi vì cô đã con đàn con đống. Ba con nuôi và ba con ruột. Nhưng rắc rối từ anh chồng Brad Pitt của cô. Anh vẫn muốn cô sinh thêm cho anh một đứa nữa! Vậy là trước khi cắt buồng trứng, Angelina phải lấy trứng làm đông lạnh hầu một ngày nào đó tặng cho anh chồng một đứa con. Đứa con này sẽ phải thụ tinh ống nghiệm và nhờ người mang bầu dùm vì cô không còn khả năng mang thai.

Như vậy, đầu tiên, đông lạnh trứng có mục đích y khoa. Kể từ năm 2012, khi việc đông lạnh trứng đã qua thời kỳ thí nghiệm tới thời kỳ an toàn thì việc đông lạnh trứng mới được dùng rộng rãi ngoài mục đích y khoa. Hội Y Học Sanh Sản Mỹ *(American Society for Reproductive Medecine)* chấp thuận cho gỡ nhãn "thử nghiệm" khỏi kỹ thuật đông lạnh trứng, vậy là một hai ba, chị em ta…đông lạnh!

Có nhiều lý do cho phụ nữ đông lạnh trứng. Có cô đã quá lứa mà chưa có chàng nào xin bàn tay, vội đông lạnh trứng để dành đó. Nếu may mắn có anh chàng nào hợp nhãn, muốn cưới thì lúc đó mang trứng ra xài. Nếu phận hẩm hiu, đi chẳng ai biết về chẳng ai hay, thì cũng mang trứng ra làm thụ tinh nhân tạo, kiếm đứa con cho vui tuổi già.

Có cô ham làm việc, không màng tới chuyện gia đình

con cái, bỗng một ngày nào đó ngộ ra con đường mình theo quá cô đơn, tuổi đã ngoài bốn chịch sanh đẻ chi được nữa. May mà trước đó đã làm đông lạnh trứng nên nay vớt vát được mụn con hủ hỉ tối ngày.

Bác sĩ Jamie Grifo của Trung tâm Sanh Sản Đại Học New York cho biết thân chủ làm đông lạnh trứng của ông có hai hạng. Một là những người đã ly dị hoặc chia tay với người yêu muốn làm đông lạnh trứng để phòng hờ về sau. Hai là hạng phụ nữ đam mê sự nghiệp, nắm giữ vị trí cao trong xã hội, muốn làm đông lạnh trứng để dùng về sau. Hãng Apple đã lợi dụng sự đam mê này để dụ các nữ nhân viên trẻ màn màn chuyện sanh con hầu toàn tâm toàn ý phục vụ cho họ. Trong xã hội Mỹ và Canada, những phụ nữ say mê sự nghiệp này khá nhiều. Năm 1988, tôi được phỏng vấn để thi vào quốc tịch Canada. Người phỏng vấn tôi là một bà thẩm phán đã có tuổi. Sau cuộc phỏng vấn, bà dành chút thời gian nói chuyện chơi. Thấy vợ chồng tôi lúc đó đã có bốn con, bà ngỏ lời chúc mừng. Thực ra, trong xã hội Bắc Mỹ, bốn con hơi nhiều. Trường hợp tôi bốn đứa con đều sanh tại Sài Gòn, nếu sống ở Canada sớm hơn, chắc tôi không tạo được thành tích này. Nghe bà khen, tôi chẳng biết là bà nói thật hay xã giao. Tôi hỏi lại về đường con cái của bà, bà cười nói: "Tôi mải làm việc quá nên không có thời giờ lấy chồng!". Bà cố ý nói giỡn nhưng vẻ mặt bà không được vui. Tôi nghĩ nếu ngày đó có vụ đông trứng chắc bà không bỏ qua.

Bà Sarah Elizabeth Richards có thể cũng có hoàn cảnh như bà thẩm phán phỏng vấn tôi. Nhưng may mắn hơn, bà sanh sau đẻ muộn hơn bà này. Từ năm 2006 đến 2008, bà

Sarah đã bỏ ra 50 ngàn đô để thực hiện nhiều đợt trữ lạnh trứng. Bà tâm sự: "Tuổi tác càng lớn, bạn sẽ cảm thấy mình thật tồi tệ khi các bạn bè ai nấy đều có gia đình con cái. Bằng cách trữ lạnh trứng, bạn sẽ giải quyết được chuyện đó. Bạn có thể đi nhanh hơn và đầu ngẩng cao hơn". Bà nay đã 43 tuổi và vừa có bạn trai. Bà định sẽ rã đông trứng để bắt đầu làm mẹ.

So với thập niên 1970 tại Mỹ, số phụ nữ có con trễ, trong độ tuổi từ 35 đến 39 đã tăng 150%. Chỉ riêng trong năm 2010, tỉ lệ sanh con đầu lòng của phụ nữ trong độ tuổi từ 40 đến 44 đã tăng 5%. Bà Suzanne LaJoie, bác sĩ phụ sản tại New York, là một trường hợp điển hình. Bà cho biết khi bà còn đang theo học tại trường Y thì bạn bè đều có con cái cả rồi. Năm 35 tuổi, bà chia tay bạn trai. Khi đó bà đã lo lắng là càng lớn tuổi càng khó có con. Năm 2007, khi bà đã 37 tuổi, bà quyết định bỏ ra 10 ngàn đô để đông lạnh trứng. Sau đó bà đã lấy chồng. Năm 39 tuổi, bà đã có con đầu lòng bằng cách tự nhiên. Trứng đông lạnh còn để dành đó. Vài năm sau, khi vợ chồng muốn có đứa con thứ hai, tuổi bà không còn thuận tiện cho sanh đẻ tự nhiên, bà rã trứng đông lạnh để cho thụ tinh trong ống nghiệm rồi cấy cái thai vào bụng bà. Đứa con ra đời khỏe mạnh vì được thụ thai bằng trứng được đông lạnh khi bà còn trẻ hơn. Nếu tính tuổi của trứng thụ thai thì thằng con trai thứ hai của bà phải làm…anh!

Móc trứng ra đông lạnh để dành khi cần đến tưởng chỉ là chuyện của phụ nữ các nước phương Tây, nhưng tại Á Châu các thiếu nữ cũng thích trò này. Các nước tân tiến nhất của châu Á như Nhật Bản, Đại Hàn và Đài Loan đều rộn rịp chuyện đông lạnh trứng. Nhất là từ khi báo chí úp mở loan tin người đẹp chân dài số một Đài Loan Lâm Chí Linh, nay đã bước qua tuổi 40, được mệnh danh là "gái ế đắt giá ngàn vàng", đã tới một bệnh viện, trong bộ đồ ngụy trang kín mít từ đầu tới chân, để làm đông lạnh trứng. Cô chân dài này chối bai bải. Không hiểu làm sao cô này lại chối trong khi các cô gái xứ Đài đua nhau đi đông lạnh trứng. Tôi nghĩ chắc trứng của chân dài là chuyện dài!

Phụ nữ Đài Loan ngày nay không lôi thôi dài dòng như vậy. Hầu như phần đông đã đặt sự nghiệp trên tình riêng. Họ kết hôn trễ hơn ngày trước. Trong thập niên 1980, tuổi kết hôn trung bình của các cô là 24, nay là 30. Họ vẫn mang nặng đặc tính của phụ nữ châu Á là muốn có con của riêng mình để duy trì dòng họ và hủ hỉ lúc về già. Đông lạnh trứng là giải pháp để cân bằng tình trạng của họ. Trường hợp cô Linn Kuo, Giám Đốc công ty *Cisco System*, có thể coi như điển hình. Cô có công việc rất tốt mà nhiều người mong ước. Vì vậy cô không muốn và không thể rời công việc này. Để bảo đảm cho tương lai, cô đã làm đông lạnh trứng khi được 31 tuổi. Cô đã có quyết định này khi ở bên cạnh mẹ lúc bà qua đời. Những ngày cuối, mẹ cô cần cô bên cạnh để an ủi đỡ đần, khiến cô nghĩ tới viễn tượng sau này cũng ở trong tình trạng cô đơn như mẹ. "Tôi không biết chắc lúc nào buồng trứng của tôi bắt đầu thoái hóa nhưng tôi chắc chắn rằng tôi sẽ lập gia đình muộn và muốn làm mẹ. Tôi đã nghiên cứu và quyết định đông lạnh trứng". Một trung tâm sản khoa ở thành phố Tân Trúc cho biết năm nay họ đã thực hiện được số ca đông lạnh trứng gấp 5 lần so với 5 năm trước đây. Theo thống kê của cơ quan y tế Đài Loan, mỗi năm có khoảng bốn ngàn ca đông lạnh trứng, tăng gấp đôi so với năm 1998. Các phụ nữ có danh phận này không thích tình trạng như nhà xã hội học Chen Fen-ling của Đại Học Đài Loan ví von: "Phụ nữ có chồng giống như cây đèn cầy bị đốt cháy ở cả hai đầu. Họ đi làm kiếm tiền ban ngày và khi về nhà họ phải chăm sóc con cái và gia đình nhà chồng!".

Không muốn làm cây đèn cầy cháy hai đầu (hao sáp phải biết!), các phụ nữ Đại Hàn cũng khoan khoan chuyện chồng con. Và muốn chắc ăn một mai khi muốn có chút tí nhau của chính máu mủ mình là có liền một khi, họ phải moi trứng ra đông lạnh. Trong số 170 phụ nữ gửi trứng đông lạnh tại bệnh viện đa khoa Gangnam, có tới 36 người chưa lập gia đình.

Nhật Bổn còn nhộn nhịp hơn nữa! Kể từ tháng 11 năm 2013, Nhật Bổn mới cho phép các phụ nữ được đông lạnh trứng không phải vì nguyên nhân y tế. Tuy nhiên chính phủ cũng khuyến cáo chỉ nên đông lạnh trứng cho những người dưới 40 tuổi. Một nữ kỹ sư về *computer* 39 tuổi ở Kanagawa, giải thích chuyện trứng đông lạnh của mình: "Tôi muốn ngày nào đó tôi sẽ có con, nhưng tôi thấy mình đang già đi". Một nữ doanh nhân 32 tuổi cho biết bà đang thành công trong công việc, "mang thai là một bất lợi". Nhưng chồng bà lại muốn có con nên bà phải dung hòa bằng cách đông lạnh trứng của mình "như một sự bảo hiểm trong trường hợp không thể có thai tự nhiên trong tương lai". Y khoa ở Nhật rất tiến bộ nên việc bảo quản trứng rất chắc ăn. Giám Đốc ngân hàng trứng RSB Masashige Kuwayama quả quyết: "Với kỹ thuật của chúng tôi, tỷ lệ sống cho tế bào trứng khi rã đông lạnh là 100%. Và cơ hội sinh con thành công sau khi trứng được thụ tinh và cấy vào tử cung là 10% trên mỗi trứng. Vậy cho nên , về mặt lý thuyết, sẽ có kết quả nếu người phụ nữ trữ đông lạnh 10 trứng".

Giá tiền trữ đông lạnh 10 trứng ở Nhật là 700 ngàn *yen,* tính ra là 6824 đô Mỹ. Lệ phí bảo quản mỗi năm là 10 ngàn *yen* (92 đô Mỹ). Khá rẻ so với giá 10 ngàn đô khi lấy trứng ra đông lạnh và khoảng 100 đô bảo quản mỗi năm ở Mỹ. Ở Canada giá cả phân minh hơn: lấy trứng có giá từ 3500 đến 5850 đô, đông lạnh giá khoảng 3500 đô nữa. Tính ra rẻ hơn ở Mỹ. Giá bảo quản trứng ít dễ chịu hơn: 1000 đô cho 5 năm! Cuối cùng, cho trứng thụ tinh trong ống nghiệm có giá từ 3 ngàn đến 4 ngàn đô mỗi lần.

Vậy thì người ta đã mang trứng ra đông lạnh hà rầm trên khắp những quốc gia tân tiến trên thế giới, sao bây giờ hãng Apple lại làm ầm ĩ về việc đông lạnh trứng cho nhân viên? Bởi vì ông anh chịu chi địa. Thay vì các nữ nhân viên của Apple phải móc hầu bao ra để đông lạnh trứng, hãng Apple sẽ chi tiền toàn bộ! Và đây là một phúc lợi cho nhân viên. Các nam nhân viên của hãng Apple và Facebook cho đây là một hành vi phân biệt giới tính. Thường phúc lợi là lợi lộc của toàn thể nhân viên, với phúc lợi…trứng này các đấng mày râu bị loại ra rìa. Cũng tiếc của chứ! Nhưng lấy đâu ra trứng để đông lạnh? Mấy ông bạn cà tửng của tôi ậm ừ: cũng có đấy chứ! Nhưng thứ trứng đó thuộc loại bự con, tốn chỗ. Lại còn là của hiếm, kiếm đâu cho đủ tiêu chuẩn 10 trái để đông lạnh! Lại nữa, đó là trứng…đực!

11/2014

TUÂN

Mỗi khi *Valentine* tới, tôi thường lặng lẽ cười khi nhìn thấy những trái tim mang đủ sắc đỏ lung linh khắp nơi. Tình yêu lúc nào cũng có bộ mặt đỏ ké vậy sao? Cười thầm nhưng tôi lại muốn viết chút gì đó vào ngày lễ mà tất cả bàn dân thiên hạ đua nhau yêu. Năm nay cũng vậy, viết tí chút về chuyện tình cho vui, tôi nghĩ vậy và chọn vài chuyện tình để viết chơi. Chọn được một vài chuyện khá hấp dẫn, tôi định viết. Nhưng tình cờ tôi vào đọc trên *internet* một bài viết của nhà văn Tưởng Năng Tiến viết vào năm 2010 về một người mang tên Tuân Nguyễn, tôi bỗng thấy những chuyện tình tôi đã chọn chẳng ra sao cả. Chuyện tình của Tuân Nguyễn mới…ra sao!

Tuân Nguyễn thì tôi biết, khá quen thuộc, nhưng chỉ biết bề ngoài. Bề ngoài anh chàng này thì chán chết. Anh gầy yếu đến không thể gầy yếu hơn được, cặp kính cận dày cộm uể oải rớt xuống tới chóp mũi, quần áo xốc xếch hình như anh mặc cho có, dáng đi lanh chanh lúc nào cũng như vội vàng, giọng nói lắp bắp. Cái gầy của Tuân Nguyễn không phải loại gầy khơi khơi mà có tên đàng hoàng. Anh bị chứng giun móc *ankylostome*. Anh không phiền hà chi những con ký sinh trùng ăn bám vào anh. Anh thường khoe là bao giờ anh cũng cố gắng ăn nhiều để còn "chia phần" cho bọn *ankylostome* ấy, nếu không, chúng nó sẽ ăn vào thịt anh!

Nhà văn Cao Xuân Hạo tả Tuân Nguyễn như thế này: "Tuân Nguyễn sinh ra ở đời là để đóng cái vai trò này: khi có ai đó muốn kêu lên 'Trời ơi, sao mà tôi khổ thế?', thì nhìn vào Tuân Nguyễn, sẽ thấy mình chưa phải là người khổ". Khổ đến như thế, anh không phải là mẫu người tình.

Anh đúng là người ở cõi khác, thân xác ở nơi ta bà này nhưng tâm hồn anh đậu tuốt trên những đám mây. Chúng ta có những tính từ: cả quỳnh, gàn bát sách, cả đẫn, ngố… Gán cho anh chữ nào cũng đúng hết. Mà anh cũng sẵn sàng nhận hết. Anh ôm tất cả những thiệt thòi của mọi người vào mình. Ngay cái tên của anh cũng đã là sự thiệt thòi rồi. Cái tên Tuân Nguyễn làm chúng ta tưởng đó là cái tên lộn đầu lộn đuôi của những người sống ở ngoại quốc như chúng ta. Trật lắc! Tên khai sanh của anh là Nguyễn Tuân, nhưng nếu giữ nguyên tên cúng cơm anh sợ mọi người hiểu lầm anh muốn đánh lận với cái tên của nhà văn Nguyễn Tuân nên anh chịu phần thiệt, lộn ngược cái tên như làm xiếc. Hồi anh sanh ra với cái tên Nguyễn Tuân là vào năm 1933, lúc đó Nguyễn Tuân chưa nổi danh. Nhưng anh vẫn nhận phần thiệt.

Nhưng bảo anh thông minh xuất chúng cũng không sai. Hồi nhỏ anh theo học trường dòng Pellerin ở Huế. Anh đã lấy được Tú Tài Toàn Phần ban Toán, thông thạo tiếng Pháp, tiếng Anh, lại biết cả chữ Hán. Sau này, khi ở tù, anh còn học được cả tiếng Nga tới mức dịch được tiểu thuyết Nga. Năm 1949, mới 16 tuổi, anh bỏ học tham gia vào Đoàn Học Sinh Kháng Chiến Huế và tiện chân đi luôn vào chiến khu tham gia Vệ Quốc Đoàn. Tại đây anh là lính mới tò te của tiểu đội do nhà thơ Phùng Quán cầm đầu. Dĩ nhiên anh là tân binh trẻ tuổi nhất. Mơ mộng, thích nghe nhạc cổ điển Tây phương, khi nghe bài *Danube Bleu* của Strauss, Tuân Nguyễn đã viết bốn câu thơ:

Sóng sông Hồng bỗng xanh màu Danube
Nhạc bồng bềnh trôi tới các vì sao
Trời lung linh khẽ chao mình theo nhịp
Những người nước lạ phải lòng nhau.

Bốn câu thơ nhỏ bé này đã vang danh thời đó, các cô các cậu choai choai thường chép tặng nhau. Nghe thơ Tuân Nguyễn, nhà thơ Phùng Quán liền hỏi nhận xét của Tuân Nguyễn về thơ của mình. Anh chàng tân binh quạt luôn: "Thơ của cậu, hai mươi câu đầu để giữ gìn trật tự, hai mươi câu cuối chuẩn bị cho người nghe vỗ tay, còn đoạn giữa là vè!". Phùng Quán kể lại trong bài "Người Bạn Lính Cùng Tiểu Đội": *" Tôi không ngờ thơ của mình bị ông bạn mới "mạt sát" đến thế. Tôi đau quá, nổi sùng, chỉ muốn đạp cho hắn một đạp. Nhưng tôi đã ghìm được, vì nhớ đến chức danh Tiểu đội trưởng của mình. Tiểu đội trưởng mà đạp đội viên vì thơ bị chê thì ê quá. Nhưng Tuân hình như không để ý gì đến thái độ giận dỗi của tôi. Cậu ta đọc cho tôi nghe những bài thơ cậu ta làm, đủ các thể loại: tứ tuyệt, ngũ ngôn, thất ngôn*

*bát cú, lục bát, những bài thơ mỗi đoạn bốn câu ba vần...
Mặc dầu tự ái một cây, tôi phải cay đắng nhận rằng bên
cạnh những bài thơ ý tứ hàm súc đầy nhạc điệu của Tuân,
thơ tôi đúng là những bài vè tràng giang đại hải, không chối
vào đâu được. Từ đó đến nay đã hơn bốn mươi năm trôi qua,
mỗi lần tôi đặt bút định viết một bài thơ, lời nhận xét vừa
nghiêm khắc, vừa giễu cợt của Tuân lại vang vọng bên tai
tôi, làm tôi chùn bút".*

Đừng mong chi Tuân Nguyễn có được những xử thế đời
thường. Anh là người từ trên trời bước xuống trần gian, chưa
nhả hết tính nhà trời. Sau 1975, vợ chồng anh dọn nhà vào
Sài Gòn theo lời khuyên của bạn bè và học trò, anh bán căn
phòng nhỏ bé ở Hà Nội. Căn phòng này anh mua trước đó
với giá 600 đồng, thời giá khi anh bán, khoảng từ 800 đồng
đến 1000 đồng. Vậy mà anh nhất định chỉ bán 600 đồng.
Anh lý luận như thế này: "Mình mua của người ta sáu trăm,
mình có quyền gì được bán lại một ngàn?".

Con người sống ngu ngơ giữa đời như vậy có chăng
những mối tình? Một người bạn, ông Hà Nhật, nghĩ rằng
không. Trong bài *"Tuân Nguyễn, Kẻ Mơ Mộng"*, Hà Nhật
viết: *"Hầu như cả đời, Tuân chưa được yêu một cô gái nào.
Thỉnh thoảng Tuân cũng có kể chuyện cô này cô nọ, nhưng
tôi biết tất cả đều do Tuân tưởng tượng ra. Có thể coi câu
chuyện tình này như một chuyện tiêu biểu của anh. Hồi đó,
qua bạn bè, anh quen gia đình một cô gái Hà Nội. Cô khá
đẹp nhưng mắc bệnh tim, khuôn mặt lúc nào cũng phảng phất
buồn. Chao ôi, đây đúng là vẻ đẹp lí tưởng của Tuân Nguyễn
rồi! Une beauté pâle et maladive! Một nhan sắc xanh xao và*

đau ốm! Tuân yêu đến say mê, yêu và làm thơ, lấy cả tên cô gái để đảo lại thành bút danh kí dưới các bài thơ của mình. Trước mối tình ấy, cô gái vẫn từ chối cho đến trước khi qua đời. Sợ phiền lòng người đã khuất, tôi xin không nhắc tên người con gái ấy".

Đó là mối tình một chiều, nhiều mộng mơ và hình như chỉ toàn mơ hão. Tình yêu kiểu Tuân Nguyễn như vậy không có chi đáng ngạc nhiên vì chẳng có người con gái nào muốn mình là một cái bóng yêu cho người khác vẽ vời. Đây là một mối tình khác do chính Tuân Nguyễn kể lại: "Hôm qua, mình đi tàu điện từ Hà Đông về, ngay chuyến tàu đầu tiên. Trong toa gần như không có ai ngoài mình ở cuối toa và một người khác ở đầu toa. Lúc tầu gần đến chỗ dừng, mình bỗng nhận ra rằng đó là một cô gái đẹp vô cùng. Cái dáng ngồi, cái khuôn mặt của cô gái trong ánh sáng mờ mờ trước buổi bình minh, đẹp một cách kì lạ. Cô gái xuống tàu. Đến lúc mình chợt nghĩ ra là phải xuống tàu để đi theo cô ta, thì cô gái đã đi mất hút, tàu lại đang chạy nhanh…". Chỉ có vậy mà trong suốt một tuần liền sau đó, Tuân Nguyễn lại cứ đúng chuyến tàu đó mà đi, mong gặp lại được người đẹp. Tình yêu vô vọng như vậy đúng là thứ tình của một người mộng mơ thiếu thực tế.

Tác giả Hà Nhật còn kể thêm một mối tình nữa của anh chàng gàn bát sách này. *"Thêm một chuyện nữa cũng đầy chất Tuân Nguyễn. Trong khoảng thời gian còn lại trước khi tôi vào xứ Nghệ, đến bây giờ tôi không còn nhớ là trong trường hợp nào, Tuân và tôi quen một cô gái Hà Nội. Cô không đẹp nhưng có duyên, dáng người khá thanh thoát, nói năng nhỏ nhẹ. Sáng nào cô cũng đến thăm chúng tôi ở 10 Hàng Gà, chuyện trò một lúc rồi ra về, cả đến và về đều đi bộ.. Chúng tôi chỉ thấy cảm động khi nhìn những bước chân khoan thai của cô gái trên hè phố và cái bóng nhỏ của cô khuất dần mỗi khi cô từ nhà chúng tôi ra về. Có một cái gì đó thật đáng yêu. Có lần chúng tôi định đi theo cô đến thăm nhà cô thì cô khéo léo từ chối. Cô cũng khéo léo không cho biết nhà ở đâu, chỉ nói là ở mạn phố Nguyễn Thái Học. Mà phố Nguyễn Thái Học thì dài dằng dặc. Thế mà có một buổi sáng cả hai thằng lững thững đi dọc con phố đến hai lần, thử đoán xem cái nhà nào có thể là nhà của cô. Sau khi tôi rời Hà Nội, cô gái vẫn chăm chỉ đến thăm Tuân. Và tôi, trong mỗi bức thư gửi từ xứ Nghệ cho Tuân, đều có một câu tái bút nhờ chuyển cho cô. Tôi vẫn mong có một chuyện tình, tuy không lãng mạn li kỳ nhưng đẹp giản dị như một chuyện tình Thạch Lam giữa Tuân và cô gái Hà Nội ấy. Cuối cùng thì mọi chuyện chẳng ra sao cả. Nguyên nhân thì thật cũng chẳng ra làm sao cả. Đại khái là có một lần, vì không thể từ chối, cô gái đành cho Tuân biết nhà. Và Tuân tìm đến. Đến rồi thì Tuân mới vỡ lẽ ra là cô gái không muốn chúng tôi biết nhà chỉ vì mặc cảm là nhà cô ấy nghèo. Điều ấy khiến anh chàng Tuân cảm thấy bị xúc phạm. Trong một bức thư khá dài cho tôi, Tuân viết rằng: 'Việc gì mà cô ấy phải làm như vậy? Mình đến nhà cô ấy, thấy bên hàng rào có giàn mướp, có cây đu đủ, xinh xắn và thơ mộng. Mẹ cô ấy là một bà cụ hiền từ, gợi mình nhớ đến mẹ mình. Lẽ ra cô ấy phải tự hào...' Tuân còn viết nhiều nữa, khá là gay gắt".*

Tuân Nguyễn say mê văn của văn hào Nga Fyodor Dostoyevsky. Ông đã đọc hầu như toàn bộ văn nghiệp bề bộn của "Đốt". Ông say mê "Đốt" đến độ có thể nói về "Đốt" không ngừng nghỉ. Bạn bè ai cũng biết sự tôn sùng Đốt" của ông. Họ đặt cho ông biệt danh là "Cụ Đốt". Giữa những mỹ nữ và Đốt, có lẽ Tuân Nguyễn chọn Đốt. Phùng Quán kể lại: *"Một lần tôi đến chơi, đúng vào chiều ngày mồng ba... Bước vào buồng, tôi thấy Tuân đang tiếp ba cô gái, nữ sinh hay sinh viên gì đó. Cửa buồng mở rộng cả hai cánh, và ngọn đèn trên trần bật sáng chói. Tôi đứng khựng lại một chút ở ngưỡng cửa, liếc nhìn ba cô. Cô nào cũng đẹp ngời ngời. Tôi định chào xin lỗi bước ra, nhưng hai chân cứ như bị trói, không bước ra nổi. Tôi chưa bao giờ được nói chuyện với một, chứ đừng nói đến ba cô gái đẹp đến thế. Một ý nghĩ ganh tỵ chợt ập đến trong đầu: "Hắn với mình cùng lứa mà mình sao kém thế, còn hắn sao mà ngon thế!". Tuân Nguyễn thì hình như chẳng chú ý gì đến sắc đẹp ba cô gái. Cậu ta mời ba cô ăn bánh, chuối, kẹo, và... rao giảng Đốt. Bao giờ "bập" vào Đốt - mà bập thường xuyên - gương mặt Tuân cũng sáng lên một cách khác thường. Đó là gương mặt của những nhà truyền giáo lớn - tôi nghĩ. Cậu ta rao giảng Đốt như các nhà truyền giáo rao giảng Thánh Kinh. Có một khác biệt là Tuân rao giảng Đốt, không cần quan tâm người nghe có nghe và có hiểu hay không. Tôi thường nói đùa: "Tuân Nguyễn đang nhập đồng Đốt"... Để khỏi quấy rầy "cụ Đốt", tôi ngồi nép mình ở góc buồng, chốc chốc lại ngước mắt nhìn những cái miệng xinh đẹp như bông hồng hàm tiếu, những hàng răng trắng như ngọc trai nhỏ nhẻ cắn bánh, nhai kẹo... những cặp mắt long lanh như mắt*

trẻ nít chăm chú nhìn "cụ Đốt" nhập đồng…Tôi thì hầu như
chẳng nghe thấy gì. Đốt điếc với tôi lúc này trở thành vô
nghĩa. Tôi chỉ thèm rộn rực được hôn lên một trong ba cái
miệng hé hé mở có mùi thơm trái chín cây kia, chỉ một lần
thôi, rồi nằm lăn ra chết thẳng cẳng cũng đáng đời! "Các cô
ăn chuối, ăn bánh đi…". Tuân đưa tay lịch sự mời, cốt để lấy
hơi rao giảng tiếp. Cô ngồi cạnh liền đặt miếng bánh xuống,
góp:"Theo mình thì tác phẩm "Chiếc khuy Đồng" còn hay
hơn. Đọc mà tim cứ giật thon thót!" Mặt Tuân Nguyễn tự
nhiên nghệch ra. Miệng hơi hé mở mà không nói được, như
bị cấm khẩu. Cậu ta đỏ bừng mặt, nhìn ba cô như những sinh
vật kỳ dị lạc vào buồng mình. Tôi thì sướng tỉnh cả người,
nhảy vào chuyện luôn: "Các cô đã đọc "Chiến Dịch Phượng
Hoàng" chưa? Sách vừa xuất bản, mới toanh. "Nam Tước
Phôn Gôn Rinh" và " Chiếc Khuy Đồng" còn phải gọi bằng
cụ!".

Vậy là tan hàng cụ Đốt của Tuân Nguyễn. "Tuân Nguyễn
tiễn các cô về với vẻ lạnh nhạt cố ý. Còn tôi thì xăng xái theo
các cô xuống hết các bậc cầu thang, tranh thủ ngắm các cô
đàng sau. Eo, lưng, mông - lưng mềm như ngọn lửa - mông
tròn như trứng chim - và những cặp đùi, nói theo kiểu trường
ca Tây Nguyên - nếu gió thổi tung váy sẽ sáng chói như tia
chớp!…Lúc tôi trở lên, Tuân Nguyễn quạu cọ nói: ' Những
chuyện bá láp như thế mà cậu cũng rỗi hơi bàn luận!". Tôi
cười tràn:'Cậu vẫn rao giảng cho mình điều rao giảng của
Đốt: 'Cái đẹp sẽ cứu chuộc nhân loại!'. Theo mình thì chỉ với
ba cô này thôi cũng đủ cứu chuộc cho cả nhân loại rồi!".

Rồi, vào cuối năm 1974, Tuân Nguyễn cưới vợ. Đây

mới đúng là chuyện tình của chàng. Lúc đó Tuân Nguyễn đi tù gần chục năm vừa về, xác xơ, không có chi, tương lai như một khoảng tối mù tối mịt. Anh được tha từ trại tù Cẩm Thủy. Tại sao con người ngơ ngơ đó lại sa chân vào chốn tù tội trong khi đang là một cán bộ tại đài phát thanh? Phùng Quán cho biết: *"Trong đợt học tập Nghị quyết 9, cậu ta xin bảo lưu ý kiến, bị cơ quan đưa ra kiểm điểm vì những luận điệu ủng hộ chủ nghĩa xét lại Liên Xô, cậu ta làm thơ ca ngợi Nikita Khrushchev. Vào thời gian ấy, những chuyện như thế là chuyện chết người cả"*. Muốn bắt, họ cần chút chứng cớ. Cuốn nhật ký của Tuân Nguyễn để tại ngăn kéo có khóa rất kỹ trong cơ quan đã bị một người trong cơ quan ăn cắp và mang trình làm chứng cớ. Trong nhật ký, Tuân Nguyễn ghi lại bằng cả tiếng Pháp và tiếng Việt những chuyện riêng tư và những nhận định về thời cuộc của đất nước. Và dĩ nhiên là có những bài thơ anh làm. Nhưng họ chẳng buộc được cho anh tội chi. Điều nực cười chắc chỉ xảy ra trong chế độ Cộng sản là sau này, khi khai lại lý lịch để vào Sài Gòn dạy học, tổ chức bảo anh khai thời gian 9 năm 7 tháng đi tù là thời gian "nghỉ chữa bệnh"!

Khoác ba lô từ nhà tù về, loanh quanh tới mấy tháng trời, anh không biết đi đâu, về đâu, làm gì. Buồn chán, anh lại khoác ba lô trở về trại giam Cẩm Thủy xin được ở tù tiếp. Mọi người trong trại khuyên anh nên trở về xã hội để đi tiếp đoạn đường bảo vệ cái đẹp của cuộc đời, anh nghe theo. Anh túng thế phải đi đổ thùng tại ga Hàng Cỏ để lất lây sống. Vậy mà anh được người thuận theo về làm vợ!

Nàng là Nguyễn Phương Thúy, con của Hoài Chân, đồng

tác giả cuốn *"Thi Nhân Việt Nam"* cùng với Hoài Thanh. Chị Thúy làm thơ, dạy đàn tam thập lục ở Nhạc Viện Hà Nội. Chuyện lạ là chị đã có chồng được mười năm. Chồng chị là một Tiến Sĩ Vật Lý lừng danh. Bỏ ông chồng khoa bảng danh giá để lấy một anh chàng nghèo vừa từ nhà tù ra sau gần 10 năm bị giam cầm. Dĩ nhiên gia đình Phương Thúy phản đối cuộc hôn nhân không tương lai này. Nhưng chị vẫn về với anh trong cảnh cùng quẫn. Lúc đầu hai người phải ở nhờ nhà bạn bè, sau mua được một căn phòng chỉ có 6 thước vuông ở gần Ga Hàng Cỏ. Bạn bè xúm vào tặng đồ dùng trong nhà. Vậy là họ tổ chức đám cưới ngay tại căn phòng nhỏ tí tẹo này.

Thiệp mời là một bài thơ của Tuân Nguyễn được chính anh chép tay gửi tới từng bạn bè. Bài thơ mang tên "Thơ Mời Bạn Bè Ngày Cưới".

Quá nghèo nên tạm thế này thôi
Đâu dám làm cho khác mọi người
Thiếu rượu, vì tin tình nghĩa bạn
Không hoa, mong hiểu vợ chồng tôi
Bao năm ngoảnh lại hoàn tay trắng
Một sáng nhìn lên miệng hé cười
Thiếp báo là thơ – giờ gửi tới
Xin mời có dịp đến nhà chơi.

Sau 1975, hai vợ chồng vào Sài Gòn. Sau những ngày lận đận nơi thành phố mới, anh được nhận vào dạy tại trường Cấp 3 Thanh Đa, ngay trong cư xá Thanh Đa cũ. Tại đây, tôi gặp Tuân Nguyễn. Việc xin được vào dạy tại trường cũng là điều khá vất vả với anh. Một cô làm công việc tổ chức, thấy tên của anh, đã phán: "Cho cái tên phản động ấy dạy Văn sao được!". Người nói câu đó là một học sinh cũ của anh tại trường dành cho con em miền Nam tập kết ra Bắc mà anh ở trong ban giảng huấn! Tôi không hiểu diễn tiến sự việc ra sao mà anh vẫn dạy môn Văn tại trường. Anh được học trò rất yêu mến. Vợ anh biết vậy, rất mừng. Chị nói: "Thấy anh Tuân được các cô học trò yêu, em rất vui. Em biết em xấu. Anh Tuân phải được yêu người đẹp!".

Tôi dạy Anh Văn, anh dạy Văn, không cùng chung "tổ" nên chúng tôi chỉ gặp nhau giữa giờ dạy tại phòng giáo viên. Tuân Nguyễn rất hòa đồng với mọi người trừ một vài cán bộ trong trường. Trường có một bà Hiệu Trưởng, một bà Hiệu Phó, một bà tổ trưởng tổ Văn là dân tập kết trở về. Bà Hiệu trưởng rất…cơ bản, cứ như một bà nhà quê ra tỉnh. Bà Hiệu Phó và bà Tổ Trưởng rất thoải mái chạy theo cái đẹp của miền Nam. Hai người luôn xúm xít hỏi han các cô giáo mua vải ở đâu, may áo ở đâu, và rất chịu khó ăn diện theo. Ngoài ra còn có một Hiệu Phó là một anh nằm vùng rất khó khăn và nguyên tắc. Khi đó, tôi hoàn toàn không biết quá khứ của Tuân Nguyễn. Nếu biết, chắc các cuộc chuyện trò của chúng tôi đã khác đi. Chúng tôi chỉ nói chuyện chung chung vô thưởng vô phạt. Dù sao anh cũng là người ngoài Bắc vào và tôi vừa đi tù cải tạo về. Anh là nhà giáo chuyên nghiệp có bằng sư phạm đàng hoàng, tôi là giáo…gian đi dạy học chỉ vì hoàn cảnh bắt buộc khi phường khóm làm khó dễ bắt đi kinh tế mới.

Bỗng một ngày kia, không biết anh nghe ai nói, biết tôi có giấy bảo lãnh đi Canada, anh kéo tôi ra một chỗ vắng, hỏi tôi: "Anh sắp đi Canada phải không?". Tôi không chối. Anh nói nhỏ với tôi: "Bữa nào anh lại nhà tôi, tôi sẽ kể anh nghe chuyện thâm cung bí sử ngoài Bắc, sang bên đó anh viết cho mọi người biết". Tôi phân vân không biết anh có biết trước đây tôi có làm báo hay không mà anh nói với tôi như vậy. Nghe anh nói, tôi tìm cách hoãn binh. Thực ra tôi rét! Chuyện đi Canada với tôi là chuyện sống chết. Lúc đó không ai tin ai được. Nhất là anh từ Bắc vào. Tôi cho qua chuyện luôn. Sau đó tôi xin nghỉ dạy khi đã có sổ thông hành.

Ngày 25 tháng 4 năm 1983, anh gặp nạn khi đạp xe đi lấy báo về cho vợ bán. Anh cao lêu nghêu nhưng chiếc xe đạp của anh là xe mini! Một chiếc xe vận tải to đùng đang lùi đã tông phải anh lúc đó vừa đạp xe tới phía sau xe. Anh thấy trán mình bị va vào một vật gì, chiếc kính cận văng ra xa. Người lái xe vội xuống xe hỏi: "Ông có sao không?". Anh trả lời: "Không sao, chỉ thấy đầu hơi váng vất". Người tài xế hỏi tiếp: "Tôi bóp còi liên tục mà sao ông không nghe thấy?". Tuân ấp úng: "Xin lỗi anh, tại tôi đãng trí...Tất cả là lỗi tại tôi". Anh tài xế ngạc nhiên khi nạn nhân của mình lại nhận lỗi như vậy. Anh hỏi tiếp: "Ông công tác gì?". Tuân lau cặp kính: "Tôi chẳng công tác gì cả. Tôi làm...thơ! May quá, cặp kính văng xa thế mà không vỡ". Người tài xế đề nghị đưa về nhưng Tuân không chịu. Anh đạp xe về nhà, kể chuyện tai nạn với vợ. Khi ngồi xuống mâm cơm, anh bỗng thấy buồn nôn. Bỏ bữa, anh lên giường nằm, cơn sốt bắt đầu. Cả đêm anh mê sảng. Sáng hôm sau, Phương Thúy đưa anh vào cấp cứu tại bệnh viện Chợ Rẫy. Anh bị xuất huyết não. Suốt một tuần sau đó, anh lúc mê lúc tỉnh. Người tài xế xin các bác sĩ mổ cho anh, phí tổn ông chịu hết, nhưng đã quá muộn. Trước khi chết, anh chỉ trăng trối lại có một câu: "Đừng bắt tội người lái xe. Cái kết cục buồn thảm này là lỗi tại tôi. Tôi là người có lỗi!".

Phùng Quán viết sau đó: *"Nghe Phương Thúy và bạn hữu kể lại phút cuối cùng của Tuân, tôi bàng hoàng chợt nhớ lại hôm Tuân về chơi với tôi ở Nghi Tàm. Hôm đó Tuân ở lại với tôi suốt ngày. Tuân nói: 'Mình định viết một bài thơ dài, nhan đề "Tôi Có Lỗi". Tuân nói rõ thêm: 'Chữ "Tôi" ở đây phải viết hoa. Vì "Tôi" ở đây là nghệ sĩ và trí thức chân chính của đất nước. "Tôi" có trách nhiệm với tất cả những lỗi lầm, những oan uổng, đớn đau, những xấu xa, hèn mạt đáng lăng nhục và xúc phạm con người. Trong mọi chuyện, chính "Tôi" là người có lỗi. Vì "Tôi" chưa đem hết sức mình thực hiện sứ mệnh cao cả mà Thượng Đế đã đặc trao cho người nghệ sĩ".*

Cho tới bây giờ tôi vẫn ân hận vì ngày đó đã không nhìn thấy tầm vóc lớn lao của Tuân Nguyễn trong cái dáng gầy guộc như gánh hết cái gầy của con người trên thế gian này. Tưởng anh chẳng bao giờ là một tình nhân, nhưng thực ra anh có một mối tình lớn: tình người!

02/2015

TƯỢNG

Anchorage là thủ phủ của tiểu bang Alaska của Mỹ. Thuộc Mỹ nhưng tiểu bang này không dính vào đất Mỹ. Nó leo lên chót vót Bắc cực, trên cả Canada chúng tôi. Dân Việt ta ở Mỹ biết tới tiểu bang lạnh lẽo này chắc chỉ vì những chuyến đi *cruise* rất phổ biến tới miền hoang lạnh băng giá. Dân Mỹ biết nhiều tới Alaska kể từ khi có bà Sarah Palin quậy tới bến trên chính trường Mỹ. Bà này thuộc đảng Cộng Hòa và là Thống Đốc tiểu bang Alaska từ năm 2006 đến 2009. Nhưng cả nước Mỹ chỉ biết tới bà khi bà ra ứng cử Phó Tổng Thống trong liên danh với Nghị sĩ John McCain trong cuộc bầu cử Tổng Thống năm 2008. Bà trở thành người dân Alaska đầu tiên và là người phụ nữ đầu tiên của đảng Cộng Hòa ứng cử chức vụ này. Sau cuộc bầu cử, mặc dù thất bại, bà Palin bỗng nổi đình nổi đám và là một trong những sáng lập viên phái *Tea Party* là phái cánh hữu của đảng Cộng Hòa. Đảng này đang làm chao đảo chính trường Mỹ. Có lẽ cái tính quậy của bà có ngay từ thời còn là sinh viên. Bà là sinh viên…liên trường. Đầu tiên, năm 1982, bà theo học tại *University of Hawai* ở Milo, chuyển trường qua *Hawai Pacific University* ở Honululu, chuyển qua *North Idaho College,* rồi *University of Idaho*, chuyển qua *Matanuska-Susitna College* ở Alaska. Năm 1986, bà trở lại *University of Idaho* và tốt nghiệp *bachelor* ngành truyền thông vào năm 1987. Tổng cộng bà học qua 5 trường Đại học! Quả là lang bang!

Tôi biết Anchorage khá sớm, năm 1967. Thực ra tôi chỉ ghé qua phi trường vài giờ để đổi máy bay từ Mỹ về Nhật Bản. Vậy mà tôi cũng chụp được một tấm hình đứng bên một chú gấu khổng lồ trong phi trường. Đúng ra chỉ là bộ da gấu được nhồi không biết thứ gì ở bên trong. Da gấu nhồi không phải là một bức tượng. Tôi mê tượng. Đi tới đâu mắt tôi cũng chăm chú vào tượng. Lần đó tôi có mua một bức tượng do dân da đỏ tạc. Ngày đó, tôi nghĩ: mấy khi tới được chỗ khỉ ho cò gáy này nên phải chụp cơ hội tức khắc.

Vậy nên giờ đây, đọc thấy tin có một bức tượng Phật bằng đá cẩm thạch cao hơn một thước, nặng hơn 300 kí, được tạc tại núi Ngũ Hành Sơn ở miền Trung Việt Nam, ngồi tại một quán cà phê ở Anchorage, tôi mặn liền! Pho tượng được mang tới Anchorage và được nữ ký giả Julia O'Malley viết bài a lô trên báo *Anchorage Daily News*. Vậy nên dân địa phương hầu như đều biết tới pho tượng. Người thỉnh tượng từ Việt Nam về Mỹ là một cựu chiến binh Hoa Kỳ từng tham chiến ở Việt Nam, ông Suel Jones. Ông cho biết tượng do một nghệ nhân tạc ngay bên quốc lộ. Ông mua tượng với giá 500 đô. Tiền chuyên chở về Mỹ đắt gấp đôi.

Khi tượng về tới Anchorage, ông bối rối. Làm sao để chở tượng về và sẽ đặt tượng nơi đâu. Khi mua ông không tính tới những phiền toái này. Rồi ông cũng nhờ được xe cần cẩu câu tượng lên chiếc xe *pick-up* của ông và ông lái suốt mấy ngày liền, loanh quanh chẳng biết cho Phật trợ nơi mô. Nhà ông ở cách thành phố cả trăm dặm chỉ là một căn *cabin* tuềnh toàng. Ông thì sáu tháng ở Mỹ, sáu tháng ở Việt Nam để làm từ thiện. Ông định để tượng ở trong vườn nhà ông nhưng ông thấy không ổn vì quá hẻo lánh. Ông thường uống cà phê nơi quán *Side Street Espresso* cả hai chục năm nay nên ông muốn chủ nhân là ông bà George Gee và Deb Seaton cho để nhờ tượng. Thấy pho tượng quá đẹp, họ đồng ý. Mọi người xúm nhau khênh tượng vô. Tượng quá nặng, làm sao khênh. Họ gọi thêm người tới giúp nhưng cũng chẳng ăn thua chi. Đúng lúc đó có hai chiếc xe mô tô xuất hiện. Họ đã phóng nhanh qua nhưng không biết sao họ vòng lại. Khi biết mọi người muốn khiêng bức tượng vào quán cà phê, hai ông lực lưỡng như lực sĩ này bèn nhào vào giúp. Họ bảo mọi người dang ra. Hai người có những bắp thịt cuồn cuộn đã khiêng bức tượng vào trong quán. Bà chủ quán nhớ lại: "Tôi đã xúc động đến muốn khóc. Bức tượng Phật sao mà đẹp quá!". Tượng được đặt giữa một chiếc tủ lạnh và một chiếc bàn phủ khăn xọc ca-rô. Phật ngồi như vậy trong hai năm. Ông chủ bức tượng Suel muốn bán bức tượng để có thêm tiền làm việc thiện tại Việt Nam nhưng không có ai mua. Ông nói: "Chúng tôi không may mắn trong việc bán tượng. Giống như là tượng đã quyết định ở lại đây, không muốn đi đâu hết". Khách hàng của tiệm cà phê dần thân quen với tượng. Hai vai tượng xỉn đi vì những dấu tay xoa lên trên. Họ thân mật với tượng nhưng vẫn đặt thêm đèn cầy và choàng lên tượng vòng hoa để tỏ vẻ tôn kính. Tượng như một thành viên trong quán. Không ai có thể nghĩ tới ngày nơi đây không còn bức tượng. Vào khoảng tháng 6 năm 2011, một người bằng lòng mua bức tượng với giá 3 ngàn đô. Khách hàng uống cà phê ngơ ngẩn. Tượng sắp rời xa họ. Ai cũng buồn khi nghĩ tới lúc Phật ra đi. Nhưng người mua tượng là một người kỳ bí. Ngồi ngắm tượng với ly cà phê trong tay, ông tiến tới quầy trả tiền cà phê. Ông rút thêm ra sấp tiền 3 ngàn đồng đưa cho ông chủ và cho biết ông chỉ mua tượng với một điều kiện: Phật phải ở đây chứ không được di chuyển đi đâu hết. Vậy là Phật…định cư!

Ông Suel cho biết: "Tôi rất ngạc nhiên nhưng rồi tôi cũng hiểu, tôi biết ông ấy muốn chia sẻ tượng với mọi người". Bức tượng lại một lần nữa làm mê hoặc con người. Lần trước, tại Ngũ Hành Sơn, ông cũng đã trực diện với tượng. "Tôi chỉ nhìn pho tượng và biết rằng mình muốn thỉnh bức tượng này hơn những tượng khác nằm quanh đấy. Tôi không thể giải thích tại sao tôi thích tượng Phật đó, có lẽ vì nét mặt, có lẽ vì chất liệu, tôi không thật sự hiểu!". Ông chỉ biết rằng, khi còn là một lính Thủy Quân Lục Chiến trẻ tuổi tham chiến tại Việt Nam bốn chục năm trước, ông đã tiến vào một ngôi chùa tan hoang vì bom đạn tại Cam Lộ và ông nhìn thấy một pho tượng Phật ngồi thanh thản vững vàng giữa đống đổ nát. Nụ cười của tượng Phật ngày đó đã nằm trong ông. Có thể ông đã nhìn thấy lại được nụ cười đó trên pho tượng này, và ông đã không thể bỏ đi như ông đã rút lui khỏi ngôi chùa bốn thập niên trước.

Trong đời người, có những lúc trong lòng dấy lên một tình cảm rất lạ. Chuyện tượng Phật của ông Suel làm sống lại cái cảm giác lạ lùng của tôi hơn một thập niên trước. Năm 2002, tôi tới khu Thung Lũng Tình Yêu ở Đà Lạt. Tại đây có một dãy cửa hàng bán đồ lưu niệm cho du khách. Chán cái cảnh khu đồi thơ mộng xưa nay bị phá nát để trở thành một khu du lịch quê mùa, tôi lang thang trên dãy cửa hàng này. Nhìn vào những bức tượng nằm ngổn ngang trên từng cửa hàng, tôi bỗng thấy một pho tượng Phật với nét mặt thanh thản lạ lùng. Kết ngay, hỏi giá rồi trả giá. Thực ra muốn mua ngay tút suyt nhưng không trả giá sợ...quê. Lỡ bị hớ thì mất mặt! Cô bé bán hàng lắc đầu, chỉ các tượng Phật chung quanh: "Chú lấy các tượng khác đi!". Tại sao? "Tượng này do anh cháu khắc. Chỉ có một tượng duy nhất". Vậy thì móc tiền liền! Trưng tượng trong nhà được đúng một con giáp rồi, nhìn lại vẫn thích.

Lần về Việt Nam sau, đi loanh quanh trên phố, ghé vào tiệm sách của nhà thờ Đức Bà, xưa tên là Hòa Bình, nay tôi chẳng nhớ tên chi. Cũng một dãy tượng gỗ đứng đầy trên mặt tủ. Dễ chừng tới cả trăm tượng. Vậy mà thấy ngay một tượng rất có hồn và rất lạ. Tượng là một khúc vỏ cây, tà áo tung bay là một mảnh vỏ cây mỏng. Nghệ sĩ không thêm thắt chi vào tà áo này. Ôm ngay tượng tới quầy trả tiền. Giá quá rẻ. Lật tượng lên thấy một cái tên viết trên giấy dán vào dưới đáy tượng. Hỏi cô bán hàng có phải là tên người khắc tượng không? Cô nhỏ gật đầu. Hỏi có thể gửi thêm tiền thưởng không? Cô lắc đầu: "Tượng do nhiều nhà dòng gửi tới bán nên cháu không thể liên lạc với từng người được. Cám ơn chú!".

Đi tới đâu, có tượng là tôi xà vào. Như có ai xui khiến. Chắc là ông Rodin! Ngày còn đi học, tôi được coi khá đều một tập san nhiếp ảnh ngoại quốc. Trong một số báo, họ chụp hình bức tượng nổi tiếng *The Thinker* (Người Suy Tưởng) của Auguste Rodin. Nhìn bức hình chụp tượng tôi mê ngay. Từ thế ngồi tới nét mặt, trông hết sức...suy tư. Hồi đó tôi đang mê triết học nên khoái...suy tư. Mặt lúc nào cũng khó đăm đăm, tay cắp cuốn sách dày cộm, dáng đi hết sức bất cần đời, coi đời như rác! Vậy nên "suy tư" gặp "suy tư", bắt liền.

Vậy mà khi có dịp tới Paris tôi lại chỉ tới Viện Bảo tàng Louvre trong khi bức tượng *The Thinker* được trưng ở Viện Bảo tàng Rodin. Nhưng tới Louvre tôi lại được diện kiến một bức tượng nổi danh khác: bức *Venus* (Vệ Nữ). Cô nàng...tật nguyền này rất nổi tiếng tuy cho tới nay người ta vẫn chưa biết tác giả là ai. Tôi nói tật nguyền là vì bức tượng này không có tay. Hai tay đều cụt ngủn. Tay phải còn được một mẩu thừa, tay trái cụt sát tới vai. Bức tượng này có niên đại từ thế kỷ thứ nhất hoặc thứ hai trước công nguyên. Nàng vệ nữ này đã già lắm lắm rồi nhưng vẫn còn duyên. Thiên hạ chen chúc nhau xung quanh để chụp hình, quay *video*. Người ngắm tượng coi bộ ít. Tôi chỉ bắt gặp một cô, có lẽ là sinh viên mỹ thuật, khoanh tay đứng từ xa nhìn bằng đôi mắt say mê. Bức tượng được tìm thấy trên đảo Melos của Hy Lạp vào năm 1820.

Khi từ Paris qua Vatican, vào Vương Cung Thánh Đường

Thánh Phêrô thì tôi cố tìm cho bằng được pho tượng *Pietà* quá nổi tiếng của thiên tài Michelangelo. Tượng diễn tả cảnh Mẹ Maria bồng Chúa Giêsu khi thân xác vừa được hạ xuống khỏi thánh giá. Thực ra chẳng cần tìm cũng thấy vì cứ thấy chỗ nào du khách đứng vây quanh đông nghẹt là đúng chỗ có *Pietà*. Tượng nằm ngay phía bên phải của cổng vào. Khi chờ vào được tới gần thì tôi hơi thất vọng. Tượng được đặt trong một khu thờ nhỏ, lõm sâu vào tường, phía ngoài được bao bọc bằng kính trong suốt. Ánh đèn vàng vọt lờ mờ khiến tượng như quá xa cách. Vị trí của một tượng thờ chứ không phải một công trình điêu khắc tuyệt mỹ của thiên tài xưa. Không biết dàn kính che cả khu thờ để bảo vệ bức tượng khỏi bị tàn phá với thời gian hay vì phòng thủ thụ động sợ tượng bị kẻ gian rinh mất. Tượng được khắc từ năm 1499, tính tới khi tôi đứng chiêm ngưỡng tượng vào năm 2008 đã hơn 500 năm.

Bệnh mê tượng của tôi hết thuốc chữa. ngồi coi *World Cup* đang diễn ra ở Ba Tây mà khi nào thấy bức tượng Chúa đứng trên núi giang hai tay nhìn xuống thành phố Rio de Janeiro là tôi lại lơ là với trái bóng. Đó là bức tượng *Cristo Redentor* (Chúa Ki Tô Cứu Thế). Chúa đứng trên cao quá nên đường nét của tượng tôi thấy không rõ ràng dù Chúa là người khổng lồ cao tới 30 thước, nặng tới vài chục tấn! Nhưng vị trí trên cao 710 thước, nhìn xuống thành phố với bờ biển cuồn cuộn dưới chân quả là một thế đứng…đế vương. Hai cánh tay dang rộng tới 23 thước như bao bọc lũ nhân gian nhung nhúc bên dưới. Tôi ước được có dịp qua Ba Tây, leo tới chân tượng, nhìn bao quát xuống thành phố bên dưới để thấy phận con người như những sinh vật lúc nhúc dưới chân Chúa. Thiên nhiên thường có những bài học vô giá.

Khi tới Chu Trang tôi chỉ muốn tìm tới thiên nhiên. Chu Trang là một thị trấn cổ nằm ở ngoại ô Thượng Hải bên Trung Quốc, cách Thượng Hải 60 cây số và cách Tô Châu 30 cây số. Chu Trang thường được mệnh danh là "Venice của Á Châu". Muốn vào thị trấn phải ngồi trên những con đò, len lỏi qua con kinh hẹp, hai bên là nhà sàn kiểu Trung Quốc. Mỗi chiếc đò chở được khoảng chục người, khác với những chiếc *gondola* của Venice bên Ý thường chỉ chở hai người tuy sức chứa tối đa có thể là sáu người. Ở đất nước cờ sao đỏ, người ta thơ mộng tập thể! Thuyền chèo bằng tay, mái chèo dính vào cây trụ phía đuôi thuyền, bác lái mồ hôi mồ kê nhễ nhại, hai tay chèo thoăn thoắt chẳng còn sức đâu mà hát như những bác chèo thuyền *gondola*. Thuyền chui qua những cây cầu đá. Nơi đây có tới 36 cây cầu toàn bằng đá, chỉ có một cầu duy nhất bằng gỗ. Đó là Cầu Lang, một kiểu cầu có mái che mang đặc tính của cầu Trung Quốc. Vào tới thị trấn, tôi ngỡ ngàng trước khung cảnh như trong phim Tàu thời xưa. Cây cao, đường đá, những cây cầu nho nhỏ bắc ngang qua kinh và nhất là những cửa tiệm. Nếu người dân nơi đây ăn mặc theo lối cổ chắc các nhà đạo diễn không tốn công dựng cảnh quay phim thời vua chúa xưa. Tôi sà vào những quán hàng nho nhỏ mọc đầy dẫy trong thị trấn. Họ bán đủ các thứ đồ kỷ niệm và đồ giả cổ. Nhiều gian hàng bụi bặm, tối tăm, trưng bày những bức tượng già nua. Đúng chỉ số của tôi! Tượng đồng, tượng đá, tượng gỗ, mặc sức mà chọn lựa. Tưởng vậy hóa không phải vậy. Khó tìm được một bức tượng có nghệ thuật. Loanh quanh hết cửa hàng nọ tới cửa hàng kia, tôi chỉ kết được một bức tượng Phật nằm nho nhỏ. Cuộc đấu trí bắt đầu. Thường họ đưa ra cái giá gấp chục lần giá bán. Lớ ngớ là lãnh đủ. Dù với giá nào tôi cũng phải thỉnh được tượng Phật nằm này về. Bây giờ, Phật đang nằm trên kệ sách nhà tôi!

Chắc thấy tôi toàn nói chuyện tượng Phật với tượng Chúa, nhiều vị tưởng tôi thích với cao. Không có đâu! Tôi chỉ hướng…mỹ, nghĩa là yêu cái đẹp. Dáng hình tôi thấy đẹp nhất là hình ngựa sải chân phi nước kiệu. Chắc lại có nhiều vị tưởng tôi tuổi ngựa. Không phải đâu. Ngựa phi như vậy mệt lắm. Chắc chắn không có tôi.

Trong một lần từ Nha Trang lên Đà Lạt, tôi có ghé vào một ngôi chùa trên đường. Toàn thể kiến trúc chùa được ốp bằng những mảnh chén, tách và chai đủ kiểu cọ, đủ màu sắc. Con rồng có thân hình dài ngoẵng nằm dài suốt từ trong sân ra cửa chùa, dài dễ có hơn chục thước cũng toàn chén với chai. Vào chùa vì thấy chùa này độc đáo nhưng khi vào phòng bán kinh và tượng Phật cùng đồ lưu niệm, tôi bỗng thấy một pho tượng bằng pha lê trắng tạc một cặp ngựa đang vờn nhau. Tôi mê liền. Cặp ngựa, một lớn một nhỏ, chắc một đực một cái vì thợ khắc không đi vào chi tiết nên tôi đoán mò, trông rất sinh động. Từ dáng chân đến cặp bờm trông rất đã mắt. Lúc đó, phòng không có ai trông coi. Thời giờ gấp gáp, tôi đi vòng quanh tìm kiếm, may gặp một sư bà. Tôi trình bày ý định, bà vội vào trong kiếm người phụ trách. Vị ni cô trẻ nói giá bao nhiêu, tôi móc bóp trả ngay. Ai lại đắn đo tiền bạc nơi cửa chùa vì giá nào thì tôi cũng còn thấy rất rẻ. Rẻ như của chùa!

Tôi mê tượng, bạn bè thân quen đều biết. Có người mặc kệ tôi muốn mê chi thì mê, nhưng cũng có người dè bỉu. Mê gì không mê, đi mê cái thứ không nhúc nhích chi nổi, đứng đâu yên đó, cứ như…tượng. Một ông bạn cắc cớ hỏi: "Này ông, ông có còn chỗ nào để mê người không?". Biết là ông bạn nói kháy nhưng tôi vẫn cứ chân chất: "Còn chứ, còn chỗ để mê người đẹp như…tượng!".

08/2014

TỶ

Tỷ phú là những người có bạc tỷ, con số mà chúng ta chỉ biết ngước cổ lên nhìn một cách thèm thuồng. Nói tới tỷ phú, chúng ta thường nhớ ngay tới hai người: Bill Gates và Warren Buffett. Đó là hai người giàu nhất thế giới. Năm 2012, tạp chí Forbes công bố gia tài của Bill Gates là 76 tỷ và của Warren Buffett là 58,7 tỷ.

Họ giàu thì mặc kệ họ, những người không có bạc tỷ như chúng ta thường tự an ủi là giàu có bao nhiêu đi nữa thì những anh giàu này cũng chỉ ăn được ngày ba bữa, tắm cũng phải cởi truồng! Đồng tiền liền khúc ruột, thường những anh giàu là những người rất thích tiền bạc, túi càng đầy họ càng thích. Họ thường có một cuộc sống trưởng giả, xa xỉ, ăn chơi thoải mái. Nhưng hai ông tỷ phú này không như vậy. Có tiền, họ không…liền khúc ruột. Họ nghĩ tới những người chung quanh. Cũng theo tạp chí Forbes thì nguyên trong năm 2012, Bill Gates đã chi ra 1,9 tỷ để làm việc thiện. Cũng trong năm này, Warren Buffett đã chi cho việc từ thiện tới 1,87 tỷ! Vậy hai người là những anh giầu chơi được. Họ không khư khư giữ tiền mà biết chia cho những người nghèo khổ quanh họ. Chúng ta phải kính phục sự "lại quả" cho cuộc đời một mảnh lớn gia tài của họ.

Nhưng nếu chúng ta biết là hai nhà tỷ phú này chịu ảnh hưởng của một nhà tỷ phú khác, tuy ít tiền hơn nhưng lại coi nhẹ đồng tiền hơn, chúng ta sẽ bội phục ông này hơn. Đó là ông Chuck Feeney. Ông sinh vào tháng 4 năm 1931, tháng 4 năm nay vừa chẵn 84 tuổi. Nhìn vào cuộc sống của ông tỷ phú này, chúng ta nhất định phải nghi ngờ: bộ ông này có bạc tỷ thiệt sao? Hai vợ chồng ông hiện sống trong một căn nhà thuê ở San Francisco. Ở thì như vậy, ăn mặc thì còn thua… tôi! Ông chưa hề mặc qua quần áo loại xịn có "mác" đàng hoàng, cặp kính trên mắt ông làm buồn những tiệm kính, nó cũ kỹ từ thời nào tới giờ. Chiếc đồng hồ ông đeo còn tệ hại hơn, cũ xì cũ xịt. Mặc thì như vậy, ăn cũng chưa bao giờ bỏ tiền ra ăn cho ngon. Món ăn khoái khẩu của ông là sữa hâm nóng và bánh *sandwich* kẹp cà chua loại rẻ tiền. Ra đường ông toàn đi xe chính phủ có tài xế lái to đùng mà chúng ta thường gọi là xe buýt, ông không có xe hơi riêng. Lại thua đám bạn bè tôi, anh nào cũng cưỡi xế bốn bánh chạy vung vít ngoài đường. Đi làm, ông cũng chẳng cặp *samsonite* cho oách mà tay túm lấy cái túi vải nhầu nát đi mần. Họa hoằn phải đi uống bia ở tiệm thì ông nhất định phải "nghiên cứu" hóa đơn kỹ càng trước khi trả tiền. Nếu bạn là khách tới ngủ ở nhà ông thì trước khi đi ngủ ông tỷ phú này chắc chắn sẽ nhắc bạn tắt đèn trước khi ngủ.

Ăn mặc, tiêu pha như vậy nhưng ông không phải là người bo bo giữ của. Ông đã từng tặng Đại Học Cornell 588 triệu đô, Đại học California 125 triệu, Đại học Stanford 60 triệu. Ông đã bỏ ra 1 tỷ đô để sửa chữa và xây mới 7 trường Đại học ở New Ireland và 2 trường ở Bắc Ireland. Ông đã thành lập một quỹ từ thiện để giúp giải phẫu cho các trẻ em bị sứt môi hở hàm ếch ở các nước đang phát triển. Sơ sơ quỹ đã quyên được 4 tỷ đô và còn đang vận động để có thêm 4 tỷ nữa. Số tiền này phải có được trước năm 2016.

Hai ông…tỷ Bill Gates và Warren Buffett đi theo trường phái khác. Thụ hưởng và giúp đỡ. Các ông vẫn cứ hưởng những hoa trái của cuộc đời đồng thời trải tiền ra giúp những người cần giúp đỡ trên khắp thế giới. Khi biết lối sống của ông Chuck Feeney, hai ông này coi đó như một tấm gương sáng cố noi theo. Tôi nghĩ thật ra hai ông này không cần noi theo lối sống nhà tu của ông Chuck. Nghĩ tới mình đồng thời nghĩ tới tha nhân, vậy là đáng quý rồi. Mấy ai làm được như ông Chuck Feeney. Báo giới thấy chuyện ít khi xảy ra này nên có vấn ông là tại sao ông có thể sống được một cuộc đời như vậy trong khi bạc đầy túi. Ông Chuck chỉ mỉm cười kể một câu chuyện. Một con hồ ly thấy trong vườn nho trái đầy rẫy, muốn chui hàng rào vào ăn một bụng cho khoái khẩu. Nhưng thân hình nó mập quá, không chui lọt hàng rào. Nó nhịn đói ba ngày cho thân hình ốm bớt. Và nó chui lọt. Mặc sức ăn trái trong vườn, nó thấy đã đủ thèm, bèn chui ra. Nhưng bây giờ ăn no kềnh bụng, nó không chui ra lọt. Lại phải nhịn ăn ba ngày để chui ra ngoài hàng rào được. Kết quả, lúc đi ra, bụng nó vẫn y chang như lúc đi vào!

Kể xong câu chuyện...ngụ ngôn này, Ông tỷ phú kết luận: "Chỗ Thượng Đế ở không có ngân hàng, mỗi người sinh ra trần trụi, khi trở về cũng trần trụi. Không ai có thể mang theo được tiền tài hay danh vọng mà một đời người đã khổ thân tạo dựng!".

Báo chí lại thắc mắc tại sao ông lại cho đi tất cả như vậy, ông trả lời: "Vì tấm vải liệm không có túi!".

Thực ra trước đây ông cũng đã có thời gian sống một cuộc sống hưởng thụ của bậc tỷ phú. Ông từng có 6 tòa nhà lộng lẫy sang trọng ở vùng biển nước Pháp Côte d'Azur, ở Mayfair và đại lộ Park ở New York. Ông đã bán tất cả để chỉ thuê một căn hai phòng ngủ tại San Francisco làm chỗ ở cho hai vợ chồng. Vợ ông, bà Helga, là người vợ thứ hai và trước đây là thư ký riêng của ông. Khi ly dị bà vợ trước, ông đã trả cho bà 60 triệu đô và 7 căn nhà! Hà tiện từng xu trong cuộc sống nhưng ông đang trao tặng tất cả tài sản 7 tỷ rưỡi cho các chương trình giáo dục, khoa học, y tế tại Mỹ, Úc, Nam Phi, Ireland và Việt Nam, qua cơ quan từ thiện riêng của ông mang tên *The Atlantic Philanthropies*. Hiện gia tài ông còn 1,3 tỷ và ông dự định tiêu hết vào năm 2016 sắp tới. Quỹ của ông sẽ đóng cửa vào năm 2020 sau khi ông hoàn tất chương trình của ông.

Riêng tại Việt Nam, chỉ vài năm sau khi đất nước hết chiến tranh, ông Chuck Feeney đã giúp miền Trung , miền mà ông cho là nghèo nhất và chịu ảnh hưởng của chiến tranh nhiều nhất. Ông đã tài trợ để xây cất trường Đại học Đà Nẵng. Ngoài ra, từ năm 1998 đến 2006, ông cũng đã bỏ ra 220 triệu đô để giúp các chương trình xã hội tại Việt Nam.

Bỏ tiền ra tài trợ nhưng ông không bỏ khơi khơi. Nguyên tắc của ông là "tối đa hóa hiệu quả từng đồng vốn". Mỗi dự án muốn được ông tài trợ phải có kế hoạch chi tiết với những cột mốc rõ ràng và công khai. Chỉ những chương trình mang lại hiệu quả lớn lao nhất mới được ông chi tiền. Nếu một dự án không theo đúng kế hoạch ban đầu, ông không ngần ngại cúp viện trợ liền.

Ông có tất cả 5 người con nhưng ông không coi việc để gia tài cho các con là quan trọng. Nguyên tắc của ông là không để con cái trở thành "những đứa con nhà giầu hư hỏng". Ngay từ khi có thể đi làm được vào các dịp nghỉ hè, các con ông phải đi làm. Con trai làm hầu bàn tại các tiệm ăn, con gái làm bồi phòng khách sạn hoặc đứng thu tiền tại các cửa hàng. Tự làm tiền lấy nhưng việc chi tiêu vẫn phải tuân thủ các quy định của ông bố. Con gái ông học tại New York phải tự trả các chi phí ăn ở. Theo ông thì như vậy chúng mới hiểu được giá trị đồng tiền. Một lần, ông biết được con gái thường gọi điện thoại viễn liên cho bạn trai ở Âu châu rất tốn kém, ông đã tới nơi, cắt điện thoại và ra lệnh cho cô chỉ được gọi mỗi tuần một lần vào ngày thứ hai. Kể ra ông bố này khá độc tài. Nhưng nguyên tắc của ông là các con không được phung phí tiền bạc và phải biết tự lập. May mà các con ông hiểu được nguyên tắc của bố nên họ răm rắp tuân theo. Ông tự hào cho biết: "Không có đứa nào tỏ ra khó chịu khi tôi quyết định chúng phải đi làm thêm. Chúng tôi đã làm một việc đáng làm". Cô con gái đầu lòng Leslie Feeney đồng ý: "Cha tôi đã giúp chúng tôi sống như những người bình thường khác".

Không có trò cậu ấm cô chiêu với ông Chuck Feeney. Nhiều tỷ phú Mỹ khác cũng làm như ông Chuck. Tỷ phú Warren Buffett đã dành 99% gia tài để làm việc thiện. Vậy thì còn tiền đâu để lại cho các con? Ông nhà giàu thứ nhì trên thế giới này đã nói: "Tôi muốn cho con mình đủ để chúng cảm thấy chúng có thể làm được tất cả chứ không muốn cho chúng nhiều đến mức chúng không còn thích làm việc nữa".

Ông nhà giàu số một thế giới Bill Gates rất hài hòa với bà vợ Melinda trong việc để lại gia sản cho các con. Hai ông bà có bốn người con tất cả, mỗi người sẽ chỉ nhận được 10 triệu đô. Nghe 10 triệu đô, chúng ta tưởng nhiều, nhưng so với tài sản 76 tỷ đô thì số tiền này chỉ là hạt cát. Tính cho sít sao thì đó chỉ là 1/6500. Nghĩa là cứ 1 đô cho các con thì hai ông bà vác 6.500 đô đi làm việc thiện!

Cựu Thị Trưởng thành phố New York, ông Michael Bloomberg, cũng là một tỷ phú. Ông là người giàu thứ 10 của Mỹ và thứ 13 của thế giới. Trong thời gian làm sếp lớn của thành phố quan trọng này, ông chỉ lãnh lương tượng trưng 1 đô mỗi năm. Ông giữ chức vụ này tới 3 nhiệm kỳ, từ năm 2001 tới hết năm 2013. Tính ra trong 13 năm ông chỉ lãnh có 13 đô! Vậy mà tài sản của ông lên tới 36 tỷ rưỡi. Đừng nghĩ ông tham nhũng. Ông là một lãnh chúa trong thương trường. Số tài sản kếch xù này, ông mang ra làm việc thiện. Nguyên hai trường Đại học John Hopkins và Carnegie đã được ông tài trợ nhiều triệu đô. Ông có hai người con gái. Hai cô sẽ chỉ nhận được một phần không đáng kể trong số tài sản lớn lao của ông.

Tỷ phú người Nga Vladimir Potanin cũng cùng một quan niệm như những tỷ phú Mỹ: mang tiền ra làm việc thiện tại Nga cũng như tại khắp nơi trên thế giới. Ông được gia đình, nhất là 3 người con, ủng hộ việc làm phúc cho những người nghèo này. Ủng hộ cha trong việc làm từ thiện, 3 người con của ông không hy vọng được ông để lại phần lớn gia tài. Họ bằng lòng chịu phần thiệt để chia sẻ với những người kém may mắn hơn họ. Ông Vladimir Potanin từng nói: "Một triệu đô la có thể giúp nhiều người có được học vấn ưu tú, tìm việc mưu sinh và gây dựng sự nghiệp. Nhưng với các con tôi, một triệu đô la có thể giết chúng và tước đi cơ hội sống của chúng".

Tạp chí Fortune vừa loan tin là ông Timothy Donald Cook, người thường được biết tới với cái tên thân mật Tim Cook, cho biết là ông sẽ hiến tất cả tài sản để làm việc thiện sau khi lo xong tiền học cho đứa cháu trai năm nay mới 10 tuổi. Chắc trong chúng ta ai cũng biết ông Tim Cook này. Ông hiện là CEO của công ty trái táo khuyết Apple. Ông nhận chức vụ này vào ngày 24 tháng 8 năm 2011, kế vị ông thần nổi tiếng Steve Jobs chết vì bệnh ung thư. Hai người có thâm tình với nhau. Khi ông Steve Jobs lâm bệnh ung thư gan, ông Tim Cook đã đề nghị hiến một phần lá gan của ông cho bạn. Hai người có cùng một loại máu hiếm. Nghe tin, ông Steve Jobs đã la lên: "Tôi sẽ không bao giờ để bạn làm như vậy".

Gia tài của ông Tim Cook, so với những tỷ phú thứ thiệt như Bill Gates hay Warren Buffett chẳng hạn, chỉ là một con số khiêm nhượng: 120 triệu. Ông chưa thuộc vào hàng ngũ…tỷ. Nhưng danh tiếng của ông thì lừng lẫy trong giới trẻ thích kỹ thuật. Ngay loại thường tình và không còn trẻ như tôi mà cũng xài *iPhone, iPad*, những sản phẩm của hai ông Steve Jobs và Tim Cook.

Chuyện để gia tài cho con hay không không phải là vấn đề của Tim Cook. Ông chỉ lo chăm sóc đứa cháu còn nhỏ. Sở dĩ như vậy vì ông là người đồng tính. Chuyện này dư luận đã xầm xì từ đầu năm 2011 nhưng ông im lặng, không nhận và cũng không cải chính. Nhưng ông không ngần ngại ủng hộ quyền của những người đồng tính. Mãi tới ngày 30 tháng 10 năm 2014, ông mới công khai tuyên bố tình trạng của ông. Ông viết trên tạp chí *Bloomberg Businessweek*: "Tôi tự hào là người đồng tính và tôi cho rằng đồng tính là món quà lớn nhất mà Thượng Đế đã ban cho tôi".

Dù sao, ông Tim Cook cũng cùng chung một lý tưởng với những tỷ phú của Mỹ và Nga. Tiền bạc kiếm được không phải để truyền cho con cháu mà là để chia sẻ với những người cùng khổ cần sự giúp đỡ của người khác.

Kiếm tiền bạc tỷ rồi tung hê hết, con cái dòng họ chẳng được hưởng chi mấy, mấy ông tỷ phú này có bị mát dây không? Đó là câu hỏi đầy tức tối của mấy ông bạn tôi. Họ cho mấy ông này dại. Tiền đầy túi mà không biết giữ. Vào tay tôi thì phải biết! Biết ra sao, tôi không lý tới. Tôi nghĩ tới cái thú đi câu cá của dân bản xứ. Bỏ ra bao nhiêu tiền mua cần câu xịn với máy quay ngon lành nhất. Cụ bị đủ thứ để đi câu. Nào thuyền, nào mồi, nào trăm thứ bà dằn. Thứ nào cũng tiền cả! Vậy mà câu được cá, ôm vào lòng như ôm con nít, đo ngang đo dọc, cân kéo đàng hoàng, máy hình bấm lia lịa, rồi thả cá xuống sông xuống biển lại! Thấy chướng cách gì đâu. Trong khi đó, mấy ông bạn trẻ của tôi, câu được con nào là thả ngay vào lồng, mang về cho mẹ nó vừa kho vừa chiên xào vừa nấu canh mệt nghỉ. Có nhiều ông nhà có hai ba cái *freezer*, mùa câu không bỏ sót một ngày nào, cá tích trữ đầy nhóc trong nhà để ăn cả năm.

Chuyện câu cá làm tôi ngộ ra. Mấy ông tỷ phú kiếm tiền chắc cũng như đi câu cá. Đó là thú vui của họ. Câu cá không để ăn mà để…thể thao. Vậy kiếm tiền rồi cho người khác tới cạn láng như vậy có phải là một môn thể thao không? Tôi ngờ như vậy.

Có nhiều người không có tinh thần thể thao như vậy. Kiếm được tiền, dù bằng những cách như tham nhũng, ăn chặn, móc ngoặc hay cậy thần cậy thế, họ xây…dinh thự, sắm xế hộp loại xịn, đặt nhà sản xuất xe làm những chi tiết đắt tiền như gắn *logo* riêng của họ, đắp hình rồng phượng bằng vàng. Thâm tâm muốn có tí kỷ lục Guinness! Ngồi trên xe, chạy giữa đám dân bần cùng xơ xác, họ vênh mặt lên, như mặt rồng, tự sướng. Con cái họ là những bậc tiểu thư công tử, tiền bạc đầy túi, ăn chơi xả láng. Đã có những trường hợp phạm pháp nhưng nhờ đồng tiền của cha mẹ, họ thoát vòng pháp luật như đùa giỡn.

Tiền oai hùng như vậy, dại chi mà cho người khác như những anh tỷ phú dại dột. Cứ liền khúc ruột là chắc như bắp!

04/2015

Ừ!

Ừ là thuận. Họa sĩ Trịnh Cung có chữ "ừ" trong bài thơ *"Cuối Cùng Cho Một Tình yêu"* do nhạc sĩ Trịnh Công Sơn phổ nhạc. *"Ừ thôi em về, chiều mưa giông tới, bây giờ anh vui, hai bàn tay đói, bây giờ anh vui, hai bàn chân mỏi"*. Tôi khoái chữ "ừ" này. Nghe miễn cưỡng, ừ như một chấp thuận đòi đoạn. Ừ đó, nhưng không muốn ừ cũng đó. Cuối cùng vẫn cứ là ừ! Một thứ "ừ" đói, thứ "ừ" mỏi.

Thơ là để cảm, không phải để…tán. Tán loạn lên như trên đã là quá đáng rồi. Chuyện 'ừ' tôi muốn nói đây có thể thơ mộng hay trần tục lại là chuyện khác. Nhớ ngày nhỏ, học Giáo Lý, ông cha đã dạy: tội dâm dục là tội nặng vì phải có tới hai người mới phạm được! Nhớ ngày không còn nhỏ lắm, học câu thành ngữ tiếng Anh *"It takes two to tango"*. Phải có hai người mới nhảy *tango* được! Muốn…*tango* cần phải…ừ! Không có "ừ" là có chuyện! Chuyện đang có với hai nhân vật tai mắt.

Nhân vật thứ nhất là Bill Cosby. Ai hay coi những show truyền hình Mỹ chắc không lạ gì ông này. *Show* của ông mang tên *"The Cosby Show"*. Các nhân vật trong *show* này gồm một cặp vợ chồng người da màu thuộc tầng lớp trung lưu cao trong xã hội Mỹ. Họ có năm đứa con. Mỗi tuần, gia đình này tạo ra những tình huống như thật và dùng tài khôi hài của người cha, Tiến Sĩ Heathcliff Huxtable, làm cho *show* rất hấp dẫn. Hình ảnh của Bill Cosby trong vai người cha là hình ảnh một người cha được thương mến nhất trên truyền hình Mỹ. *Show* này được phát hình từ năm 1984 đến 1992.

Ông Bill Cosby sanh ngày 12 tháng 7 năm 1937, nay đã 77 tuổi. Khi mới qua định cư, tôi đã cùng các con, lúc đó còn nhỏ, ngồi xem *show* này. Chúng tôi say mê tài kể chuyện và khiếu khôi hài của Bill Cosby. Hai đặc tính này ông có từ hồi còn nhỏ tại trường trung học. Hồi đó ông thích kể chuyện và chọc cười bạn học hơn là học bài và làm bài. Kết quả ông bỏ học. Ông thích đường phố hơn lớp học. Năm 9 tuổi, ông đã là một đứa bé đánh giầy, rồi làm việc vặt tại các chợ thực phẩm. Bà mẹ thấy tương lai con không khá nên luôn luôn dạy con giá trị của việc học và kiến thức. Bà chịu khó đọc truyện, nhất là các truyện trào phúng của văn hào Mark Twain cho bầy con năm đứa nghe. Ông chớp ngay được cái khiếu khôi hài và áp dụng vào việc kể cho các bạn nghe. Ngay thầy giáo của ông hồi đó đã nhận ra cái tài của học trò khi nói: "Trò William sẽ thành một luật sư hay một diễn viên vì trò này nói dối rất nhuyễn!". Ông bổ túc thêm cái khiếu sẵn có bằng cách theo dõi chăm chú các *show* trên truyền hình và cố bắt chước cây khôi hài Jerry Lewis. Ông vốn là đứa trẻ thông minh với chỉ số thông minh IQ rất cao nhưng học thì cầm đèn đỏ trong lớp. Bị đúp liên miên, ông chán và bỏ học. Ông gia nhập Hải Quân Mỹ vào năm 1956. Vào lính rồi ông mới thấy tiếc là xưa không chịu học. Vậy là ông tự học lại và khi rời quân đội ông đã có bằng tốt nghiệp trung học. Ông nhận học bổng để vào Đại Học Temple. Nhưng trong khi học, ông lại đi làm nghề pha rượu cho một tiệm rượu. Chính cái nghề tưởng chỉ dùng tay lại tạo cơ hội cho ông dùng miệng. Ông rất được lòng khách vì thích nói chuyện khôi hài. Từ chỗ khôi hài tài tử với khách, ông tiến lên kể chuyện khôi hài trên một đài phát thanh. Rồi ông tiến lên Nữu Ước. Ông khoái lối khôi hài của Dick Gregory, cũng da đen như ông, đề cập tới vấn đề chủng tộc. Nhưng khi làm *show "The Cosby Show"* ông bỏ đề tài này.

Ông đi học trở lại. Lần này vào Đại Học Massachusetts ở Amherst trong khi vẫn xuất hiện trên loạt phim truyền hình *The Electric Company* và phát triển loạt phim hoạt họa *Fat Albert and the Cosby Kids.* Năm 1977, ông tốt nghiệp bằng Tiến Sĩ về giáo dục.

Hình ảnh của Bill Cosby là hình ảnh một người cha hiền lành và phúc hậu trong gia đình. Cả thế giới đã quen với hình ảnh dễ thương đó. Từ năm ngoái 2014, hình ảnh này nhem nhuốc vì những tố giác liên quan tới việc hiếp dâm các bé gái. Ông chưa từng bị ra tòa nhưng năm 2006, ông đã dàn xếp đền bù ngoài tòa để tránh một vụ kiện. Số nạn nhân của ông xuất hiện tố cáo ngày càng nhiều trong đó có cả người mẫu Janice Dickinson. Cô này tố cáo trên chương trình truyền hình *Entertainment Tonight* là Cosby đã chuốc rượu và cho cô uống một viên thuốc trước khi hiếp cô. Đài truyền hình NBC và hệ thống chiếu phim Netflix liền hủy bỏ hợp đồng với Cosby. Tính tới nay đã có 18 nạn nhân xuất hiện tố cáo. Đầu năm nay, vào ngày thứ tư 14 tháng 1 vừa qua, là vụ người mẫu Chloe Goins tố cáo sự việc xảy ra từ năm 2008. Trong một buổi tiệc tại lâu đài Playboy, khi cô tỉnh dậy thì thấy thân thể lõa lồ và Bill Cosby đang nằm trên người cô.

Sau khi bị bãi bỏ không dưới cả chục *show* tại Mỹ, Bill Cosby hiện đang có một cuộc lưu diễn ở Canada. Đi tới đâu ông cũng bị biểu tình la ó. Có người lên tận sân khấu chửi ông là đồ hiếp dâm! Qua Canada ông cũng có nạn nhân. Ngày 12 tháng 2 mới đây, một cô người mẫu Canada đã họp báo tại Los Angeles tố cáo về vụ cô bị ông này hiếp dâm từ năm 1969! Cô Linda Brown kể lại khá chi tiết sự việc. Năm đó cô Brown 21 tuổi, làm người mẫu quảng cáo cho hãng nịt ngực Wonderbra trên ti-vi. Cô được người đại diện hãng quảng cáo giới thiệu với ông Cosby. Hai người đi ăn tối. Ăn xong, ông đề nghị chở cô về. Trên đường về nhà cô, ông ghé lại chỗ khách sạn ông ở để lấy món quà ông định tặng cô. Ông mời cô một ly nước rồi bỏ qua phòng kế bên nói chuyện điện thoại. Cô kể lại: "Tôi uống một hớp nước và cảm thấy tối tăm mặt mũi. Khi tỉnh dậy tôi thấy mình trần truồng nằm trên giường bên cạnh ông ta. Tôi không nhúc nhích hay nói năng chi được. Tôi cảm thấy tê liệt hết người. Ông lật tôi lại và hiếp tôi. Tôi cảm thấy mình như một con búp bê rách và như một con búp bê thiệt được thổi căng lên cho ông ta xài".

Từ một khuôn mặt được cảm tình của nhiều người, nhất là các trẻ em, Bill Cosby đã tự biến hình thành một thứ nham nhở, cũng chỉ vì thiếu một chữ "ừ"! Một khuôn mặt truyền thông khác cũng không chờ người ta ừ đã a la xô khiến thân bại danh liệt. Đó là phát thanh viên Jian Ghomeshi của đài CBC ở Toronto.

Anh chàng gốc Iran, sanh tại Luân Đôn bên Anh, năm nay mới 48 tuổi. Nguyên là một nhạc sĩ nhưng thành công trong việc làm *talkshow* trên đài CBC. *Show* của anh mang cái tên cụt ngủn "Q" chuyên phỏng vấn các khuôn mặt đình đám trong giới văn hóa và trình diễn. Đây là một trong những *show* ăn khách nhất trong lịch sử đài CBC. Vậy mà cuối năm 2014, đài CBC phải ngưng *show* này sau 7 năm phát thanh cũng chỉ vì anh chàng Ghomeshi không biết giá trị của chữ "ừ". Anh bị tố cáo 7 tội hiếp dâm và có nguy cơ bị tù chung thân. Tháng 1 năm 2015, có thêm ba nạn nhân thưa anh ra tòa. "Lịch sử" các cuộc làm ẩu của anh có từ năm 2007 với cô Kathryn Borel Jr., năm 2012 với cô Carla Ciccone, nữ tài tử Lucy DeCoutere, cô Reva Seth. Rất nhiều cô gái đã không công khai tên tuổi.

Ngày 26 tháng 11 năm 2014, Ghomeshi bị cảnh sát Toronto bắt giữ với năm tội danh tấn công tình dục. Anh được tại ngoại sau đó với tiền thế chân 100 ngàn đô, giao nộp sổ thông hành, không được rời khỏi Toronto, và phải cư trú với mẹ. Ngày 8 tháng 1 năm 2015, anh bị cáo ba tội danh liên quan tới tình dục nữa. Vậy là cũng như Bill Cosby, anh Ghomeshi thân bại danh liệt vì thiếu chữ "ừ" vẫn cứ a-la-xô tới.

Vụ Ghomeshi có dính dáng tới các nữ sinh viên. Đó là các nữ sinh viên của ngành truyền thông tới thực tập tại đài CBC. Khi vụ Ghomeshi nổ ra, các đại học đã nhân đó hâm nóng vấn đề này. Môi trường đại học, với các sinh viên nam nữ chung sống trong học tập, với những sinh hoạt ngoài lớp học của các sinh viên, đã nảy ra nhiều vụ cưỡng bức tình dục. Nhiều hoàn cảnh mập mờ đã xảy ra khiến các nữ sinh viên tố cáo bị cưỡng bức trong khi các nam sinh viên cãi là có sự đồng ý. Vụ ba sinh viên Đại học McGill của đội bóng chày bị đưa ra tòa đã gây nhiều tranh cãi. Cuối cùng, vụ án đã bị hủy.

Đại học Montreal đã đưa ra một khẩu hiệu mới rõ ràng và mạnh mẽ hơn: "Không *yes* tức là *no!*" thay thế cho khẩu hiệu cũ: "*No* nghĩa là *no!*". Không *yes* có nghĩa là không "ừ". Dứt khoát như vậy! Viện Trưởng Guy Breton khẳng định: "Sự thiếu vắng của *"no"* không bao giờ được diễn giải là *'yes"*. Đây không phải là bệnh dịch trong khuôn viên trường, nhưng cách hành xử như vậy không thể chấp nhận được trong bất cứ hoàn cảnh nào".

Có nhiều cách hành xử khá thô lỗ của các sinh viên. Như trong tuần qua, một nhóm nam sinh viên nha khoa của Đại học Dalhousie ở Halifax đã *post* lên *Facebook* một nội dung rõ ràng mang tính cách tính dục nhắm vào các nữ sinh viên. Họ còn đùa giỡn với nhau về chuyện dụ các nữ sinh viên này hút cần sa. Một nhóm sinh viên trường Đại học St, Mary đã quay một *video* với một bản nhạc ca ngợi việc hiếp dâm.

Ông Vincent Fournier Gosselin, Tổng thư Ký Hiệp Hội

Các Sinh Viên Trong Môi Trường Đại Học Montreal, đã phát biểu: "Các biện pháp đã có sẵn nhưng chúng tôi muốn có một thông điệp rõ ràng mà mọi người phải đồng ý. Chúng tôi đã có những yếu tố cần thiết, nhưng chúng tôi cần một thông điệp rõ ràng: không có sự đồng ý, đó là cưỡng bức!".

Ừ hay không ừ là chuyện của những người dưng. *Người dưng khác họ, chẳng nọ thời kia / Nay dzìa thì mai ở, ban ngày mắc cở, tối ở quên dzìa.* Cứ xáp vào nhau là tính chuyện nọ kia. Ừ hay không ừ là chuyện quan trọng. Không ừ mà coi như ừ thì cò bót mấy hồi. Nhưng vợ chồng có cần ừ không? Chúng ta thường nghĩ là không. Đã là vợ chồng trước luật pháp thì chuyện tù ti là chuyện riêng tư được pháp luật che chở. Cứ như một cửa hàng có môn bài vĩnh viễn! Chúng ta nghĩ vậy nhưng không phải vậy. Cũng cần ừ mới suông sẻ. Không ừ mà pháp luật biết thì cũng rắc rối. Đó là trường hợp ông Henry Rayhons ở Duncan, tiểu bang Iowa. Ông này là dân biểu Quốc Hội Tiểu Bang đã 9 nhiệm kỳ, mỗi nhiệm kỳ là hai năm. Tới nay, khi sắp tranh cử nhiệm kỳ thứ 10 thì ông gặp rắc rối. Cũng chuyện ừ hay không ừ!

Ông cưới bà Donna Lou Young vào năm 2007 trong một lễ cưới long trọng với 350 quan khách tham dự. Lúc đó cả ông lẫn bà đã trên bảy chịch và cả hai đều góa. Nay bà bị bệnh Alzheimer. Ông vẫn chăm sóc bà tại nhà nhưng vì ông thường phải đi họp xa nhà cả 50 cây số nên hai cô con gái riêng của bà đã tự động đưa bà vào nhà dưỡng lão *Concord Care Center* ở Garner, cách căn *condo* của hai ông bà khoảng 3 cây số. Ông đi họp về, mất bà nên nổi giận: "Tôi về tới nhà và Donna đã biến mất. Tôi không thể nói chuyện với mấy cô con gái bà ấy. Chúng là *boss"*. Tại Viện Dưỡng Lão, bà Donna Lou Young ở chung phòng với bà Polly Schoneman, 85 tuổi. Bà già này kể lại chuyện ông Henry Rayhons tới thăm vợ vào một buổi chiều. Ông ở lại khoảng nửa tiếng. Ông kéo kín tấm màn che giữa hai giường và nói: "Em yêu, anh dẫn em lên giường nhé!". Sau đó bà Polly nghe thấy tiếng mà bà quả quyết: "Tôi không ngu, tôi biết chuyện gì đang xảy ra". Máy *video* tự động ngoài hành lang cho thấy ông Henry Rayhons ném chiếc quần lót của bà vợ vào một chiếc thùng. Khi ông Henry vừa rời phòng, bà Polly đã bấm chuông kêu y tá. Khi cô y tá Shari Dakin chạy tới thì bà nói: "Tôi không thể chịu được cái ông này!". Ba tuần sau, cảnh sát hỏi cung ông. Ông cho biết là bà Donna không chịu nổi cuộc sống ở đây. Được hỏi về đời sống tình dục của hai người, ông cho biết: "Đó không phải là chuyện thường xuyên. Ở tuổi tôi, người ta quên mất chuyện này nhưng còn muốn ở bên nhau. Đôi khi bà ấy muốn và hỏi 'Chúng ta có thể giỡn chút đỉnh được không?'". Ông khai thêm là ông "không bao giờ đụng tới bà khi bà không muốn mà chỉ làm bổn phận khi bà yêu cầu". Ông nhấn mạnh: "Bà ấy vẫn đòi hỏi chuyện đó". Viên cảnh sát điều tra mỉa mai: "Tôi biết là bữa đó bà ấy không đòi hỏi, phải không?". Ông Henry nói tiếp: "Tôi không nhớ có làm tình trong phòng đó không. Tôi thật không nhớ". Ngày hôm sau bà Donna qua đời. Một tuần sau, ông Henry bị bắt. Theo hai cô con gái riêng của bà Donna thì mẹ của các cô không thể "ừ" được. Trước đó, bà đã được thử một loại *test* về mức độ quên của những người mang bệnh Alzheimer, *test* mang tên *"Brief Interview for Mental*

Status", viết tắt là BIMS. Loại *test* này có nhiều câu hỏi giản dị về ngày, tháng, năm hoặc bắt bệnh nhân nhắc lại các chữ thông thường như *"sock"*, *"blue"* hay *"bed"*. Số điểm tối đa đạt được là 15. Bà Donna đã được thử hai lần. Lần đầu, bà được 2 điểm. Lần thứ hai, một tháng sau, bà được 0 điểm. Kết quả này chứng tỏ bà Donna không còn sáng suốt để nói "ừ" được trong chuyện vợ chồng tù ti. Ông Henry bị kết tội hiếp dâm vợ khi bà này mất khả năng nói ừ!

Chuyện nghe như chuyện đùa nhưng với pháp luật không có chuyện đùa. Ông Henry dính chấu! Rất nhiều vụ vợ đưa chồng ra tòa vì không "ừ" mà ông chồng cứ xáp vào. Nhưng thường là những người trẻ. Hành động được coi là hiếp dâm của họ là một thảm kịch gia đình. Có khi vì tức tối, có khi vì trả thù, có khi vì cơm không lành canh không ngọt. Người ta hiểu được những động lực đằng sau mỗi vụ. Còn ông Henry, chẳng lẽ vì ông còn yêu vợ quá nên diễn tả tình yêu một cách nhiệt tình chăng? Họ mới cưới nhau được 7 năm. Trong bảy năm đó họ không rời nhau một bước cho tới khi căn bệnh lấy mất trí nhớ của bà.

Ừ hay không ừ, rắc rối từ đó nảy sinh ra. Nhưng rắc rối nhiều khi ngược lại. Tại quốc hội Brazil có ông dân biểu Jair Bolsonaro đối lập cật lực với bà dân biểu kiêm Bộ Trưởng Nhân Quyền Maria do Rosario. Bà Maria đã có lần gọi ông Jair là "tên hiếp dâm". Trong phiên họp ngày 9 tháng 12 năm 2014 vừa qua, hai người đụng độ nhau, ông Jair Bolsonaro nói thẳng vào mặt bà là bà có cho thì ông cũng không thèm hiếp dâm bà vì "bà không đáng". Ông lớn tiếng: "Từ bữa bà gọi tôi là tên hiếp dâm đến nay đã được mấy ngày rồi, tôi nói cho bà nghe là tôi không thèm hiếp bà đâu vì bà không đáng cho tôi hiếp!". Câu nói xanh rờn của ông Jair làm dấy lên một cuộc phẫn nộ trên toàn quốc. Ông châm thêm dầu vào lửa khi trả lời với báo chí: "Bà ta không đáng vì bà ta xấu. Hơn nữa không phải típ người tôi thích. Nếu có dịp tôi cũng không thèm hiếp bà ta!".

Brazil vốn là quốc gia trọng nam khinh nữ. Trong năm 2013, có tới 50.320 vụ tấn công tình dục. Nhưng đó chỉ là thống kê. Sự thực còn nhiều hơn nữa vì người ta ước tính chỉ có khoảng 35% được báo với cảnh sát.

Chữ "ừ" ngắn ngủn, không thể nào ngắn hơn được, nhưng lại là chuyện dài nhân dân tự vệ! Cứ nhớ lại coi, biết bao lần chúng ta "ừ", biết bao lần chúng ta không "ừ". Nhưng không thèm đụng tới, dù có "ừ", là chuyện hiếm, có lẽ chỉ xảy ra với ông dân biểu Jair Bolsonaro ở Brazil!

02/2015

VÁY

Ngày 30 tháng 5 vừa qua, một cơn bão đã thổi qua vùng Beaconsfield ở tỉnh bang Québec chúng tôi. Nếu cần đặt tên cho cơn bão này thì nhất định phải gọi đó là cơn bão… váy! Đó là ngày cô học sinh lớp 11 Lindsey Stocker gây chiến. Nếu phải đặt tên cho trận chiến này, lại phải gọi là trận chiến… váy!

Khoảng hơn một tuần trước đó, ngày 21 tháng 5 cô bé Lindsay và toàn thể các nữ sinh trong lớp tại trường Trung Học Beaconsfield đã bị thầy Hiệu Phó của trường bắt đứng dậy, để hai tay xuôi theo thân người, nếu chiếc váy các em mặc ngắn hơn đầu ngón tay thì bị coi là vi phạm quy định về y phục của nhà trường. Cô nhỏ Lindsey Stocker cho biết là cô cảm thấy bị làm nhục. "Trước mặt các bạn học và thầy giáo của tôi, họ bắt tôi phải thay váy. Khi tôi nói "không", họ bảo tôi đã chọn lầm câu trả lời…Khi tôi muốn giải thích, trước toàn thể lớp học, cho họ biết tại sao tôi không tuân thủ quy định đó, họ không muốn nghe. Tôi thấy như bị tấn công…và tôi muốn cho họ biết những gì tôi nghĩ". Stocker nghĩ là quy định về y phục của nhà trường nhắm vào các nữ sinh. Nhà trường không cần biết các nam sinh mặc gì trong khi lại chú ý tới y phục của nữ sinh.

Tức giận, cô bé Stocker rời khỏi lớp và đi in khoảng hai chục tấm *poster* có nội dung: "Đừng làm nhục nữ sinh vì họ mặc váy ngắn. Trời nóng nực. Thay vì lăng nhục các nữ sinh về thân hình của họ, hãy dạy cho các nam sinh biết là phụ nữ không phải là một vật thể tính dục". Cô dán các *poster* này khắp khuôn viên trường. Nhà trường vội xé các bích chương và đưa cô lên gặp Hiệu Trưởng. Cô bị đuổi học một ngày!

Các nữ sinh của trường trung học Beaconsfield ấm ức. Cô bé Lauren Paquay, 15 tuổi, tức khí nên ngày hôm sau đã mặc chiếc quần soọc siêu ngắn luôn! Cô nhỏ lại còn tuyên bố một câu xanh rờn: "Con người có quyền thể hiện chính mình. Các nữ sinh bị xét xử vì cách ăn mặc của họ, họ phải thay cách ăn mặc vì cách các nam sinh nhìn họ. Chính các nam sinh này phải là những người cần phải học hỏi cách đối xử với nữ giới đứng đắn hơn và nhìn nữ giới với cặp mắt khác".

Một ông bố, ông Brian Dollimore, đưa hai cô con gái tới trường vào ngày hôm sau, một cô mặc váy ngắn, cho biết là ông đã hỏi cô con gái là cô có chắc muốn mặc như vậy không. Cô gái trả lời cô cảm thấy rất an tâm với cách ăn mặc này. Ông kết luận: "Có những quy định có lý nhưng cũng có những quy định xem ra quá đáng!".

Cơn bão tưởng chỉ thổi qua Québec nhưng thực ra đã

hoành hành khắp Canada. Tại trường trung học Menihek ở Labrador, tỉnh bang Newfoundland, 30 nữ sinh đã phải ra về vì vi phạm quy định ăn mặc của nhà trường trong đó có những em mặc áo hở nách và để lòi giây nịt ngực! Tại thủ đô Ottawa, em Tallie Doyle, học sinh lớp 8, phải thay áo khi em mặc chiếc áo cũng để hở dây nịt ngực. Giữa tháng 5 vừa qua, tại Truro, tỉnh bang New Scotland, nữ sinh Makayla King bị phạt vì mặc quần soọc quá ngắn. Bà mẹ em cho biết: "Quần của con gái tôi rất thường, có chiều dài hợp lý, không làm nhăn nhúm, không có lỗ hở, không quá trễ dưới bụng. Không có chuyện phô ra những gì không được phép phô ra". Bà cho rằng con gái bà bị kỷ luật chỉ vì chiếc quần soọc đã làm các nam sinh và các giáo viên lo ra! "Hình như là phần đông các nam sinh và nam giáo viên có vấn đề. Thật không công bằng với các nữ sinh!".

Nếu không có cánh đàn ông
Cần chi váy ngắn, màu hồng , màu xanh ..
Đói no - sướng khổ đã đành
Cùng nhau sắm bộ đồng hành vui chơi...
Váy xiêm làm đẹp cho đời
Chỉ tội con mắt của người nhìn nghiêng...

Mấy câu thơ này tôi nhặt được trên *net,* không có tên tác giả.

Vậy ra vấn đề không phải là chiều dài chiếc váy hay chiếc dây nịt ngực lộ ra mà là cặp mắt "nhìn nghiêng" của các nam sinh và các thầy giáo. Câu chuyện khá gay go. Làm sao mà bắt các nam nhân này nhắm mắt được. Trăm ông như một, đều có cặp mắt vị…nghệ thuật! Lỗi tại ông trời. Ai bảo trời sinh ra chuyện rắc rối như vậy. Cứ tạo ra trên trần thế này toàn một thứ đực rựa hay thị mẹt thì đâu có chuyện lôi thôi. Nhưng nếu vậy thì chán chết. Có nếp có tẻ thì đời mới vui. Và có ý nghĩa. Dù không có chuyện ăn mặc mát mẻ thì mấy anh đàn ông vẫn cứ có vấn đề như thường. Tôi nhớ khi còn học trung học, tôi có đọc trong một cuốn truyện nào đó, hình như cuốn *Four Daughters of Doctor March* (Bốn Cô Con Gái Của Bác Sĩ March) của Louisa May Alcott thì phải, một ý tưởng. Đó là lời ông bố bảo con gái khi thấy cô này mặc chiếc váy hơi ngắn một chút: "Với chiếc váy này thì tụi con trai không cần tưởng tượng chi nữa cả!". Vậy nên dù các nữ sinh có kín cổng cao tường tới đâu chăng nữa thì vẫn cứ...ngắn ngủn như thường. Chỉ mất công tưởng tượng. Vậy thì chẳng ai có lỗi, trừ ông trời. Mà ông trời cũng chẳng có lỗi nữa: chuyện này nằm trong lập trình của ổng để cái giống người được sinh sôi nẩy nở!

Chiếc váy tưởng chỉ gây ra bão tại Canada chúng tôi ai ngờ lại là chuyện...quốc tế! Trường *Walkwood Church of England Middle School* ở Redditch, Worcestershire bên Anh thẳng thừng ra lệnh cấm các nữ sinh mặc váy. Lý do là vì chiếc váy càng ngày càng ngắn. Thay vào đó, các nữ sinh bị bắt buộc phải mặc quần dài. Nam nữ chung một kiểu đồng phục, bình đẳng như nhau. Phụ huynh học sinh của trường cho quy định này là "điên rồ"! Làm vậy thì con gái họ có thể bị bối rối. Con gái mà không được mặc đồ con gái, bối rối là phải. Không phải chỉ có trường *Walkwood* này...điên rồ mà có tất cả 63 trường trung học ở Anh đều điên như vậy. Để chặn lại cơn điên...tập thể này, tổ chức *School Skirt Ban,* một tổ chức bênh vực các bậc phụ huynh chống lại lệnh cấm đã kết tội quy định vớ vẩn này là bất hợp pháp! Phát ngôn viên của tổ chức này nhấn mạnh: "Chúng tôi được biết là việc này chưa có tiền lệ pháp lý nhưng *Equality and Human Rights Commission* (Ủy Ban Bình Đẳng và Nhân Quyền) đã mạnh mẽ khuyên các trường không nên đưa ra quy định như vậy. Hành động cấm các nữ sinh không được mặc váy được coi là gián tiếp phân biệt!".

Cũng vì mặc váy ngắn, cô nữ sinh viên Geisey Arruda, 20 tuổi, của trường Đại Học Bandeirante tại Sao Bernado do Campo, ngoại vi của thành phố Sao Paulo, Brazil, đã bị đuổi học! Chuyện xảy ra vào tháng 11 năm 2009. Trường đã phải kêu cảnh sát tới đưa cô này ra khỏi khuôn viên trường. Cảnh sát đã phải choàng thêm chiếc áo khoác màu trắng của một giảng viên phòng thí nghiệm khi dẫn giải cô Arruda giữa những la ó của các sinh viên khác. Trong một quyết định sau đó, trường cũng trục xuất cả các sinh viên la ó xúc phạm tới cô này. Vậy là cả hai phe đều…thất học! *Clip* quay sự việc này đã được tung lên *YouTube* làm dấy lên một làn sóng tranh cãi khắp nước. Hiệp Hội Sinh Viên Quốc Gia Brazil ra tuyên bố phản đối quyết định của nhà trường. Một viên chức phụ trách về chính sách đối với phụ nữ của Brazil đã phê bình nhà trường "hẹp hòi và phân biệt đối xử".

Cô Geisey Arruda bỗng nổi tiếng ngang xương. Cô làm tới: kiện nhà trường và đòi bồi thường thiệt hại. Cô thuê luật sư đàng hoàng và đòi bồi thường tới 570 ngàn đô Mỹ! Không biết cô tính sao mà ra số tiền thiệt hại này. Trường hoảng quá nên rút lại quyết định để cho cô Arruda nhập học lại. Khoa Trưởng Ellis Brown bào chữa cho chuyện nói đi nói lại của trường: "Có hàng trăm nữ sinh viên mặc váy ngắn trong trường mỗi ngày nhưng chưa từng có chuyện gì xảy ra. Kích cỡ của váy chưa bao giờ bị đưa ra thảo luận, mà vấn đề là ở cách cư xử của sinh viên này". Theo nhà trường thì cô Arruda đã đứng ưỡn ẹo chụp hình và có những cử chỉ khiêu khích "hoàn toàn không phù hợp với môi trường Đại Học".

Bên Á châu chúng ta, chuyện váy ngắn cũng sôi nổi không kém. Các nữ sinh Nhật Bổn đều mặc đồng phục có váy. Du khách nhìn vào thấy váy của các học sinh xứ Thái Dương Thần Nữ cao vời vợi! Nhưng dân Nhật quan niệm chiều cao của chiếc váy đồng phục không phải là dấu hiệu lỏng lẻo đạo đức của tuổi trẻ mà mang lại dáng vẻ trẻ trung và dễ thương cho các em. Tại Shiga, Shibuya hay Niigata hoặc bất cứ nơi nào trên đất Nhật, các em bé đều cũn cỡn như vậy. Một em phát biểu: "Chúng tôi thấy trẻ đẹp khi mặc váy ngắn, có điều chi sai trái khi mặc như vậy?". Có người cho điều sai trái là các em mặc ngắn như vậy sẽ bị…lộ *pantsu*. *Pantsu* là đồ lót. Nhưng các em không mắc cở chi chuyện đó vì có hàng trăm cách để che dấu không để *pantsu* nhìn thấy ánh mặt trời!

Ông bạn nhà thơ Quan Dương của tôi có vẻ không ưa kỹ thuật dấu hàng của các em học sinh này. Chuyện gói mở coi bộ nhói con tim của nhà thơ.

Thân mình em đựng bảo trân
Gói ba bốn lớp che phần muốn coi
Mở ra trắng tựa mây trời
Nhói tôi thấp thỏm đứng ngồi lặng thinh.

Càng thâm niên sinh viên càng lơ là việc gói ghém là

chuyện đồng phục của các sinh viên Thái. Năm 2011, người ta tổ chức một cuộc thăm dò để tìm ra đồng phục của các sinh viên học sinh nước nào *sexy* nhất thế giới. Kết quả làm nhiều người ngạc nhiên. Thái Lan đạt hạng nhất. Dư luận người dân xứ Phật này bất bình. Thực ra không phải đồng phục có vấn đề mà vì các sinh viên cố tình cắt ngắn hơn. Càng cao tuổi càng cao váy. Đồng phục thay đổi theo thâm niên học tại trường. Năm thứ nhất mặc váy xếp ly đen dài tới đầu gối, áo sơ-mi trắng cộc tay, giầy *bata* và vớ trắng. Qua năm thứ hai, nữ sinh mặc váy bó, cũng dài tới đầu gối, và tùy theo ngành học mà có đường xẻ khác nhau, hoặc phía trước, phía sau hay lệch sang một bên. Thay vì giầy *bata* của năm thứ nhất là giầy cao gót màu đen. Đến năm thứ ba và thứ tư thì…*sexy*. Váy sẽ leo lên cao khoảng từ một nửa đến một gang tay! Đàn chị đã được ưu tiên ngắn lại còn được tự do cách điệu nên chị nào cũng muốn mình *sexy* hơn!

Nói chuyện váy ngắn mãi cũng chán, tôi muốn mời các bạn quay về chiếc váy cổ truyền của dân ta. Các cụ ta ngày xưa cũng váy viếc như ai nhưng váy của các cụ rất nền nếp. Nó dài thoòng tới gót chân và rộng thùng thình. Trông như chiếc nơm úp cá hay cái lồng gà. Chắc các cụ ông nản với chiếc váy này nên gọi là váy đụp! Lại còn giễu bằng một câu đố: *Cái thúng mà thủng hai đầu / Bên ta thì có bên Tàu thì không.*

Thời vua Minh Mạng, vua quan cho rằng cái váy không có đáy là thiếu văn minh nên ra chiếu chỉ bắt các bà mặc quần. Tôi nghĩ chắc vua quan nước ta thời bấy giờ cứ lấy Trung Hoa làm mực thước của văn minh. Đàn bà Tàu không mặc váy thì phải cấm đàn bà ta mặc váy cho bằng Tàu!

Tháng tám có chiếu vua ra

Cấm quần không đáy người ta hãi hùng!

Không đi thì chợ không đông

Mà đi lột lấy quần chồng sao đang.

Đó là thơ phản kháng của dân chúng trước cái lệnh kỳ cục này. Không những phản kháng bằng…văn học, các cụ bà còn phản kháng bằng hành động. Nhất định không mượn quần của chồng để ra đường. Vẫn cứ váy mà mặc. Chiếc váy đụp này còn sống sót cho tới ngày tôi còn nhỏ. Tôi còn nhớ mỗi nhà trong làng tôi ngày đó đều đặt một cái lu hay chậu sành mẻ ngoài cửa, bên ngoài hàng rào, để xin nước tiểu thiên hạ. Ông đi qua bà đi lại, nếu có nhu cầu giải tỏa thì cứ việc tổ tổ vào trong lu. Gia chủ sẽ thu nước tiểu để tưới vườn tược. Nhà tôi ngày đó ở phía bên ngoài làng, trên đường cái quan lên tỉnh, cũng có cái lu đặt ngay bên cạnh cửa ra vào. Chắc vì tọa lạc ngay ngoại thành Hà Nội nên mỗi nhà đều cách xa nhau chứ không xúm xít như trong làng. Vì vậy nên thu hoạch cũng khá. Các ông thì cứ thản nhiên kéo quần làm mưa. Các bà cũng rất thoải mái. Chỉ cần đứng vào giữa cái lu thấp, váy vẫn rủ xuống như thường, xòe xòe một cách tỉnh bơ. Kín mà hở vì các bà không mặc…nội y!

Chiếc váy đụp của các bà thời đó dĩ nhiên chẳng có thớ chi để đi vào văn học. Nhưng cái váy Đình Bảng thì đã được thi sĩ Hoàng Cầm dắt vào thơ.

Váy Đình bảng là cái váy chi? Làng Đình Bảng thuộc phủ Từ Sơn, tỉnh Bắc Ninh, quê hương quan họ. Bắc Ninh vừa sát Hà Nội, vừa là quê hương của vua Lý Thái Tổ, người đã dời đô từ Hoa Lư về Thăng Long (Hà Nội) nên văn minh hơn các vùng quê khác. Đàn bà con gái Bắc Ninh vì vậy ăn mặc cũng văn minh hơn, chiếc váy cũng hơn xa chiếc váy đụp váy đùm. Váy Đình Bảng hơi chùng xuống một chút, hai bên hông vẫn giữ cao như cái cửa võng. Cửa võng là một kiểu trang trí bằng gỗ ở phần cửa nhìn ra sân đình, nơi các quan viên xem lễ hội làng. Cửa võng được khắc trạm cầu kỳ, cong cong nên còn được gọi là y môn. Chúng ta hãy nghe chính Hoàng Cầm nói về chiếc váy Đình Bảng: *"Váy cửa võng từ váy đùm, váy kép mà ra. Số là váy cửa võng phần trước váy chùng xuống những mép cong cong như cái cửa võng. Người mặc váy khéo phải thu xếp làm sao phía trước rủ xuống mu bàn chân, phía sau hơi hếch lên gót bàn chân"*.

Bài thơ của Hoàng Cầm mang tên "Lá Diêu Bông", được sáng tác vào năm 1959, bắt đầu bằng chiếc váy Đình Bảng.

Váy Đình Bảng buông chùng cửa võng

Chị thẩn thơ đi tìm Đồng chiều

Cuống rạ

Chị bảo

Đứa nào tìm được lá diêu bông

Từ nay ta gọi là chồng.

Chị đây là chị Vinh, hơn tác giả 8 tuổi, vậy mà tác giả chơi trèo bày đặt yêu thương. Hoàng Cầm kể lại: *"Đấy là một buổi chiều thứ bảy, tôi trọ học trên tỉnh về thăm nhà. Nhà tôi bên cạnh một cái ga xép, có mấy cái quán quê lèo tèo bên đường số 1. Mẹ tôi cũng có một cái quán hàng xén. Tôi vừa bước vào ngõ thì thấy một cô gái đang cúi mua gì đó chỗ quán mẹ tôi. Nắng chiều chênh chếch vào hai bắp chân thật đẹp dưới váy cô. Bỗng cô ngoảnh mặt lại nhìn tôi, và tôi cũng nhìn vào gương mặt kiêu sa của cô. Lập tức tôi thấy mình choáng váng, sự choáng váng mà sau này tôi biết người ta vẫn gọi là tiếng sét ái tình. Đúng như vậy, đấy là cú choáng của tình yêu nam nữ thực sự!"*. Hình ảnh chị Vinh gắn liền với chiếc váy Đình Bảng. Năm Hoàng Cầm 12 tuổi, chị Vinh đã vừa đôi mươi, lần cuối cùng nhà thơ của chúng ta gặp chị, vẫn hình ảnh chiếc váy; *"Đấy là một buổi chiều đông, đang chơi thơ thẩn trước ngõ, tôi bỗng thấy chị Vinh đi từ nhà ra phía cánh đồng đã gặt, chỉ còn nhấp nhô cuống rạ. Tôi bám theo chị. Chị mặc áo lụa đã bạc màu, yếm cánh sen và chiếc váy vùng Đình Bảng gấp nhiều li buông chùng như võng. Mỗi bước đi của chị làm cho chiếc váy lược dập dờn như sóng, để lộ hai gót chân trắng như ngó cần"*.

Coi bộ tôi cũng đã yêu chiếc váy Đình Bảng. Mấy ông bạn tôi nghe tôi phát ngôn như vậy đều lấy làm ngạc nhiên. Vậy váy ngắn để cho ai? Các ổng hỏi là hỏi vậy thôi chứ có ông nào nhường ông nào đâu! Tôi thì váy nào cũng vừa mắt nhưng váy Đình Bảng đã chụp được thơ nên, nhờ các ông tí, xê ra cho tôi…văn học!

07/2014

XÉT

Bà già Ting Ting Tam, 72 tuổi, ngụ tại Ottawa về Trung Quốc thăm gia đình và trở lại Canada qua ngả phi trường quốc tế Macdonald-Cartier tại Ottawa vào ngày 7 tháng 11 năm 2012. Trong phiếu khai quan thuế bà trình ra tại phi trường, bà khai không mang thịt trong hành lý. Nhân viên quan thuế tại phi trường hỏi bà hai lần là bà có mang thực phẩm, cây trồng, kẹo bánh hay bất cứ thứ gì cần khai trong hành lý của bà không. Cả hai lần bà trả lời không có những thứ đó. Thấy vẻ bối rối khi trả lời của bà Tam, nhân viên quan thuế mời bà vào phòng khám bổ túc. Kết quả là bà có mang theo thực phẩm làm bằng thịt heo chế biến ở Trung Quốc. Chiếu theo luật, bà bị phạt 800 đô.

Chuyện chưa dừng ở đó. Bà Tam chỉ biết chút tiếng Anh nên nhờ một người bạn là Tony Fan kiện vụ bị phạt ra tòa Tái Xét Canh Nông *(Canada Agricultural Review Tribunal).* Ông bạn Tony này cho biết trong một cuộc phỏng vấn là bà chỉ mang theo một số lạp xưởng trị giá chừng 5 đô mua ở phi trường Hong Kong nhưng chưa kịp ăn. Bà bị cao máu nhưng quên uống thuốc và hơi luống cuống khi bị nhân viên quan thuế tra hỏi. Ông này nói tiếp: "Nếu bà ấy ăn trước khi vào Canada thì đã chẳng có chuyện chi xảy ra. Bà Tam không đáng bị phạt như vậy". Người nhân viên quan thuế ghi trong phúc trình vụ này như sau: "Theo kinh nghiệm của tôi thì những người Hoa từ Trung Quốc nhập cảnh trở lại thường mang thực phẩm theo".

Tòa Canh Nông kết luận là bà Tam bị đối xử bất công vì nhân viên quan thuế có định kiến là người Hoa hay mang thực phẩm vào Canada. Chánh án Bruce La Rochelle phán quyết là bà bị khám bổ túc vì " định kiến không thích đáng: vì chủng tộc của bà Tam". Tòa tha bổng.

Chuyện vẫn chưa dừng ở đây. Chính phủ Liên Bang chống án lên tòa Phúc Thẩm *(Court of Appeal)*. Trong phiên xử vào giữa tháng 10 vừa qua, Tòa Phúc Thẩm đã hủy bản án của tòa Tái Xét Canh Nông. Chánh án Marc Nadon phán "Nhân viên quan thuế tại hiện trường, như trong trường hợp này, không thể bỏ qua những kinh nghiệm thu thập được sau nhiều năm quan sát khách hàng từ mọi quốc gia nhập cảnh Canada. Viên chức này chỉ xác nhận trong lời khai là theo kinh nghiệm của ông thì thường thường người Hoa hay mang thực phẩm khi từ Trung Quốc trở về Canada. Linh cảm của viên chức này, dựa trên kinh nghiệm và quan sát cách thể phản ứng của người đối diện, đã xác minh việc khám bổ túc". Vậy là bà Tam phải bóp bụng trả số tiền phạt tương đối khá lớn so với số tiền già bà nhận được hàng tháng.

Bản tin trên báo *The Gazette* mà tôi đọc được không nói rõ bà mang những thứ thực phẩm nào và số lượng nhiều hay ít. Chuyện vài cái lạp xưởng trị giá 5 đô là chuyện do ông Tony Fan nói ra thôi. Nếu bà Tam mua vài cái lạp xưởng để ăn thì tội cho bà ấy. Bởi vì nhét đồ ăn còn dư vào túi xách rất dễ quên. Tôi mới đọc được trên internet chuyện của một anh chàng Mỹ cũng vô ý như vậy. *"Tôi thật bối rối khi tự thú đây là một cuộc khám xét mà tôi thua. Vài năm trước đây, tôi từ Paris trở về và phi trường đầu tiên trên đất Mỹ mà tôi tới là phi trường Detroit. Xui là bữa đó tôi bị kêu vào khám bổ túc một cách tình cờ. Họ chọn nạn nhân một cách may rủi. Tôi dính. Trong tờ khai quan thuế, tôi khai không mang theo bất cứ thứ trái cây hay rau quả nào vào nước Mỹ. Nhưng khi nhân viên quan thuế mở hành lý xách tay của tôi, họ rút ngay ra một trái chuối. Trái chuối này là đồ tráng miệng trên máy bay. Tôi không ăn và đút vào trong túi xách một cách máy móc. May cho tôi là nhân viên quan thuế chỉ nhìn tôi cười và vứt trái chuối vào thùng rác. Vụ này làm tôi khá bối rối, như mình gian dối chuyện chi!".*

Tôi gặp trường hợp đúng y boong như ông Mỹ này. Bữa đó, tôi từ Paris về phi trường Montreal. Họ cũng mời vào xét bổ túc theo may rủi. Cứ tới con số hành khách nào đó là họ chặn lại. Tôi dính chấu. Họ bắt mở tung hết cả hành lý ký gửi lẫn hành lý xách tay. Khi mở túi xách của tôi, họ khám phá ra một cái bánh săng-uých còn nằm trong bao giấy. Tôi đỏ mặt, lí nhí khai đây là phần ăn tôi mua tại phi trường còn dư lại. Cô nhân viên quan thuế to như hộ pháp dịu dàng bảo tôi bỏ vào thùng rác. Rõ ràng không cố ý nhưng tôi vẫn ngượng!

Chuyện lạp xưởng của bà Tam, tôi hơi nghi ngờ. Thường thì người Việt chúng ta, sau khi về thăm Việt Nam thường vác sang cả đống dưa cà mắm muối hương vị quê hương để ăn dần. Hầu như không ai cưỡng được việc này. Có bà còn đóng nguyên thùng cạc-tông cho mắm muối khỏi dính vào quần áo trong va-li. Về thăm quê hương hầu như ai cũng muốn vác theo món ăn khoái khẩu của quê nhà. Quê hương bắt đầu từ cái miệng. Ai cũng vậy, chẳng cứ dân ta hay dân Tầu. Tôi cố tìm ra chứng cớ để chạy tội cho dân ta.

Tôi nắm được một cô Đại Hàn. Tưởng là chạy tội nhưng cũng chưa thoát ra được cái vòng…dân ta. Ông bạn tôi ở San Francisco là người nghiện thịt cầy. Nghiện nặng. Vậy mà sang đây, cầu chỉ để ôm chứ không để nhậu, ông bạn tôi rất ngứa mắt. Ông có cô con dâu người Đại Hàn. Có lần cô này về thăm quê hương. Quê hương Đại Hàn cũng như quê hương ta, thơm lừng mùi rựa mận. Khi về trở lại Mỹ, cô con dâu hiếu thảo tặng ông bố chồng nguyên một cái đùi chó tươi rói. Khỏi phải nói, ông bạn tôi như bắt được vàng. Ông bỏ cả cái đùi chó vào *freezer* như một thứ…quốc bảo. Khi nào thèm, ông cắt ra một miếng nhỏ, nấu nướng. Vừa ăn vừa để dành tiện tặn như vậy mà một bữa ông phôn tôi: "Ta có một cái đùi chó, qua đây ta nấu cho ăn!". Tôi tưởng ông ấy nói giỡn, hỏi lại, ông xác định là chuyện thực, chú chó còn gác cái đùi không còn nguyên vẹn trong tủ lạnh. Tình bạn thật cảm động! Không hiểu vì thương bạn không muốn bạn hao hụt chó, hay vì tiếc tiền vé máy bay, tôi đã không sang. Trở lại chuyện xét: làm sao cô gái Đại Hàn lại có thể dấu nguyên một cái đùi chó qua quan thuế phi trường như vậy. Đó là một *mission impossible* đời nào cô ấy tiết lộ!

Bi chừ nói chuyện người xa lạ thứ thiệt. Một bài báo của ký giả Daniel Baxter có đề cập tới những vụ quan thuế phạt vì mang thực phẩm vào hai phi trường Mỹ là phi trường Dulles ở thủ đô Washington và phi trường Baltimore nằm kế cận đó. Một hành khách từ Jamaica đến phi trường Baltimore đã giấu bốn trái ổi giữa một cái túi nhỏ rồi giấu cái túi vào trong một ngăn túi xách. Dày công như vậy nhưng vẫn bị khám phá ra. Một hành khách từ Mông Cổ đến phi trường Dulles, còn chơi bạo hơn. Ông này giấu 6 kí thịt bò tươi và xúc xích vào trong những hộp nước ngọt. Một hành khách thứ ba từ Cameroon đến đã giấu 2 kí trái cây. Cả ba trự này, mỗi trự bị phạt 300 đô.

Hình phạt này coi bộ hơi nhẹ vì theo luật thì số tiền phạt tối đa có thể lên tới 10 ngàn đô. Hoa quả và trái cây là thứ mà nhân viên quan thuế và kiểm dịch chú ý tới nhất. Chỉ một loại côn trùng lạ do hoa trái mang vào có thể phá hoại mùa màng của cả vùng. Muốn trừ được loại côn trùng phá hoại cây trái này, người ta phải tốn rất nhiều tiền nghiên cứu và chế tạo thuốc diệt chúng. Tiền cả đó. Nhiều tiền là đằng khác. Bởi vậy, các tiểu bang nặng về nông nghiệp như California chẳng hạn rất sợ những thứ trái cây và hoa quả mang vào. Nhưng, nếu chúng ta từ Canada mang trái cây hoặc rau quả do Canada trồng qua Mỹ thì được phép mang vào. Nhưng những thứ này phải có gắn mác rõ ràng là *"product of Canada"*. Nếu cũng từ Canada nhưng mang trái cây trồng ở các nước khác vào Mỹ thì…xin lỗi! Đồng bào ta chắc có nhiều người có kinh nghiệm về vụ này. Trước đây, khi các thứ trái cây nhiệt đới như nhãn, xoài, măng cụt, sầu riêng…chưa được nhập cảng vào Mỹ, dân ta từ Mỹ đổ xô qua Canada ăn cho đã thèm. Nhưng vốn có tính lo xa, ăn rồi còn nghĩ tới ngày mai nên, khi trở về Mỹ, chúng ta mang theo trái cây về cho gia đình và bà con được…hưởng phúc. Lái xe qua biên giới Mỹ - Canada nhiều phần bị tóm cổ. Thường thì các nhân viên quan thuế nơi biên giới đường bộ là những người dễ tính hơn. Nếu chúng ta khai, họ không phạt mà còn cho một đặc ân. Được ngồi ăn tại chỗ nếu muốn. Ăn được bao nhiêu thì ăn, số còn lại được yêu cầu vứt vào thùng rác. Người nào người nấy *picnic* tại chỗ, ăn cho một bụng đầy thiếu điều muốn bò lê bò càng. Tới khi ăn hết nổi, bỏ vào thùng rác mà nước mắt lưng tròng. Như bỏ tất cả gan ruột vào thùng rác!

Ngày con cái còn nhỏ, mới định cư, sắm được chiếc xe hơi, tôi thường đưa gia đình qua Mỹ tắm hồ. Khi thì qua Burlington bên Vermont, khi thì qua Plattsburg bên New York. Đi tắm dĩ nhiên phải mang đồ ăn thức uống theo. Qua biên giới, được hỏi thì phải khai có thực phẩm. Bao bì, thùng lạnh được mở tung ra giữa thanh thiên bạch nhật. Đồ ăn, dù có thịt, cũng được thông cảm cho qua. Nhưng trái cây thì cấm tuyệt. Nào cam, nào chuối, nào mận, nào đào phát cho con nít ăn được bao nhiêu thì ăn, còn lại phải cho vào thùng rác hết. Hồi đó thiệt vui, dân ta bên Montreal hình như đồng loạt khoái qua Mỹ tắm, cho đổi…nước! Các bãi tắm bên đó đầy rẫy đồng bào ta. Trước khi ra bãi tắm, hầu như chúng tôi đều gặp nhau tại các chợ thực phẩm. Để mua trái cây. Có lần vừa vào chợ đã thấy ông nhạc sĩ Hoàng Phúc cười toe. Cùng đồng hội đồng thuyền cả!

Số tôi có lẽ là số có duyên với mấy ông bà quan thuế. Lần lớ ngớ qua định cư bên Montreal, cũng đã ba chục năm, gia đình bên này cho biết chỉ thèm xoài. Ngày đó làm gì có xoài ngon ở bên này. Tin nhắn về tới tấp là cố mang xoài qua, càng nhiều càng tốt. Bà chị tôi chạy ra chợ Tân Định, dặn đi dặn lại mấy bà hàng trái cây là đúng một ngày trước khi chúng tôi lên máy bay, dành cho chục trái xoài loại cồ nô, ngọt, đẹp và còn xanh xanh. Về nhà, gói giấy bao cẩn thận, chia ra làm nhiều bao, vợ chồng chia nhau xách lên máy bay. Chuyến bay ghé nhiều chỗ. Từ Sài Gòn qua Bangkok, ở lại cả chục tiếng. Xoài coi bộ đã hồng hào hơn. Từ Bangkok qua Luân Đôn, ở lại thêm chục tiếng nữa. Xoài nhợt ra, chảy nước, phải vứt đi một nửa. Qua tới Montreal, mùi xoài lừng lên, cả đoàn người đi định cư kéo nhau vào làm thủ tục di dân tại phi trường. Có lẽ vì vào phòng làm thủ tục riêng nên nhân viên quan thuế không có cơ hội khám xét. Mùi xoài lừng lựng như vậy, chẳng cần khám cũng biết là có trái cây. Lúc đó, lao xao, nôn nức vì hoàn cảnh chung quanh, điếc không sợ súng, tôi đâu có biết là mình đang mang thứ…quốc cấm vào Canada. Nhân viên làm thủ tục định cư chắc cũng chẳng muốn lấn sân của nhân viên quan thuế nên dẫn chúng tôi ra ngoài gặp người nhà ra đón. Ông này còn cẩn thận dặn nếu không thấy người nhà thì quay trở lại phòng ông, ông sẽ thuê taxi về cho. Khù khờ nhiều khi cũng hanh thông hơn!

Đồng bào ta nên ghi nhớ là có ba thứ rắc rối tại phi trường chờ đón chúng ta khi chúng ta về thăm quê hương và trở lại đất tạm dung: cây lá, hoa quả và thịt thà. Cả chục năm nay tôi không về lại Việt Nam. Nhưng trước đây, tôi cũng đã vài phen giỡn mặt ông quan thuế. Một lần, về lại nhà cũ, thấy cây hoa sứ Thái Lan mình trồng ngày nhỏ hoa lá xum xuê đỏ rực, bèn thích. Cái thích khiến tôi liều. Cắt vài đọt, đút vào túi áo lạnh, mang sang bên đây trồng trong chậu. Khi xuống phi trường, tôi vắt chiếc áo lạnh trên tay, tỉnh bơ đi. Vậy mà thoát. Ký cóp mua chậu đẹp để trồng của quý, tưới tiếc chăm chỉ, ban ngày đưa ra ngoài trời, tối bê vào trong nhà, mùa đông mang vào, mùa hè mang ra. Cúc cung tận tụy như vậy mà cây èo uột, lá còn lơ thơ nói chi hoa. Được vài năm, chẳng hiểu vì mất công quá hay vì tình quê hương đã phai nhạt mà tôi dẹp của quý này mất tiêu!

Một lần khác, tôi muốn mang thịt bò khô qua Canada. Cô hàng thịt, bạn cô em tôi, nói để cô ấy lo. Khi ra lấy hàng, tôi thấy cô ấy dán hình con cá lên tất cả các bao. Thịt thà chi cũng biến thành cá hết. Mà cá là đồ hải sản nên được mang vào thoải mái. Lần đó may mà chẳng có ông quan thuế nào chặn tôi lại. Bị chặn không biết sự thể ra sao. Nghe ngóng dư luận của các bà các cô hay về Việt Nam, tôi được biết chiêu ăn gian đó lúc đầu *work,* nhưng về sau quan thuế đã có kinh nghiệm nên họ biết liền. Hú vía! Nhưng đó là chuyện trên chục năm về trước, khi thực phẩm ở Việt Nam chưa đẫm hóa chất, chứ bây giờ, cho kẹo cũng chẳng dám nhậu thịt bò khô hương vị quê hương. Vả lại bây giờ thịt bò khô làm tại Canada và Mỹ bán ê hề, hương vị chi cũng có, ôm đồm làm chi cho hại con tim khi đi diễu qua mấy ông nhiều sự chuyên rình mò! Nhân viên quan thuế bây giờ, nhờ học hỏi được qua chiêu giấu giếm của dân ta, đã khôn ra nhiều. Cứ từ

Việt Nam và Trung Quốc về là họ chơi trò khám bổ túc hết. Chẳng nên dại dột chơi trò đau tim, tốn thời giờ.

Năm ngoái, tôi bay qua Houston vào đúng mùa tôm hùm ở Montreal. Chơi luôn hai chục con, đầy nhóc một va li xách tay. Tôm đã hấp chín, để vào đá lạnh. Khi làm thủ tục, tôi khai đàng hoàng. Hải sản đâu có cấm cản chi. Cứ quang minh chính đại mà khai. Tưởng ngon vậy mà phiền phức! Họ dẫn tôi vào phòng khám riêng. Một ông quan thuế hỏi tôi mang tôm hùm sống hay chín. Tôi thành thật khai báo. Họ mở va-li, khám đi khám lại. Bỗng tôi thấy lù lù hai va-li gửi theo hành lý của tôi được hải quan mang tới. Vậy là bị lục tung cả hành lý xách tay lẫn hành lý ký gửi. Một ông rị mọ hết chỗ này tới chỗ khác. Cuối cùng ông đóng dấu cho đi. Mất toi hơn một tiếng đồng hồ. May mà bữa đó tôi đi sớm, nếu không thì đã hụt chuyến bay.

Khai tỏ tường một thứ mình biết chắc là được phép mang theo, vậy mà cũng phiền toái. Cứ đụng vào mấy ông khó thương này là thêm bực mình. Huống chi bà Ting Ting Tam không khai thứ…quốc cấm! Bị phạt 800 đô, đau thì có đau, nhưng ráng chịu! Kiện cáo lôi thôi làm chi cho tốn thêm tiền. Chắc bà này bị "cò" xúi dại!

11/2014

XUÔI

Tôi vừa đi thăm một anh bạn trẻ tại nhà quàn. Anh mới 50 tuổi, một người lúc nào cũng có nụ cười tươi và sẵn sàng giúp đỡ mọi người. Anh lại là một cây văn nghệ văn gừng, hát giúp vui cho các đám cưới và các buổi văn nghệ địa phương. Anh hát các bản tân nhạc bằng tiếng Anh, tiếng Việt và tiếng Hoa. Anh còn hát được tuồng Hồ Quảng vì anh là người Việt gốc Hoa. Đó là một người tốt nhưng yểu mệnh. Trong mấy ngày trước khi mất, anh thấy đau nhói ở ngực trái. Sẵn đang bị cảm, anh tưởng đó là vì cảm. Và anh cho qua. Ngày cuối tuần, anh tới tập tuồng Hồ Quảng để trình diễn trong dịp Tết sắp tới. Khi tập tới màn chót, hát câu chót, một câu phải dùng hết sức mạnh hát giọng cao. Anh chấm dứt nhịp ngân sau cùng và té đổ người xuống sàn tập. Anh nhìn mọi người cười. Ai cũng tưởng anh cười ngượng ngập vì cái té vô duyên. Nhưng rồi mặt anh tái đi. Mọi người gọi xe cứu thương. Anh buông xuôi cuộc đời ngay khi tới bệnh viện. Một cái chết trẻ. Đám tang có sự nuối tiếc, sững sờ của gia đình và bạn bè. Chết trẻ hình như không phải là chết mà là sự đứt đoạn. Đang phơi phới sống rồi buông tay chấm dứt cái một trong sự ngỡ ngàng. Của người sống và chắc cũng của chính người chết nữa.

Ít ra cũng có hai kiểu buông xuôi: buông cái rụp và từ tốn mà buông. Mấy ông bạn tôi ưa thứ dứt khoát. Đùng một cái, dẫy tê tê chẳng biết chi nữa, khỏe ru. Cầu như vậy nhưng mấy ai được mãn nguyện. Hai ông bạn tôi ưa thứ dứt khoát và được mãn nguyện là ông Nguyễn Đông Ngạc và ông Trường Kỳ. Ông Nguyễn Đông Ngạc đang sửa soạn múc tô phở do bà xã nấu để thưởng thức thì ngã lăn đùng ra bất tỉnh, máu tràn đỏ óc, đi luôn. Ông Trường Kỳ lơ mơ ngay trên bàn nhậu và dứt khoát ra đi khi xe cứu thương chưa vào tới bệnh viện.

Ông Lý Quang Diệu, vị quốc phụ của Singapore, vừa qua đời ở tuổi 91 đã không được như hai ông bạn tôi. Trong một bài viết vào những ngày cuối đời, khi ông 89 tuổi, ông cũng mong muốn được chết cái rụp: *Việc tôi quan tâm đó là: Tôi sẽ ra đi như thế nào? Sự kết thúc có đến nhanh chóng không, bằng một cơn đột quy ở một trong số các động mạch vành? Hay sẽ là một cơn đột quy trong não khiến tôi nằm liệt trên giường bệnh nhiều tháng, trong trạng thái bán hôn mê? Trong hai cách đó, tôi thích cách nhanh chóng hơn*". Không phải thích là được. Một đời ông thành công đưa đất nước ông từ nghèo nàn lên thành một cường quốc, nhưng ông thất bại trước cái chết. Ông bị viêm phổi và không chết cái rụp như mong ước.

Những người còn ăn còn thở như chúng ta chưa biết ra sao. Có điều khá chắc chắn là chúng ta không chọn được cái chết: kiểu này hay kiểu kia. Hai ông bạn tôi muốn là được. Cũng là điều an ủi. Còn chúng ta, muốn là muốn vậy thôi, còn chết kiểu nào là chuyện của ông trời. Chuyện của ông trời để ông trời lo, chẳng nên nhúng tay vào. Nhưng ông Bác sĩ Richard Smith, Giáo sư Danh Dự của Đại Học Warwick, nguyên Chủ Bút tập san y tế *British Medical Journal,* lại nhúng miệng vào. Ông nói về cái chết kiểu từ từ. Chết từ từ theo đúng "mốt" ngày nay là ung thư. Vài ngày, vài tháng, vài năm không chừng nhưng sẽ chết. Vớ vẩn! Thì ai chẳng sẽ qua cửa tử. Có ai thoát đâu. Vua chúa ngày xưa thấy cuộc đời đang sung sướng hưởng thụ, cung tần mỹ nữ ê hề, rượu quý rót tràn ly, vậy mà một mai phải buông tất cả thì tiếc. Tiếc nên sai quần thần tìm thuốc trường sinh để suốt đời cưỡi đầu cưỡi cổ dân lành, vậy mà có ông nào lột da sống đời được đâu.

Trở lại với ông Bác sĩ Richard Smith. Ông nói như vậy cũng phải thôi. Nhưng ông còn nói hơn nữa. Ông cho là các nhà nghiên cứu chẳng nên tiêu pha bạc tỷ để tìm ra phương cách chữa căn bệnh ung thư này vì đó là sự chọn lựa tốt nhất cho một dân số đang già nua trên thế giới. Ông lý luận: cái chết tiệm tiến của bệnh ung thư cho người ta có thời gian để chia tay với người thân, nghe một bản nhạc mình thích, đọc những câu thơ mình mến và để lại những gì mình muốn nhắn lại. Chết từ từ như vậy thì thời gian cũng thong thả, chẳng có gì hấp tấp, chẳng có gì tiếc nuối. Trong bài viết trên tập san *British Medical Journal,* Giáo sư Richard Smith viết: "Chết vì ung thư là cái chết tốt nhất. Người ta có thể nói lời từ giã, suy ngẫm về đời sống, để lại những lời nhắn cuối cùng, rồi còn có thể đi du lịch vài nơi mình thích lần chót, nghe một vài bản nhạc ưng ý, đọc thơ tình, rồi tùy theo tôn giáo của mình để sửa soạn diện kiến đấng tối cao. Quan niệm này có thể quá thơ mộng, nhưng chúng ta có thể thực hiện được với tình yêu, thuốc giảm đau và *whisky*".

Nhiều bệnh nhân ung thư và gia đình đã bất bình về những nhận xét này của một người hành nghề bác sỹ. Người ta hỏi ông có đau cái đau bệnh tật này chưa mà ca tụng cái chết vì bệnh ung thư. Ung thư nào cũng đau đớn tới lúc chết. Tôi đã chứng kiến cái đau của bà thím tôi bị ung thư tử cung. Bà lăn lộn trên giường, xô lệch chăn chiếu. Ngày đó, những năm đầu khi cộng sản cưỡng chiếm miền Nam, thuốc thang khan hiếm, gia đình phải về từng mẩu sái thuốc phiện cho bà nuốt để cầm lại cái đau. Nhưng cái đau vẫn hành hạ bà ngày đêm. Cái chết, cuối cùng, là sự giải thoát.

Mới năm ngoái, khi Nguyễn Xuân Hoàng vướng bạo bệnh, anh luôn than đau. Ngặt cái là bệnh ung thư của anh, ung thư cột sống *sarcoma,* là thứ ung thư được coi là đau nhất trong các loại ung thư. Nhìn hình anh trên *Facebook*, ngày càng mất sắc vì cái đau hành hạ, tôi thông cảm với anh. Lúc đó tôi bị bệnh *zona*, đau nhức một thời gian. Cái đau ngắn ngặt, nghĩ tới cái đau của bạn, tôi mới hình dung ra được phần nào nỗi đau mà bạn tôi đang chịu ngày đêm. Tôi điện thoại qua Hoàng. Nói với anh về sự thông cảm cái đau của anh khi tôi đau thứ đau so với cái đau của anh là thứ đồ bỏ. Có lần, nói chuyện điện thoại với tôi, anh nói không sợ chết mà chỉ sợ đau!

Ông bác sĩ Richard Smith bị những bệnh nhân ung thư và gia đình họ xỉ vả là "ngu dốt và vô trách nhiệm". Làm bác sĩ là lo cứu người, lo chữa bệnh, lo tạo cho bệnh nhân sự bình tĩnh và can đảm trước bệnh tật. Bác sĩ Richard Smith không làm như vậy. Không biết ông có nhớ là ung thư là thứ bệnh cướp đi cuộc sống của một số đông người trẻ, việc nghiên cứu để ngăn chặn sự bành trướng của căn bệnh này là nhiệm vụ và bổn phận của ngành y khoa.

Ung thư là căn bệnh quái ác, nó dứt từng giây phút sống của người bệnh. Cái chết chậm, trong vài tuần, vài tháng, có khi vài năm, quả có giúp cho người bệnh hoàn tất được những vướng víu còn lại của cuộc sống. Nhưng dù sao nó vẫn là tên ăn cắp quái ác. Trong truyện ngắn *"Mai Sau"*, tôi đã dựng cảnh những ngày cuối của một bệnh nhân ung thư. Nhân vật chính là Giao, bị ung thư, có vợ tên Lựu và bạn thân tên Phụng. Hai người đã cùng săn sóc bệnh nhân những ngày cuối. *"Những bữa cơm có Phụng thì khác. Anh oang oang chuyện gẫu, tán dóc, khích bác Giao. Miệng lanh lẹ như tay, Phụng vừa nói vừa tiếp cho Giao ăn. Giao vừa tỏ ra uể oải, Phụng đã mắng át. "Ăn đi mày. Vợ mày vất vả đoán ý mày để nấu cho mày những món ăn vừa miệng thì mày phải ăn đi chứ. Chất ga lăng mày vất đi đâu hết rồi?". Giao cười mếu máo. "Ga lăng cái con khỉ ấy! Người còn nát huống chi cái ga lăng. Mày đếch biết gì cả, chỉ nói tầm bậy!". Phụng xuống giọng dỗ dành. "Ừ thì thôi. Vứt mẹ nó cái ga lăng đi. Cơm cũng là thuốc đấy. Ăn đi cho khỏe để còn gây sự với tao chứ. Tính tao ưa nặng, không có đứa nào chọc cho sôi máu thì buồn. Mẹ kiếp, đớp đi mày!". Giao đành cố nuốt miếng cơm một cách khó nhọc. Cũng chỉ được vài miếng rồi lại ai oán. "Ăn cũng đi đứt, chẳng ăn cũng đi đứt. Chó má thật!". Phụng làm bộ gân cổ. "Thì thằng chó nào chẳng phải đi đứt. Mày tưởng tao lột da sống đời được à?". Giao chậm rãi. "Nhưng mày chưa trông thấy lằn mức. Tao thấy rồi.". "Trông thấy hay không thì lằn mức vẫn có đó. Mẹ kiếp, đời người mà! Có sinh có diệt. Khi mày chui ra khỏi bụng mẹ mày thì ông trời đã vẽ sẵn cho mày một vòng tròn rồi. Tụi văn vẻ chúng nó gọi là cái vòng tử sinh, cục súc như tao thì gọi là cái vòng chó má. Mày lớn lên một chút thì cái vòng kim cô đó thu nhỏ lại một chút. Lớn tới cỡ tao với mày thì nó đã chật lắm rồi. Bệnh tật của mày có làm nó chật thêm một chút thì mặc mẹ nó, lý tới nó làm gì. Nghĩ tới cái sống chứ đừng nghĩ tới cái chết. Vui được lúc nào hay lúc đó. Mày có Lựu, có tao. Thây kệ cái vòng chó má đó. Cho nó quê luôn!"*

Những ngày còn lại của cuộc sống, Giao đã thuyết phục để gán vợ anh lại cho người bạn vì tương lai của nàng. Anh thương vợ đến nỗi, trong những ngày cuối, đã không nghĩ tới cái bất hạnh của mình mà chỉ tính cho tương lai của vợ. *"Mai sau, khi anh không còn nữa, em sẽ dựa vào đâu mà sống? Anh có lỗi với em. Anh thương em côi cút.".* Lựu mở to mắt thét lên. *"Anh đừng nói nữa! Em van anh!".* Mặt Giao vô hồn. Bức tường trắng trước mặt bày ra một khoảng trống rợn người. *"Lựu, chúng ta phải nhìn vào sự thực phũ phàng đang ngấu nghiến chúng ta.".* Lựu rấm rứt cố đè chặt những thổn thức trong lòng. Giọng Giao băng giá. *"Phụng là bạn anh. Anh ấy cũng như anh. Anh hiểu từng ngóc ngách trong con người anh ấy. Anh tin Phụng. Anh thương em. Anh nghĩ Phụng có thể bảo bọc em. Kệ thiên hạ em ạ!". Lựu ngẩng mặt lên, khuôn mặt nhòe nhoẹt nước mắt. Giọng nàng sắt lại. "Anh muốn nói gì vậy?". Mặt Giao vẫn không có hồn. Lựu như thấy một bức tượng chảy nước mắt. Nàng bấu mạnh vào ngực Giao. Pho tượng sống vẫn câm nín. Như đã ngàn năm".*

Như đã nói ở trên, có hai kiểu buông tay: đột ngột và chậm rãi. Nhưng đó không phải là "thực đơn" để con người lựa chọn. Chúng ta không có cái quyền chọn lựa đó. Sanh ra và chết là chuyện của con tạo, chúng ta chỉ biết vâng theo. Nhưng ngày nay con người muốn đòi lại cái quyền trên sinh mạng mình. Tôi muốn chết là tôi chết. Đã có những phong trào đòi quyền…chết khi bị cơn bệnh hành hạ tơi tả. Họ đòi quyền "chết trong phẩm giá". Đó là chuyện mà chúng ta gọi là "trợ tử". Nói nôm na là bác sĩ giúp bệnh nhân chết khi bệnh nhân yêu cầu. Tại Canada chúng tôi, từ năm 1892 đến nay, việc trợ tử là phi pháp, có thể bị phạt tới 14 năm tù. Nhiều người phản đối chuyện này. Họ cho là khi một bệnh nhân đã hết thuốc chữa thì họ có quyền nhờ bác sĩ cho thuốc để giã từ cõi đời, chấm dứt cuộc sống khổ nạn trong đau đớn và nhục nhằn. Có những người khác viện lý do tôn giáo, đạo đức để chống lại việc trợ tử. Cãi qua cãi lại, chuyện chẳng đi đến đâu. Vậy là có người mang sự việc ra tòa để ba tòa quan lớn xét xử. Người nộp đơn kiện là ông Lee Carter ở tỉnh bang British Columbia. Ông này có bà mẹ tên Kay Carter bị ung thư thời kỳ cuối và muốn chấm dứt cuộc sống bằng trợ tử. Tòa không thể ngày một ngày hai mang ra xử liền nên bà Kay Carter chờ không được đã qua Thụy Sĩ để được quyền chết.

Sự việc đã lên tới Tối Cao Pháp Viện. Ngày thứ sáu 30 tháng 1 năm 2015 vừa qua, Tối Cao Pháp Viện đã tuyên bố luật cấm trợ tử có từ trăm năm là vi hiến. Toàn thể 9 ông bà tòa áo đỏ đều bỏ phiếu như vậy. Tòa ra hạn kỳ cho quốc hội, trong vòng một năm, phải hoàn tất một đạo luật mới trong tinh thần này. Một năm cho một đạo luật quan trọng tới đời sống của người dân, thời hạn quả là cấp bách. Liệu quốc hội có mần được chăng? Coi bộ thua. Quốc Hội sẽ nghỉ hè vào cuối tháng 6. Năm nay Canada sẽ có bầu cử liên bang vào tháng 10. Vậy là các dân biểu lo tranh cử, quốc hội sẽ không họp cho tới khi cuộc bầu cử kết thúc. Tính ra chỉ còn có vài tháng thì làm sao mà thông qua được một đạo luật tại hai viện Quốc Hội.

Nhưng không sao. Nếu hết thời hạn một năm mà quốc hội vẫn chưa thông qua được đạo luật này thì điều khoản trong Luật Hình hiện nay liên quan đến việc cấm trợ tử sẽ bị hủy bỏ. Việc trợ tử sẽ không hợp pháp nhưng cũng không bất hợp pháp! Canada đã có tiền lệ 27 năm trước đây khi bỏ luật cấm phá thai. Hồi đó, chưa có luật mới, người ta chỉ cần bỏ điều khoản liên quan tới phá thai trong Hình Luật, chờ cho tới khi có luật mới đàng hoàng.

Tòa nhận định là "một cá nhân đương đầu với viễn tượng này có hai giải pháp: hoặc có thể sớm kết thúc cuộc sống, thường là bằng bạo lực hay những phương cách nguy hiểm, hoặc phải chịu đựng cho tới khi chết bình thường. Sự chọn lựa thật ác độc". Tòa cũng nhận định là, trong một vài trường hợp, cần phải tôn trọng quyền chọn lựa của một cá nhân trong việc kết thúc cuộc sống của họ.

Ngay khi nghe được bản án của tòa, gia đình Carter đã vui mừng phát biểu: "Kay sẽ mỉm cười về kết quả này. Chúng tôi cảm thấy là người dân Canada có quyền căn bản chọn lựa. Bản án giúp dân Canada có quyền lựa chọn và quyết định mạng sống của họ".

Nhưng án tòa cũng có những hạn chế trong việc trợ tử. Không phải cứ trợ tử thoải mái. Y sĩ chỉ có thể giúp kết thúc cuộc sống cho "một cá nhân trưởng thành còn minh mẫn" và người này đã "chấp thuận rõ ràng" việc muốn kết thúc cuộc sống. Ngoài ra tình trạng bệnh tật của người này đã không còn cứu chữa được và tạo ra sự đau đớn "không thể chịu đựng" được. Sự đau đớn này có thể là đau đớn thể xác hay tinh thần.

Tòa không phán quyết bắt buộc các y sĩ phải thực hành việc trợ tử. Đó là vấn đề lương tâm của các y sĩ. Việc kết thúc sự sống của một bệnh nhân coi bộ là vấn đề gây nhiều tranh cãi. Nhiều người không muốn nhúng tay vào. Dù sao đó cũng là một việc gần như "giết người". Lại còn vấn đề đạo đức và tôn giáo của người y sĩ.

Tháng giêng năm nay, *The Canadian Society of Palliative Care Physicians*, một tổ chức của các bác sĩ chuyên chăm sóc cơn đau của các bệnh nhân, đã làm một cuộc thăm dò. Kết quả có tới 75% bác sĩ hội viên cho biết họ sẽ không nhúng tay vào việc trợ tử khi hành động này được coi là hợp pháp. Coi bộ muốn có được một bác sĩ chịu giúp quyền được chết sẽ gian truân khi có tới ba phần tư bác sĩ "em chã".

Ba năm trước, hai bác sĩ của trường Y Khoa Harvard, đã đề nghị, trong một bài viết trên tập san *New England Journal of Medicine,* một phương thức khiến các bác sĩ không phải trực tiếp nhúng tay vào việc trợ tử. Theo phương thức này thì các bác sĩ chỉ cấp một giấy chứng nhận là bệnh nhân hội đủ điều kiện của việc trợ tử, một tổ chức của chính phủ sẽ xác định, bán thuốc, chỉ dẫn cách dùng. Người muốn xuôi tay cứ tự biên tự diễn cho đúng với ước vọng.

Dù phương cách thi hành như thế nào thì, với phán quyết của Tối Cao Pháp Viện Canada, chúng ta cũng đã có thêm một kiểu chết khác: tự chết hợp pháp có môn bài đàng hoàng!

Chuyện buông xuôi tay nằm thẳng cẳng cho người ta thoa son trát phấn là chuyện ít người muốn nghe. Vậy nên nói chuyện chết đến đây coi như đủ, quá đủ, xì-tốp được rồi. Nói nữa thì chán…chết!

03/2015

To the Top of Whistler (tập truyện chuyển sang Anh ngữ, Nhân Ảnh, Toronto, Canada 2010)

Phiếm 8 (Nhân Ảnh, Toronto, Canada 2010)

Phiếm 9 (Nhân Ảnh, Toronto, Canada 2011)

Phiếm 10 (Nhân Ảnh, Toronto, Canada 2011)

Phiếm 11 (Nhân Ảnh, Toronto, Canada 2012)

Phiếm 12 (Nhân Ảnh, Toronto, Canada 2012)

Tuyển Tập Truyện Ngắn Song Thao, Tập I (Nhân Ảnh, Toronto, Canada 2013)

Phiếm 13 (Nhân Ảnh, Toronto, Canada 2013)

Tuyển Tập Truyện Ngắn Song Thao, Tập II (Nhân Ảnh, Toronto, Canada 2013)

Phiếm 14 (Nhân Ảnh, Toronto, Canada 2014)

Tuyển Tập Truyện Ngắn Song Thao, Tập III (Nhân Ảnh, Toronto, Canada 2014)

Tuyển Tập Truyện Ngắn Song Thao, Tập IV (Nhân Ảnh, Toronto, Canada 2014)

Phiếm 15 (Nhân Ảnh, Toronto, Canada 2014)

Phiếm 16 (Nhân Ảnh, Toronto, Canada 2015)

Nhà xuất bản NHÂN ẢNH
26 Silktop Trail
Brampton, ON L6R 2K6
CANADA
E-mail: han.le3359@gmail.com

Liên lạc với tác giả:
TẠ TRUNG SƠN
7805 Claire Fauteux, #1
Montréal, Qc., H1K 5B6 - Canada
Điện thoại: 514-354-5338
Email: tatrungson@hotmail.com